Bóng Tối. *Truyện dài*

Mặc Bích

Nhà Xuất Bản Nguồn Ý

Texas 2020

Cùng một tác giả

Đã in

Lạc Lối Thiên Đường

Mặc Bích & Nguyễn Đình Phùng. (Tập truyện, 1990)

Trong Hạnh Phúc Riêng

Mặc Bích & Nguyễn Đình Phùng. (Tuyển tập, 1995)

Khung Trời Của Lài

Mặc Bích. (Truyện dài, 1997)

Cánh Chim Ảo Mộng

Mặc Bích. (Tập Truyện, 2002)

Từ Trái Tim Tôi

Mặc Bích. (Tập truyện, 2005)

Mặc Bích

Bóng Tối

Truyện dài

Nhà Xuất Bản Nguồn Ý

Texas USA 2020.

Tặng Thế Nguyên Nguyễn Đình Phùng,

Người đã chắp cánh cho tôi bay

Chương 1

Atasha

Buổi chiều xuống rất nhanh với những đám mây đen che kín bầu trời. Vài hạt mưa rơi lác đác chỉ làm không khí thêm ẩm thấp trong cái lạnh bất chợt từ một cơn bão thổi qua thành phố. Cái gạt nước đã mòn, để lại những vệt mờ trên mặt kính xe làm cho mầu ảm đạm của trời chiều càng thêm u tối. Những chấm đèn của đoàn xe trước mặt là những điểm sáng bắt mắt chớp nháy như những ngọn đèn trên cây thông giáng sinh.

Atasha! Cái tên vẫn còn vang vọng trong Hoài! Một ngày, Hoài gặp bao nhiêu khuôn mặt, những khuôn mặt đông phương như nàng, những người da mầu, da trắng.. gặp bao cảnh ngộ mà đời sống tưởng như là một hình phạt. Hoài đã tạo cho mình một vỏ bọc chắc chắn, không một điều gì có thể xâm phạm, để có thể ngồi xuống, lắng nghe, và tìm một giải pháp cho nan đề của từng người.

Hoài tự đặt cho mình một luật lệ riêng: tách rời nàng của một đời sống thực sự và người đàn bà tên Hoài làm công việc cố vấn tâm lý, để khi trở về nhà, nàng được sống thoải mái với chính mình mà không bị những vây bủa của suốt 8 tiếng đồng hồ trong thế giới của những tâm hồn khác. Nàng đã gặp những Châu, Liên, Hoàng, Tôn, Mononoke, Diệu, Chatkham, Janice, Jeff... Những cái tên Việt, Nhật, Tàu, Lào, Mễ, Mỹ... đủ cả trong căn phòng làm việc của Hoài. Nàng không chỉ gặp mà còn được nghe, được chia sẻ những điều thầm kín nhất tưởng đâu không bao giờ trong đời lại có thể thổ lộ cho ai, trừ trong tòa giải tội với linh mục. Người ta tìm đến vị linh mục để được xin tha thứ. Còn đến với Hoài chỉ để trút bỏ bớt những nặng nề của trái tim. Nói xong rồi tưởng rằng sẽ quên, và nàng cũng vậy, nghe xong rồi quên, quên luôn cả những khuôn mặt ấy. Hoài tự bắt buộc mình phải quên, phải cởi bỏ những đớn đau của người khác đã gửi cho mình. Không thể tạo một liên hệ, dù là liên hệ thật ngắn ngủi!

Những lằn chớp nháng lên trong bầu trời thấp và xám xịt làm thành những rung động nho nhỏ như trời khổ lụy. Từng vạt mưa trắng đục kéo đến xối xả tạt vào mặt kính. Hoài cho xe chạy chậm lại. Những chấm đèn đỏ của đoàn xe trước mặt nhạt nhòa. Không còn thấy trời đất. Quanh nàng chỉ còn tiếng mưa, tiếng ầm ì cuồng nộ của sấm sét.

Thấp thoáng trong màn mưa, khuôn mặt của Atasha. Khuôn mặt Nhật Bản và trắng như sáp, hai con mắt có đuôi kéo dài nhỏ nhắn và đen nhưng ẻo lả như hai vệt mực tàu trên khung vải. Đôi mắt buông thả vào một không gian nào xa tít tắp. Ánh mắt trốn tránh như dấu diếm một điều gì. Đầu mũi thấp hơi thô trên đôi môi hồng nhỏ xíu như một nụ hoa đào chúm chím. Có một sự tương phản giữa cái mũi và ngần cả ấy thứ trên khuôn mặt! Như một bất cẩn của tạo hóa lỡ tay làm mất đi vẻ nhu mì của bức tranh thủy mạc!

Nhưng chính sự lạc lõng đó lại tạo nên một vẻ rất đặc biệt ở cô bé 14 tuổi Atasha! Cái mũi nổi loạn! Đó là ấn tượng đầu tiên khi Hoài gặp Atasha! Cũng kỳ quặc! Sự nổi loạn đến từ trong cái đầu be bé xinh xinh với mái tóc cắt ngắn như con trai, chứ nào phải do cái mũi. Nhưng chính sự bướng bỉnh đọc thấy được trên cánh mũi bè bè ngang ngược, ngạo nghễ trên khuôn mặt dài thanh tao. Mà cho dù có đặc biệt đến đâu cũng đừng theo Hoài về nhà nhé? Xin đừng! Hoài vừa nhủ thầm vừa với tay vặn nhạc.

*

Nàng ôm nhẹ bờ vai của con gái, ân cần nhắc nhở:

"Đi ngủ sớm đi bé! Khuya rồi! Mai con còn phải đi học!"

Kim nhăn mặt nài nỉ mẹ:

"Chưa đến 11 giờ mà mẹ!"

"Trẻ con thức khuya quá không tốt!"

Con bé hất mái tóc dài, ngẩng mặt nhìn Hoài!

"Con sắp 15 tuổi rồi! Đâu còn là trẻ con nữa!"

Mà có lẽ con bé không còn là trẻ con nữa thật! Kim cao bằng mẹ và có triển vọng còn cao hơn nữa. Nó có những suy nghĩ già dặn hơn là khuôn mặt thơ ngây của tuổi 14. Những lý luận của Kim đôi lúc làm nàng chới với vì ngạc nhiên. Có lẽ không chỉ thời gian mới đi nhanh, mà cả loài người cũng già nhanh như vậy hay sao? Nhiều lúc khi nói với con, Hoài đã phải đắn đo tìm lời nói như nói với một người lớn. Mười bốn tuổi! Như cô bé Atasha vậy! Tại sao nàng lại so sánh như thế? Hai cuộc đời, hai con người khác hẳn nhau? Chắc chỉ vì con số 14?

Hôn nhẹ lên mái tóc Kim, nàng thấy thương con vô tả! Nàng luôn gượng nhẹ với con như đối với một cành hoa yếu đuối, mặc dù Kim rất cứng cỏi và có cá tính mạnh mẽ. Biết đâu sự cứng rắn và cả quyết đó chỉ là một sự che đậy cho những mềm yếu khôn cùng? Hoài hơi cười thầm vì thấy mình méo mó nghề nghiệp! Hay chỉ vì nàng nhìn thấy trong Kim hình ảnh của mình? Chắc gì nó giống mình? Sinh con, nuôi nấng ngày đêm, chắc gì đã hiểu thấu lòng con? Ai cũng có những phần sâu kín mà không muốn ai biết đến. Đó như một thứ cung cấm, một nơi chốn ẩn nấp an toàn nhất mà không ai có thể đụng vào. Một nơi đích thực thuộc về cho riêng mình, chẳng bao giờ mất mát hư hao.

Kim đột ngột hỏi:

"Hôm nay mẹ có gì lạ không? Một ngày productive không?"

Hoài cười nhẹ vì chữ "productive" mà Kim dùng. Thế nào gọi là một ngày productive? Nhưng nàng không hỏi lại con mà chỉ trả lời:

Bóng tối

"Cũng bình thường như mọi ngày làm việc khác."

"Có case nào interesting không?"

Nàng nhìn con ngạc nhiên. Chưa bao giờ Kim hỏi nàng như vậy. Ngay đến Nguyên, chồng nàng, cũng chẳng bao giờ hỏi vì biết nàng không muốn mang những vấn đề về nhà.

"Tại sao con lại hỏi như vậy?"

Kim nhún vai, hơi trề môi:

"Nhiều lúc con nghĩ chắc mẹ phải thích nghề này lắm. Suốt ngày toàn nghe problems của người khác!

Hoài bật cười:

"Dĩ nhiên là thích mẹ mới chọn nghề này chứ!" Nàng tránh không muốn trả lời câu hỏi sau của con.

"Uh! Con quên mất! It's strictly confidential!"

Hoài không đáp. Nàng không nhắc đến công việc, không muốn nhớ đến những khuôn mặt mà nàng đã gặp trong ngày. Nàng phải chia cuộc sống nơi làm việc và cuộc sống ở nhà thành hai vùng riêng biệt, đừng để lẫn lộn. Không thể mang theo những "vấn đề" của người về thành của mình được. Nhưng nàng cũng không muốn giải thích cho con hiểu làm gì. Nó nghĩ như thế cũng tốt thôi!

Nhưng đêm đó, trong bóng tối của căn phòng thơm mùi những vỏ cam và hoa khô được ướp thay đổi theo mùa. Hoài trằn trọc mãi không ngủ được. Cái tên Atasha cứ bám lấy nàng như một thứ mùi thơm lạ quẩn quanh không rời! Đã qua hai lần gặp gỡ, nhưng Atasha vẫn không nói gì nhiều! Nó chỉ trả lời cụt ngủn những câu hỏi Hoài đặt ra. Thái độ của nó là thái độ bất hợp tác, miễn cưỡng đến lạnh nhạt! Đã có bao nhiêu đứa trẻ như Atasha? Nhiều lắm, nàng không nhớ hết! Vậy thì có gì để mà thắc mắc mãi! Hoài có thắc mắc đâu nhỉ?

Tự nhiên khuôn mặt và cái tên Atasha cứ lởn vởn trước mặt nàng như một thách đố! Mà thách đố để làm gì mới được chứ? Có lẽ Atasha đã bị bắt buộc phải tìm đến Hoài, chẳng phải là một tự nguyện. Nó không cần đến Hoài! Nhưng cơn nước lũ đang dâng trong tâm hồn Atasha bao giờ thì tràn bờ? Chấp chới, trôi nổi trong những khép kín là một thứ nghẹt thở. Liệu Atasha có hiểu như vậy hay đó là một sự lựa chọn? Khuôn mặt trắng và mềm mại như cánh hoa ngọc lan cùng với những câu hỏi dấy lên chằng chịt như một thứ cung mê đưa nàng vào giấc ngủ vật vã, mờ mịt cho đến sáng!

*

Hoài liếc nhìn sổ hẹn 2 giờ 30: Atasha! Cái giờ buồn ngủ nhất với đầu óc lãng đãng vì bị bao tử hành sau bữa ăn trưa. Nhiều phần buổi hẹn này cũng sẽ không mang lại kết quả gì như cha Atasha mong mỏi!

Người cha vẫn kiên nhẫn ngồi chờ ở phòng đợi như những lần trước. Hôm nay con bé mặc một chiếc áo mầu đỏ rượu chát, chiếc quần jean bó sát, đôi giầy thô kệch thời thượng. Hai bên cổ tay đeo vòng là những hạt nhựa tròn màu sắc. Atasha đứng đó với vẻ mặt lầm lì, không chào hỏi. Lần này nó không trốn tránh cái nhìn của Hoài mà chăm chú nhìn nàng với ánh mắt hỗn xược! Lại thách thức nữa đây! Hoài thở dài thầm!

Quá quen thuộc với những con bệnh như cô bé này, Hoài bình thản chỉ tay vào chiếc ghế dài ở góc phòng:

"Cứ tự nhiên nhé!"

Thay vì nằm xoãi dài vào chỗ quen thuộc, nó ngồi xuống chiếc ghế ngay cạnh đó như một phản kháng gián tiếp.

Mình phải đổi chiến thuật mới được. Hoài tự nhủ!

Bóng tối

Ô cửa sổ hình như sáng hơn mọi ngày. Chiều hôm qua lúc đi về Hoài quên không kéo mành mành cửa sổ. Hoài chăm chú nhìn ô cửa sổ và chợt nhớ ra đã vào Thu. Bên ngoài những chùm lá đã bắt đầu đổi màu tàn úa và rụng khá nhiều, tự dưng nàng thấy lòng mình trùng hẳn xuống như những máu huyết sôi sục chợt tắt lịm, trôi hết đi, trơ trụi hết đi, trơ lại da cùng xương, cũng cạn kiệt, cũng buồn bã, trơ trụi như vậy thôi!

Có lẽ một phần nào những ý nghĩ thoáng qua đó hiển hiện trên gương mặt Hoài làm con bé chú ý. Nó cũng nhìn theo ánh mắt của Hoài về khung cửa sổ. Atasha đã thấy gì, nghĩ gì, Hoài không biết, nhưng nàng có cảm tưởng ngay lúc này nàng có một cơ hội đến gần nó hơn. Ngay lúc này thôi! Hoài không thể để giây phút này vuột qua! Và tự dưng những lời nói về mình chợt bật ra:

"Cách đây 30 năm có một cô bé cũng vào trạc tuổi Atasha, nó ghét cuộc đời, ghét những người chung quanh mặc dù chẳng ai đụng chạm gì đến nó cả! Cô bé bỏ quên hết mọi người, sống trong một thế giới riêng của mình, cao ngạo và khinh bỉ hết tất cả những tầm thường của đời sống. Cho đến một hôm nó mới nhận ra là nó bị bỏ quên chứ không phải nó là người lãng quên hết thảy mọi sự! Và rồi nó trở lại. Để rồi sau này nhìn lại cái "tôi" của thời gian ấy như một kẻ xa lạ! Chẳng có nguyên nhân nào cho thái độ đó..."

Atasha nhìn Hoài. Có chút tò mò làm đôi môi hồng nhỏ xíu của nó chợt nhếch lên nhưng vẫn không làm thành lời nói. Atasha vẫn yên lặng. Hoài phải mở lòng ra với nó nhiều hơn nữa mới được. Nàng phải cho nó thấy trước mặt cũng một con người đã có một thời như nó, trong một nghĩa tạm bợ. Nàng tiếp tục vừa kể vừa lắng nghe lại chính mình:

"Mười lăm, mười sáu tuổi, nó nhìn người lớn thấy họ ngố nghê trong những cung cách cũ rích, nhai đi nhai lại những ý nghĩ của người khác truyền lại và tự mãn rằng mình biết nhiều lắm. Họ chẳng biết gì cả! Vì chính họ không biết nó đang nghĩ gì, muốn gì. Họ hệt như những con hình nộm, họ thích phải bắt chước giống người này người

14

kia. Tại sao phải như vậy? Họ không thấy được cái quý giá của sự khác biệt ở từng mỗi con người. Tại sao cô bé đó phải sống như cha nó, mẹ nó, anh chị em nó? Cô bé thấy phải được tự do chọn lựa cách sống, cuộc đời của chính mình. Không ai có thể sống dùm nó!"

Hoài đã kể, kể nhiều lắm cho Atasha nghe như chưa bao giờ kể cho ai khác, ngay đến cả con gái nàng. Buổi gặp gỡ hôm nay là một sự ngược ngạo đến khôi hài, như thể nàng phải tìm đến Atasha cho một cởi bỏ không thể tránh được!

Những đường nét cứng cỏi trên mặt nó tan biến dần. Chăm chú lắng nghe. Atasha đã nhìn Hoài với cặp mắt khác trong căn phòng mọi lần lạnh lẽo nay thấy ấm áp hơn. Có chút gì ở người đàn bà kia giống nó. Tự dưng nó thấy mềm lòng! Và cũng đột nhiên Atasha chớp mắt thật nhanh. Một giọt nước không chờ đợi tràn ra khỏi khóe mắt nó! Giọt lệ dành cho nó không phải cho bà ta.

"Đó có phải là một thảm kịch?"

"Với cái nhìn của người đứng ngoài thì không! Nhưng với đứa con gái mới lớn, trong thời gian ấy phải thì đây được hiểu là "the end of the world". Tận cùng rồi! Sự mất mát với nó quá lớn! Đau khổ và thất vọng hình như quá sức chịu đựng của mình! Thế nhưng rồi có sao đâu? Để rồi bây giờ nó có một cuộc đời mới. Nhìn lại…"

"Thấy lạ lẫm như là ai đó?"

Hoài nhìn Atasha ngạc nhiên:

"Đúng thế! -Rồi câu hỏi mà nàng chờ đợi mãi cũng phải được cất lên- "Atasha có như vậy không?"

"Như vậy không?" nghĩa là sao? Là cũng ở trong cùng một hoàn cảnh như thế, có những ý tưởng tương tự? Hay chỉ là một câu hỏi khai mở mà mục đích của Hoài nãy giờ mới đến đích?

Bóng tối

Con bé nhìn thẳng vào mặt Hoài như để tìm xem nãy giờ câu chuyện mà người đàn bà kể cho nó là sự thật hay ngụy tạo? Nàng rất bình thản trả lại cái nhìn của Atasha. Trong căn phòng này, bốn bức vách tường đã từng được nghe rất nhiều chuyện của bao nhiêu người, nhưng hôm nay là lần duy nhất có sự góp mặt của Hoài. Những lời kể của nàng dội vào trong vách và bật trở ra như tiếng đàn cô lẻ trong đêm vắng. Atasha đã quan sát nãy giờ, tìm tòi, xục xạo trong từng xúc động của nàng, chưa đủ để đánh giá thực hư? Sự yên lặng cân nhắc đè nặng trong căn phòng. Hoài chờ đợi.

"Có lúc nào bà cảm thấy là không còn muốn gì nữa không? Ngay đến cả một cử động nhấc tay, nhấc chân, mở mắt, nhắm mắt...?"

Tội nghiệp cho Atasha! Tột nghiệp cho nỗi cô quạnh ngay trong câu hỏi ấy! Nghĩ như vậy nhưng Hoài giữ không để lộ ra mặt. Nàng phải như những bức tường chung quanh để Atasha có thể yên tâm bộc lộ, phải vô tri, vô giác như những món đồ vật trong phòng, để tưởng như nó đang độc thoại với chính nó mà không phải ai khác.

"Ai cũng có những lúc như vậy! Đó là một sự bình thường trong muôn ngàn cảm xúc của con người."

Nó để người tuột xuống một chút. Hai chân duỗi dài trên thảm. Đầu ngả vào thành ghế tựa vào tường. Khuôn mặt của Atasha như lẫn vào mầu trắng ngà của vách tường. Mái tóc đen làm thành đường riềm vòng theo khuôn mặt dài. Chỉ có đôi mắt. Đôi mắt đen không có ánh tươi vui linh hoạt nhưng thu hút Hoài. Nàng nhìn vào hai chấm đen, mong chờ ở nó một câu trả lời cho bài toán nan giải mà người cha đang chờ đợi sau cánh cửa kia.

"Bà có ghét cái đứa nhỏ mà bà kể chuyện khi nãy không?"

Hoài hơi ngạc nhiên:

"Ghét ư? Không! Không đâu! Giai đoạn đó cũng chỉ là một phần của cả con người nó. Không thể chối bỏ được!"

"Người ta có chán ghét chính mình không?"

Cái gì đây? Tại sao mãi Atasha vẫn chưa chịu thổ lộ? Nàng không muốn ở thế bị động mãi. Hoài hỏi ngược lại trong một câu hỏi mà mặc nhiên xem như là đã có câu trả lời.

"Atasha ghét chính mình lắm ư?"

Con bé đưa câu trả lời của nó vào một cách khác:

"Tôi thù ghét sự bất lực ở mình!"

Hai chữ "thù ghét" được thốt ra ở chiếc miệng xinh xắn trên khuôn mặt lạnh và còn đầy nét ngây thơ không phản ảnh hết được ý nghĩa.

"Sẽ đến lúc Atasha sẽ thấy con người chẳng là cái gì cả! Như một hạt bụi nhỏ xíu trong không gian. Thời gian và cuộc đời sẽ dần cho ta thấy điều đó để không bực bội về những điều không chủ động được, ngay cho chính mình, chứ đừng nói gì đến người khác."

"Buổi chiều hôm đó nếu tôi không đi chơi với bạn, tôi ở nhà, thì mẹ tôi đã không chết.. oan uổng!"

Hoài chợt thót người! Nàng không ngờ nàng đến được với nó! Những chuyện nói về mình chỉ là một thứ ngồi xuống, quay ngược thời gian hầu tìm thấy được một cảm thông nào đó giữa Hoài và Atasha, lại có một hiệu quả như thế ư? Nàng không cần tìm hiểu nguyên nhân cái chết của người mẹ, nàng cần xóa đi cái mặc cảm của Atasha.

"Đừng quên rằng sự sống, cái chết đều là những điều mà chúng ta không chủ động được! Ngày hôm đó Atasha có ở nhà cũng chưa chắc đã làm thay đổi được điều gì."

"Có chứ! Ít nhất tôi cũng gọi được ba số 911. Mẹ tôi sẽ được đưa vào nhà thương và chữa trị. Tôi sẽ ở bên cạnh mẹ tôi để cùng phấn đấu với bà..."

Bóng tối

Hoài lắc đầu, nhẹ nhàng bảo:

"Đó chỉ là một sự hoài nghi giữa những chữ "nếu" và "có thể". Chắc gì những "nếu" và "có thể" đó mang lại một kết quả như mình mong muốn? Còn chuyện phấn đấu? Có ai phấn đấu mạnh mẽ cho mạng sống của mình hơn chính mình? Chẳng ai có thể làm thay điều đó cho mình được cả! Không biết chừng, nếu ngày đó Atasha có mặt bên cạnh bà, em sẽ còn cảm thấy rõ hơn cái điều mà em gọi là "bất lực"!

"Tôi muốn đi ngược lại những điều mà bà vừa nói!"

Hoài cười nhẹ:

"Ai cũng muốn như vậy cả!"

"Tôi muốn được sự chủ động ngay chính trên bản thân mình. Tôi không để cho bất cứ ai khác quyết định thay cho tôi, ngay cả Thượng Đế!"

"Thật sao!" Hoài nghĩ thầm. Chẳng đơn giản như vậy đâu! Atasha dùng sự ương ngạnh của nó để phủ lên những buồn sầu, những dằn vặt mà nó tự buộc lấy cho mình về cái chết của người mẹ. Đã tự buộc lấy thì cũng phải tự cởi lấy được!

"Atasha chỉ có một người em thôi phải không?"

"Em cùng mẹ khác cha!"

Đó là một vấn đề nữa! Hoài không biết điều này, trong hồ sơ không thấy nhắc đến. Không lạ gì! Nàng phải hỏi thế nào đây hay để tự nó? Cuộc đối thoại bỗng dưng bị bế tắc ở một điểm nhỏ nhưng có thể thành lớn và lại đẩy nó trở lại với sự khép kín cố hữu? Atasha đã muốn sự chủ động, để nó chọn lựa nói những điều muốn nói. Hoài nghĩ nàng không nên dồn nó. Sẽ còn những buổi như hôm nay nữa. Tuần tới thôi, không xa đâu! Nàng nhìn đồng hồ. Cũng đã đến giờ! Hai giờ đồng hồ trôi qua thật nhanh!

Hoài cúi xuống ghi điện thoại của mình. Rồi nghĩ sao, nàng ghi thêm e-mail address và đưa cho Atasha:

"Số điện thoại và e-mail address của tôi. Bất kỳ khi nào em cần tôi giúp hay nhắn điều gì thì có thể liên lạc... Không phải ai tôi cũng đưa số điện thoại nhà và e-mail đâu."

Nó đứng dậy, chưa cầm tờ giấy ngay mà hỏi lại:

"Tại sao?"

Tại sao nhỉ? Chính Hoài cũng đặt câu hỏi như vậy? Nàng trả lời:

"Tôi thấy hình ảnh đứa nhỏ 15, 16 tuổi năm nào trong em! Tôi muốn giúp nó!"

"Như giúp cho chính mình?"

Hoài không trả lời. Atasha cầm tờ giấy Hoài đưa rồi đi ra cửa. Nó mở cửa nhưng vẫn không đi ra ngoài hẳn. Lưng quay lại phía Hoài. Nàng chờ đợi Atasha quay lại nói một lời từ giã, hay một điều gì khác. Nhưng chỉ thoáng qua, rồi nó đi thẳng ra ngoài, không quên khép cửa phòng lại!

Hoài ngồi xuống ghế ở bàn làm việc, mắt nàng lại dừng ở ô cửa sổ. Điểm khởi đầu cho buổi nói chuyện vừa qua với Atasha. Có tiếng bíp nhỏ. Nàng nhấc điện thoại nghe. Tiếng Anne, người nữ thư ký, trong trẻo vang lên:

"Cha của bệnh nhân vừa rồi muốn gặp cô một chút!"

"OK! Đưa ông ấy vào đây!"

Hoài đã nói chuyện với ông ta lần đầu khi Atasha mới đến đây. Người đàn ông trung niên với bộ râu quai nón che gần hết khuôn mặt, đôi mắt nâu thông minh và giọng nói thật nhẹ nhàng. Sau vài câu chào hỏi xã giao thông thường, ông ta đi vào đề ngay để biết tình trạng Atasha có khả quan hơn không và liệu Hoài có tìm ra nguyên cớ và giúp cho nó được không. Nàng chỉ nói sơ sài đủ để ông ta hiểu về cái chết của bà mẹ đã gây cho nó những khủng hoảng tinh thần và dằn vặt ra sao. Hoài không nhắc cũng như không hỏi về tình trạng trong gia đình hiện nay như thế nào, chỉ nhắc khéo hiện tại gia đình là niềm an ủi duy nhất cho Atasha. Nàng chưa muốn hỏi đến vì xem ra đây là một người chồng, người cha gương mẫu, không có điều gì để phải phàn nàn. Để sau này xem sao. Ông ta có vẻ quan tâm nhiều đến tình trạng Atasha và dường như thoải mái hơn khi nghe thấy ít nhất là có sự tiến triển trong vấn đề "đối thoại" giữa Hoài và Atasha.

Cái bắt tay chặt vừa phải nhưng ấm áp của ông ta làm Hoài càng tin rằng đây là một người tốt dựa vào khả năng xét đoán bén nhậy của nàng. Hoài cũng hy vọng rằng nàng đoán đúng.

*

Hai ngày cuối tuần trôi qua thật nhanh bằng những chuyến mua sắm quần áo lạnh cho Kim, đưa nó đi trình diễn nhạc ở trường, buổi party ở nhà bạn Nguyên kéo dài đến khuya với những khuôn mặt bạn hữu quen thuộc. Hai bên tai Hoài đầy những xầm xì về người này, người kia. Nghe đấy rồi cũng bỏ qua cho đầu óc được trống rỗng! Nàng thấy mình lãng phí thì giờ trong những buổi hội họp vô nghĩa như vậy! Nhưng cũng phải đi thôi như lời giận dỗi của Nguyên: "Em có cả 5 ngày cho công việc. Phải dành thì giờ cho gia đình nữa chứ!". Có lẽ Nguyên nói đúng. Sống lẩn quẩn với công việc và những ý nghĩ suy tư là tự dựng lên một hàng rào ngăn cách Hoài và chồng con! Nên nhiều lần định ngồi vào bàn làm việc, nhưng rồi Hoài lại thôi và tự nhắc nhở chính mình là hãy đợi đến ngày Thứ Hai!

*

 Hoài nhìn bình hoa tươi trên bàn làm việc, khẽ mỉm cười. Nàng bấm nút nói với Anne:

"Cám ơn cưng! Hoa đẹp quá!"

"Để cho chị yêu đời mà làm việc!"

Hoài cười nho nhỏ và nói lời cám ơn lần nữa. Nàng biết hoa này ở nhà Anne. Cô bé có thú trồng cây. Mùa nào hoa nấy, trừ mùa Đông. Quả thật, một bông hoa tươi đẹp trên bàn vào sáng ngày Thứ Hai đầu tuần luôn luôn làm nàng tỉnh táo, vui thầm và có nhiều năng lực hơn để sửa soạn đối đầu với những bấp bênh trong đời sống của người khác.

Nàng bật computer. Trong lúc chờ đợi, nhấm nháp chiếc bánh và ly chocolate nóng do Anne mang vào. Nàng không biết nếu ngày nào thiếu Anne, nàng sẽ ra sao? Ly chocolate bao giờ Anne pha cũng vừa ý Hoài vì ngay chính nàng tự pha lấy cũng không ngon bằng Anne! Hoài di chuyển "con chuột" để vào xem hộp thư e-mail của mình. Hàng 5, 6 cái thư đang chờ Hoài mở ra. Mắt nàng chợt dừng lại ở một địa chỉ lạ. Ai đây? Có lẽ nàng nên xem nó trước nhất. Tò mò!

Những hàng chữ trong bức điện thư tuy ngắn gọn nhưng như một cú đấm thật mạnh vào mặt nàng làm Hoài choáng váng! Suýt nữa Hoài tuột tay đánh đổ ly chocolate! Mắt nàng như xoắn lấy những hàng chữ đang nằm sừng trên màn ảnh. Không biết Hoài đọc đi đọc lại đến bao nhiêu lần?

"Bà có tin rằng tôi chủ động được trong mọi quyết định của mình không? Tôi đâu để sự bất lực hèn nhát đè nặng lên quả tim tôi mãi được! Nhưng dù sao cũng cám ơn bà.... thật nhiều về cuộc nói chuyện trong ngày. Chỉ rất tiếc, chúng ta không cùng quan điểm dù bà đã cố gắng. Tôi quên mất không nói lời từ biệt và cảm ơn khi đi về. Bà hãy xem như đây là một lời cám ơn muộn! Atasha"

Ngày gửi? Thứ Sáu, 27 tháng Mười. Ngay trong hôm đó! Nó không làm những chuyện điên rồ chứ? Hoài không nghĩ vậy! Atasha chưa đến nỗi như thế! Nhưng tại sao lại dùng chữ "từ biệt"? Tự dưng nàng thấy nóng nảy lạ thường! Hoài gọi Anne:

Bóng tối

"Anne! Em tìm và gọi số điện thoại nhà của người bệnh nhân tên Atasha dùm tôi!"

Anne đang bận bịu trả lời điện thoại. Cô bé chợt bỏ điện thoại xuống và chạy vào gọi Hoài. Nhìn nét mặt khác lạ của Anne, Hoài chợt linh cảm một điều gì! Nàng nhấc điện thoại lên nghe.

"Tôi là cha của Atasha!"

Hoài nhận ra giọng nói của ông ta ngay. Tự dưng nàng buột miệng hỏi:

"Cô bé có sao không?"

"Bà biết?"

"Tôi không biết gì cả! Sáng nay tôi vào văn phòng mới thấy cái e-mail Atasha gởi cho tôi. Atasha ra sao?"

"Té ra bà không hay biết gì hết? Atasha tự tử hồi khuya Thứ Bảy… nhưng… cháu không sao! Atasha đang nằm điều trị ở nhà thương St. Mary's. Cháu đã nói gì với bà?"

Mãi Hoài mới lấy lại được bình tĩnh. Nàng đã nhắm mắt lại khi nghe ông ta nói về Atasha. Giọng nói của ông ta vẫn nhẹ nhàng nhưng hàm ý trách móc! Hoài đáng trách thật! Lẽ ra nàng phải xem điện thư mỗi ngày! Lẽ ra nàng phải thấy là Atasha đã tính toán gì khi nói với nàng: "Tôi muốn được sự chủ động ngay trên chính bản thân mình. Không ai có quyền quyết định thay tôi, ngay cả Thượng Đế.". Tại sao nàng lại để tình cảm của riêng mình xen lẫn làm sai lạc sự phán đoán?

"Tôi rất mừng… được tin Atasha… không sao! Trong điện thư em chỉ cám ơn tôi và từ giã. Buổi hôm ấy, lần đầu tiên Atasha mới cởi mở đôi chút. Tôi đã nói cho ông nghe ngay sau lúc đó, ông còn nhớ không? Tôi đã hy vọng là Atasha sẽ tiến những bước khả quan hơn."

Ông ta yên lặng nghe. Hoài nói tiếp:

22

"Tôi muốn vào thăm Atasha. Ông cho tôi số phòng của em được không?"

"Cháu muốn được gặp bà! Đó là lý do tại sao tôi gọi điện thoại đến. Nhưng lần này, nếu bà không phiền, tôi muốn có mặt trong phòng khi bà gặp Atasha?"

Hoài nói ngay, không dấu được vẻ vui mừng:

"Vâng! Vâng! Không có gì trở ngại cả! Tôi vào thăm Atasha ngay hôm nay được không?"

"Lúc nào thì thuận tiện cho bà?"

"Bất cứ lúc nào!"

"Mười một giờ sáng nay được không? Tôi sẽ đợi bà ở phòng đợi chính ngay tầng dưới cùng của nhà thương St. Mary's. Bà biết nhà thương này chứ phải không?"

"Mười một giờ tôi sẽ đến!"

Đặt điện thoại xuống rồi mà Hoài vẫn còn thấy bâng khuâng. Từ những bất ngờ đến hốt hoảng, lo âu, rồi tự trách mình, mừng vui... một loạt những thay đổi tâm lý ào ạt đến làm nàng hụt hơi! Hoài mệt nhoài như vừa chạy bộ một quãng đường dài không ngơi nghỉ!

Nhìn đồng hồ cũng không còn sớm lắm. Nàng lo một vài chuyện lặt vặt, dặn dò Anne hoãn lại cuộc hẹn lúc 11 giờ, nói sơ cho Anne biết tình trạng của Atasha rồi nhanh chóng ra cửa.

Hoài ghé vào tiệm gift shop gần nhà thương. Trong đầu nghĩ đến chuyện mua bình hoa cho Atasha, nhưng nàng lại đổi ý khi nhìn thấy con chó nhồi bông mầu trắng để tuốt trên kệ cao. Hoài phải nhón chân hết cỡ mới với được. Nàng hơi nhoẻn miệng cười khi nhìn gần cái mặt xinh xắn của con chó. Nàng hy vọng Atasha cũng sẽ mỉm cười khi nhìn thấy món quà.

Bóng tối

Vào đến phòng đợi ở nhà thương đúng 11 giờ. Ông bố của Atasha đã ngồi đợi nàng từ bao giờ. Thấy bóng Hoài, ông ta vội vã tiến lại.

"Bà đến đúng giờ quá!"

"Thói quen thôi! Ông không mệt lắm chứ?"

Ông ta nhẹ lắc đầu:

"Không đến nỗi nào! Người ta đã đưa cháu xuống lầu 5. Cháu khá nhiều rồi!"

Hoài không nói gì chỉ yên lặng đi bên cạnh ông ta. Cả hai không trao đổi với nhau thêm một lời nào khác.

Ông ta vào phòng trước và gọi nho nhỏ:

"Atasha! Mệt lắm không con?" - Giọng nói ân cần, nghe mà thấy xốn xang.

Khuôn mặt trắng bệch lẫn dưới lần vải phủ và chăn màu kem nhạt, trông Atasha như một con búp bê bằng vải chưa tô vẽ. Nó giơ bày tay gầy guộc nắm lấy tay ông ta. Người đàn ông cúi xuống hôn nhẹ lên trán Atasha rồi thầm thì.

"Có người đến thăm con!"

Buông tay Atasha, ông ta lùi lại rồi quay lại nhìn Hoài rồi tìm một góc khuất gần cửa đứng. Trông như người gác.

Mắt Atasha chợt sáng lên khi thấy Hoài. Đôi môi đã mất đi mầu hồng đào, trắng nhợt như mầu da, chợt nhếch lên. Nó yếu ớt nói:

"Cám ơn bà đã đến đây!"

Hoài lại gần. Lấy con chó bông đặt xuống bên cạnh Atasha:

"Để cho Atasha có thêm bạn mới!"

Con bé vuốt ve con chó bông, không nói được lời nào.

"Mãi đến sáng nay tôi mới đọc e-mail em gửi! Tôi.. thật đáng trách! Tôi đã không đọc ngay sau khi em viết…"

"Bà vẫn bảo là chúng ta không chủ động được trong đời sống cũng như sự chết cơ mà? Lúc trước chúng ta không đồng quan điểm trên vấn đề này… nhưng bây giờ… sự khác biệt giữa chúng ta không còn mấy!"

Hoài mỉm cười. Nàng muốn cúi xuống ôm lấy gương mặt non nớt kia mà thầm thì:

"Em đã thấy được những điều mà mãi sau này tôi mới nhận ra", nhưng có một cái gì đó chặn lại ngang cổ họng làm câu nói không thoát được đè nặng trên lồng ngực Hoài.

Một lúc sau. Hoài vỗ nhẹ vào tay Atasha:

"Tôi rất mừng.. gặp lại được em!"

"Tôi cũng thế.."

Có tiếng động đột ngột bên ngoài. Người nữ điều dưỡng đẩy cửa vào:

"Rất tiếc giờ thăm đã hết!"

Hoài nhìn Atasha và ân cần cúi xuống nói nhỏ:

"Giữ gìn sức khỏe. Nghỉ ngơi nhé Atasha!"

Con bé nhìn Hoài, cặp mắt long lanh:

"Cám ơn bà.. đã cho tôi một cái nhìn khác.."

"Không phải tôi đâu. Chính em đấy!"

Nói xong, Hoài vội vã đi ra ngoài, không cả nói lời từ giã với Atasha và cha của cô bé. Hình ảnh của cô gái nhỏ 15, 16 tuổi năm nào vẫn

Bóng tối

hằng đeo đuổi nàng bỗng chốc tan biến. Nàng là người phải nói lời cám ơn Atasha mới đúng!

*

Bên ngoài, trời dường như ấm hơn với nắng chan hòa, nhưng là cái nắng dịu nhẹ của mùa thu. Nàng nhìn đồng hồ: 11:30 AM. Còn thừa thì giờ cho một buổi ăn trưa thong thả. Bỗng dưng Hoài muốn ra công viên ngồi ăn trưa một mình thay vì về văn phòng ăn trưa và nói chuyện gẫu với Anne.

Hoài ghé mua ổ bánh mì thịt nguội và lon nước trà cho buổi trưa của mình.

Công viên cách chỗ nàng làm việc chừng mươi phút lái xe. Hoài đậu xe đi bộ vào sâu trong công viên tìm nơi nào yên tĩnh.

Cả trời đất không gian như rộng hẳn ra. Những thảm cỏ nay ngập lá khô. Trời đất đang thay da đổi thịt. Không một bóng cây. Hoài chọn một băng ghế gỗ nhìn xuống hồ. Mặc dù là hồ nhân tạo nhưng cũng tạo thêm được vẻ đẹp và là nơi trú ngụ cho bầy vịt đang thả rong.

Lác đác đây đó người chạy bộ, đi dạo. Một sinh hoạt đời thường ở nhịp độ thư giãn. Những miếng bánh mì trong miệng Hoài ngon lạ! Ánh nắng dịu và khí trời thoáng mát làm nàng thấy thoải mái. Có lẽ nên thường xuyên ra đây để tâm hồn thả rong và để ngày mai lo cho ngày mai!

Đôi mắt Hoài dừng lại ở một giá vẽ đặt ở khoảng cách giữa hồ nước và chỗ nàng đang ngồi. Gần chiếc giá vẽ, một cô bé đang ngồi trên cỏ và đang đùa dỡn với con chó nhỏ màu trắng. Con chó cứ nhảy tung chồm lên người cô bé rồi lại lăn ra cỏ. Người, thú và thiên nhiên chung đụng với nhau trong một sự hài hòa an bình.

"Buddy!"

Con chó nhỏ vẫy đuôi chạy nhanh về phía bên trái. Người đàn ông đang lững thững đi đến có lẽ là cha của cô bé. Buddy chạy vòng quanh và sửa nhắng lên. Ông ta ngồi xuống chiếc ghế cạnh giá vẽ, lấy đồ nghề và nói gì với cô bé. Tay cầm cọ, người đàn ông vẽ.

Ở một khoảng cách từ hai cha con người đàn ông kia đến chỗ nàng ngồi là một hiện tại. Nhưng hiện tại trong đời sống không bao giờ được yên mà luôn luôn bị chi phối. Mắt, tai, đầu óc, tâm hồn nàng như bay bổng..

Nàng chợt nhớ đến bố và những bức tranh vẽ dang dở của cha mình! Cũng một ngày nào đó trong quá khứ khi Hoài mới lên 6. Bố đã bắt Hoài ngồi làm mẫu để bố vẽ. Hoài với tóc dài nửa lưng, mặc chiếc áo đầm xòe rất đẹp, sản phẩm của mẹ làm cho con gái, ngồi trên thành ghế sofa ở phòng khách. Cha con đã qua nhiều thời gian "cộng tác", Hoài cứ bị mắng luôn vì không chịu ngồi yên, và vì sự bực bội của bố hay vì Hoài mà bức tranh không được hoàn tất. Bố đã vẽ đủ hình dáng bé Hoài, bức tường sau lưng ghế với tranh ảnh. Nhưng đấy là hình ảnh một cô bé con mà gương mặt bị bỏ trống! Bố không vẽ được mặt con gái lên 6. Và bức tranh bị xếp xó với nỗi sung sướng vô biên của Hoài vì được tha không phải ngồi làm mẫu cho bố! Bức tranh ngủ yên trong một góc nào đó với nhiều thứ chồng chất đè lên.

Nhưng những bức tranh của bố tưởng chừng đã đi vào quên lãng cùng với những kỷ niệm ở bên kia trái đất, để rồi một ngày kia Hoài nhận được email của người chị họ, chị Anh gởi từ Canada. Trong email kèm thêm ảnh chụp một bức tranh với câu hỏi: "Đố biết tranh ai vẽ?".

Bức tranh vẽ 2 con nai. Hoài nhận ra tranh bố vẽ và đã xin chị cho mình bức tranh. Bức tranh duy nhất còn lại của bố. Bố Hoài đã tặng cho cô cháu gái một kỷ niệm của mình. Cô cháu gái đi du học mang theo bức tranh của chú. Bao nhiêu năm sau, bức tranh tìm về với Hoài như chuyên chở những ngày tháng của một thời tỉnh nhỏ êm đềm. Nhưng bố đã biết tặng người đáng tặng vì biết rằng quà tặng sẽ không mất và cũng vì lòng yêu quý cô cháu đặc biệt.

Bóng tối

Khi nhận được bức tranh, Hoài thấy nhớ bố, nhớ nhà, nhớ những hình ảnh đầy mỹ thuật do bàn tay bố mẹ làm nên. Những chiếc ghế đẩu bọc len mà mặt ghế được thêu rất đẹp,.. rất Tây! Đấy là những nhận xét của người quen khi phê bình tài năng của mẹ Hoài. Những lẵng hoa bằng mây mà bố uốn thành hình cô gái giơ tay đỡ của một thời yêu hoa lan... Nàng nhớ đến 3 con chó, những cây mận, đào bên hông nhà, nhớ gốc thông già mà rễ oằn mình nổi trên mặt đất, bóng loáng vì sự nghịch ngợm của con trẻ. Tiếng thông reo hầu như suốt ngày đêm, những ngày mưa bất tận, cái lạnh co người và mùi phấn thông thoang thoảng –hương sắc của cao nguyên...

Bức tranh 2 con nai, có lẽ là một cặp nai vợ chồng thắm thiết. Có điều lạ bố không vẽ trên vải, cũng không vẽ trên gỗ mà là một mặt bằng rất lạ, nửa gỗ nửa carton. Và điều lạ lùng hơn nữa ở người họa sĩ tài tử là bố vẽ 2 mặt. Một mặt vẽ hình 2 con nai đứng trong rừng. Mặt bên kia vẽ cảnh nhà trong rừng. Đó là một căn nhà mầu hồng!

Căn nhà của bố mẹ Hoài không phải mầu hồng. Nhưng có lẽ trong tâm tưởng và ước muốn của bố đó chính là căn nhà mầu hồng, mầu của hạnh phúc với sự giản dị và vừa đủ trong đời sống. Vừa đủ làm người ta thấy bình yên. Giàu có làm người ta lao đao với bắt thêm nhiều nữa. Thiếu thốn làm muộn phiền lo âu. Nhưng làm sao biết là vừa đủ? Có lẽ bố mẹ Hoài đã nhận ra điều mình có vừa đủ để thấy đó là hạnh phúc! Hay hạnh phúc là điều người ta gán ghép khi muốn cho là đúng như thế?

Tiếng điện thoại làm Hoài chớp mắt nhanh. Lục tìm trong ví. Anne gọi.

"Sao đấy Anne?"

"Cô bệnh nhân của chị có sao không?' –Giọng Anne có vẻ lo âu và băn khoăn.

"Nó OK. Thật mừng cho con bé, và cho cả người cha!"

Anne có vẻ như dễ chịu hẳn ra khi nghe Hoài nói.

28

"Chị đang ở đâu vậy?"

"Ăn trưa ngoài công viên gần đây"

"Một mình?"

"Chẳng lẽ mấy mình?"

Anne cười vang. Hoài cũng cười theo.

"Có cần làm hẹn cho cô bé đó nữa không?"

Anne rất khéo léo và kín đáo khi muốn dò hỏi.

"Chị nghĩ không cần.. Atasha đã khỏe và.. khỏi hết mọi bệnh"

"Tốt! Chị đừng quên cái hẹn của một người mới vào lúc 1 giờ"

"Đàn ông hay đàn bà? Người lớn hay trẻ con?"

"Đàn ông. Già trẻ không biết nhưng tên Mỹ"

"OK"

Vấn đề gì nàng sắp đối diện với người bệnh mới đây? Chỉ một câu hỏi đó trong đầu thôi mà Hoài đã vội vã đứng lên. Khi đi ngang một thùng rác, nàng ném lon nước và túi giấy nhiều vụn bánh mì vào trong thùng. Lòng chợt tiếc nuối những giây phút vừa qua.

Chương 2

Donovan

Trong lúc chờ người khách mới làm giấy tờ, Hoài tự dưng mỉm cười một mình. Những vách tường trong căn phòng này lại sắp sửa được nghe những câu chuyện mới, những câu chuyện đó rồi đây sẽ in bóng hình trên vách, những bóng hình dày đặc chồng chất lên nhau như bề dầy của thời gian.

Nghe tiếng chuông, Hoài ra mở cửa phòng. Anne đưa nàng hồ sơ và giới thiệu:

"Ông Donovan!"

Một thanh niên da trắng trạc 26, 27. Tóc nâu, râu quai nón, chiều cao trung bình, ăn mặc ra vẻ người làm việc văn phòng.

Hoài giơ tay bắt tay người khách mới:

"Mời.. ông Donovan. Tôi là Hoài. Ông có thể gọi tôi là Pat nếu dễ dàng cho ông hơn".

Cái bắt tay của anh ta rất hững hờ. Donovan nói với Hoài:

"Có người quen giới thiệu tôi tới đây. Bà.. gọi tôi là Don cũng được".

Donovan nhìn người đàn bà trung niên Á châu trước mặt với vẻ dè dặt và tự hỏi không biết cuộc hẹn hôm nay có đi đến đâu hay chỉ mất thì giờ và phí tiền vô ích.

Như đọc được ánh mắt nghi ngại của Don, Hoài không ngạc nhiên. Một người bệnh da trắng không tin tưởng một bác sĩ tâm lý Á châu chẳng có gì lạ.

Trong phòng làm việc của Hoài ngoài bàn giấy chỗ riêng của nàng, Hoài còn xếp đặt căn phòng thật đẹp, thoải mái và nghệ thuật với 2 ghế bành, một sofa da kiểu day bed để bệnh nhân có thể nằm. Vài kệ sách, tranh ảnh, cây xanh. Nàng muốn tạo một không gian ấm cúng để dễ cởi mở.

"Don có thể ngồi bất cứ chỗ nào thấy thoải mái. Lần đầu tiên tôi không nhất định giờ giấc. Don có thể về sớm hay ở lại muộn hơn – đừng quá 15 phút- tùy ý"

Có lẽ câu nói này của Hoài làm anh ta dễ chịu hơn.

"Tôi đi lại trong phòng được không?"

Hoài khoác tay vui vẻ:

"Cứ tự nhiên!"

Nàng ngồi xuống bàn làm việc của mình và chờ đợi.

Donovan cởi áo khoác ngoài để lên thành ghế bành. Anh ta đi lại trong phòng, dừng chân nhìn bức tranh này, bức tranh kia, không chú ý hay thưởng lãm nhưng chỉ như người qua đường, hay muốn làm quen với căn phòng mà chút nữa đây anh ta sẽ bộc lộ những điều thầm kín. Đi chừng hai ba vòng, Don trở lại chiếc ghế bành nơi anh ta để áo khoác và ngồi xuống.

"Lẽ ra tôi phải chọn một người nam bác sĩ.."

Gì đây? Hoài thầm nghĩ và muốn hỏi Don "Vậy tại sao anh chọn tôi" nhưng thay vào đó nàng đặt một câu hỏi khác:

"Anh hối tiếc đã đến đây?"

"Không! Không hối tiếc! Vì vấn đề của tôi có dính líu tới một người nữa.. nên tôi chọn bà! Vả lại có người giới thiệu tôi. Chuyện giới thiệu quan trọng, bà có nghĩ thế không?"

Bóng tối

Hoài mỉm cười thay cho câu trả lời. Chả gì nhờ vậy nàng có thêm một người bệnh nhân mới.

Nàng nhìn hồ sơ Don rồi hỏi:

"Anh còn độc thân?"

"Tôi chưa có vợ và cũng chưa có bạn gái. Chưa bao giờ có.."

Vậy thì người nữ trong vấn đề của Don ở đâu? Hoài tự hỏi, nhưng nàng muốn dùng thắc mắc này để khai mở.

"Vậy thì.."

Anh ta hơi ngả người ra dựa vào lưng ghế, nhìn thẳng vào Hoài. Đôi mắt Don xục xạo nhìn nàng. Đôi mắt có màu hạt dẻ, sáng, sáng một cách kỳ lạ chăm chăm nhìn nàng như một con thú trước miếng mồi trước mặt.

Hoài chợt nổi da gà! Không phải vì lạnh. Đôi mắt của Don không buông tha nàng, nhưng cũng không thách thức nhưng như một sự tìm hiểu. Nàng ngồi yên, chớp mắt mấy lần, nhiều hơn thường lệ với nhiều câu hỏi trong đầu về người bệnh nhân này và những vấn đề của anh ta.

"Trông bà có nhiều nét giống mẹ tôi!"

Hoài hơi mỉm cười:

"Thật à? Chưa ai bảo tôi là có nét tây phương"

"Mẹ tôi là người Việt Nam, cùng họ Nguyễn với bà"

À, vậy có thể "người nữ" mà Don nhắc đến là mẹ anh ta? Lúc này Hoài mới để ý đến hình dáng của đôi mắt Don. Không to tròn nhưng dài.

"Họ Nguyễn ở người Việt Nam chúng tôi rất đông.. nhưng không có nghĩa là cùng giòng tộc máu mủ họ hàng. Mẹ anh cũng ở đây chứ?"

"Mẹ tôi.. mất rồi"

"Tôi xin lỗi.. người mẹ là một hình ảnh.. không bao giờ phai nhạt trong tâm hồn những người con"

Don không nhìn Hoài nữa, anh ta cắn móng tay như gậm nhấm một điều gì hay bối rối?

"Người mẹ đối với con cái ra sao theo bà? Ý tôi muốn nói là tình cảm người mẹ đối với con cái. Tôi nghĩ bà.. đã có con? Đã là mẹ?"

"Người mẹ nào cũng yêu con, hy sinh cho con mà cũng chẳng cần con cái đền đáp lại tình yêu đó. Theo tôi đó là một thứ tình yêu cho đi không tính toán và luôn sẵn sàng cho đi vô điều kiện"

Don hực lên một tiếng nhỏ trong cổ họng, không hiểu đó là một biểu hiện gì? Tiếng cười, sự đồng thuận hay phản đối nhưng Hoài thấy ngay "người nữ" và vấn đề của Don khi đến đây chính là người mẹ của anh ta.

"Không phải người mẹ nào cũng như thế!"

"Tôi đồng ý – Hoài nói. Và nàng bắt ngay lấy câu này của Don để đặt câu hỏi.- "Mẹ anh không như vậy sao?"

Như một trái banh ném mạnh vào Don, anh ta cúi đầu xuống, không cắn móng tay nữa. Hoài không còn nhìn thấy đôi mắt màu hạt dẻ sáng như có chớp lửa nữa.

Trong phòng chỉ có sự yên lặng. Những vách tường đang chờ đợi. Những câu chuyện của những người đến đây trước Don ẩn hiện trên vách dường như đang thầm thì thúc giục anh ta "Nói đi!!! Nói đi!! Hãy mở lòng để được tuôn chảy như sông, như suối.. Để được thảnh thơi và trôi đi.. trôi đi.."

Sự yên lặng giữa hai người thật lâu. Đấy không phải là một sự bất thường. Nhiều người đến 2, 3 buổi gặp Hoài rồi mới.. nói. Có những điều người ta không thể nói ra được! Có lần Hoài phải nói hộ. Những

Bóng tối

lời nói của nàng như chiếc chìa khóa mở cửa. Những nước mắt, sự đau buồn, giận dữ, có khi hung tợn.. đều hiện diện trong căn phòng này cả..

Hoài xoay sang câu hỏi khác vì nghĩ Donovan chưa sẵn sàng nói ra vấn đề của mình:

"Anh làm việc trong ngành gì?"

"Tôi làm trong ngành điện toán"

"Bao lâu rồi?"

"Cũng vài năm"

"Có thích công việc không?"

"Cũng được. Làm việc với máy móc dễ chịu hơn phải giao tiếp với người này người kia"

Donovan bị hội chứng sợ xã hội sao? Có lẽ vì thế mà anh ta không có bạn gái?

"Không thích có bạn gái sao?"

Donovan ngửng phắt lên nhìn Hoài như nghênh chiến:

"Tôi có ác cảm.. với phụ nữ.. nói chung!"

Vậy là anh cũng ghét tôi! Hoài nghĩ thầm. Nhưng nàng nghĩ mình phải tiến đến câu hỏi tiếp nối theo sau:

"Tại sao? Phải có nguyên do chứ? Phải có một phụ nữ nào gây ra sự ác cảm đó cho Donovan?"

Anh ta không trả lời. Hay Donovan bị cô nào bỏ rơi, hoặc từ chối?

Lúc này Hoài đã đứng lên ngồi ở một ghế gần đó đối diện vì nàng muốn đây là một cuộc đối thoại, thay vì ngồi ở bàn làm việc của mình sẽ tạo một khoảng cách cho người bệnh.

Anh ta đứng dậy đi lại trong phòng. Những tiếng chân của Donovan không đều như tâm hồn bất định của anh ta. Hoài vẫn kiên nhẫn chờ đợi. Nàng liếc nhìn đồng hồ. Donovan đã có mặt trong phòng này gần 40 phút... mà chưa đi tới đâu!

Đột nhiên anh ta dừng lại ngay cạnh chỗ Hoài ngồi. Nàng có thể cảm thấy hơi nóng từ người Donovan toát ra, ùa sang chỗ nàng ngồi. Anh ta cúi xuống khá gần với nàng và nói to nhưng chậm, gằn từng tiếng một:

"Mẹ tôi! Bà nghe chưa: Mẹ tôi! Dù tôi không muốn gọi người đàn bà ấy là mẹ .."

Nàng đã chờ đợi điều này từ anh ta như một nghi vấn, nhưng dù sao Hoài vẫn bị choáng người. Không hẳn vì nàng là một người mẹ. Nàng cũng không biết nữa, nhưng một người con không muốn gọi mẹ mình là mẹ.. là một điều đau lòng.. có lẽ cho cả người con lẫn người mẹ!!

Hoài phân vân không biết nên đặt câu hỏi tiếp hay đã đến lúc anh ta sẽ nói mà không cần nàng đặt câu hỏi.

Anh ta ngồi xuống ghế, người như thu nhỏ lại, không còn vẻ tức giận mới đây.

"Donovan có nhiều anh chị em không?"

"Một người anh, một người chị, đến tôi. Tôi là con út"

"Anh chị em thân nhau chứ?"

"Không!"

"Từ nhỏ như vậy sao?"

"Họ chơi với nhau, nhưng không có tôi"

"Vậy nghĩa là sao?"

Bóng tối

"Vì tôi không có mặt trong gia đình đó"

"Anh ở đâu mà lại vắng mặt trong gia đình?"

"Tôi không có ở đó?"

Lạ chưa? Thế anh ta ở đâu? Ở với ai?

"Vậy Donovan ở với ai? Ai là người nuôi dưỡng? Cha mẹ anh ly dị hay sao?"

"Cha mẹ tôi ly dị khi tôi được 4 tuổi"

"Donovan ở với cha khi hai người ly dị?"

"Không! – Giọng anh ta nhỏ hẳn lại như tiếng một đứa trẻ nhỏ- Người khác nuôi tôi"

"Một người họ hàng? Ông bà chú bác?"

"Một người lạ.."

Hoài lập lại câu trả lời của Donovan mà không giấu được vẻ sững sờ:

"Một người lạ? Thế còn anh chị của Donovan thì sao?"

"Họ ở với mẹ tôi"

Vấn đề là ở đây! Tự dưng Hoài thấy thương cảm cho anh ta. Nàng cũng là một người mẹ..

"Người lạ đó nhận Donovan làm con và nuôi dưỡng cho đến khôn lớn?"

Chỉ có sự im lặng ở anh ta trả lời nàng.

"Tại sao một người mẹ lại ghét bỏ con mình?" Donovan hỏi.

"Có nhiều lý do và còn tùy thuộc vào nhiều hoàn cảnh khác nhau."

36

"Đó không phải là câu trả lời!"

"Đúng! Đó chỉ là một câu trả lời tổng quát!" – Nàng định nói thêm - vì chưa biết trường hợp anh ta như thế nào-. Nhưng rồi lại thôi. Nàng nghĩ Donovan thừa hiểu câu trả lời của nàng.

"Người mẹ nuôi của tôi rất tốt, tôi mang ơn bà ta nhưng với tôi vẫn chưa đủ."

"Có khi nào gặp lại mẹ anh và gia đình không?"

"Thỉnh thoảng. Vì họ vẫn xem tôi như một người.. ngoài"

"Tại sao lại nghĩ như vậy?"

"Ai thích, ai ghét mình thì mình biết chứ"

"Nhiều khi mình nghĩ sai về người khác"

"Cũng có, nhưng không áp dụng vào trường hợp của tôi được"

Hoài thấy đây là một người chỉ nghĩ điều phải về mình và ngoan cố. Rất khó để thay đổi ý nghĩ của Donovan!

"Lần cuối cùng anh gặp mẹ anh là lúc nào?"

"Trước khi bà ấy mất.."

Câu trả lời này dường như dấy lên nỗi buồn, chứ không phải sự tức giận như lúc trước khi nhắc đến mẹ anh ta. Và Hoài chờ đợi tiếp.

"Không bao giờ bà ấy đi tìm tôi. Sự dứt khoát của một người mẹ đối với người con.." – Donovan bỏ lửng không nói tiếp.

"Phải có lý do để bà ấy làm như vậy. Có thể có những điều khó nói hay trường hợp nan giải nên mẹ anh hành động như thế. Còn ba anh thì sao? Đối với anh như thế nào?"

"Tôi là một người dưng đối với cha tôi!"

Bóng tối

"Có những người cha, người mẹ nghiêm khắc không gần gũi con cái"

"Tôi còn nhớ –mặc dù nhỏ mới lên 4 nhưng tôi còn nhớ.. những điều xảy ra chung quanh mình. Tôi chạy lại gần cha tôi, thì ông ấy cứ đẩy ra và lạnh nhạt lắm. Đứa trẻ có thể không hiểu lắm nhưng bằng vào những cử chỉ, nét mặt của người lớn, trẻ con hiểu và sợ sệt. Với những người anh chị tôi, thái độ cha tôi khác.."

"Còn mẹ anh thì sao? Anh nhớ những điều gì về bà ấy trong thời gian đó?"

Donovan không trả lời. Anh ta đứng đậy đi loanh quanh như trốn tránh câu trả lời. Những gì dính líu tới người mẹ đều trở nên khúc mắc..

"Chắc hết giờ rồi!" Donovan nói.

Hoài nhìn đồng hồ trong phòng.

"Một tiếng 10 phút!"

"Tôi có thể gặp bà nữa chứ?"

"Anh có thể lấy hẹn bên ngoài với cô thư ký."

Donovan lấy áo khoác trên ghế, đi ra cửa, không chào Hoài.

Hoài ngồi xuống bàn làm việc, viết hồ sơ của người bệnh nhân tên Donovan.

Bao giờ Anne cũng sắp xếp để cho Hoài khoảng 15-20 phút nghỉ hoặc viết hồ sơ rồi mới cho bệnh nhân kế tiếp vào.

Ba bốn người sau đủ để hết một ngày làm việc của nàng. Những câu chuyện này chồng lên câu chuyện khác và những khuôn mặt quen thuộc với nhiều vấn đề phức tạp.

Nhìn đồng hồ. Đến lúc Hoài ra khỏi đây và về nhà với chồng con.

Lập gia đình trễ, nàng có Kim lúc 40 tuổi. Đó là món quà Thượng Đế trao ban cho nàng và Nguyên. Kim là tất cả của vợ chồng Hoài.

Cầm túi xách tay và áo khoác ngoài, Hoài liếc sơ xem mình có quên gì không, một thói quen cố tạo nên do nhiều lần lơ đễnh phải quay trở lại văn phòng. Đi ngang chiếc ghế bành, một vật nhỏ trên ghế làm Hoài dừng lại. Đó là một quyển sổ tay nho nhỏ. Chắc của một người bệnh nhân nào đánh rơi hay bỏ quên? Để ngày mai giao cho Anne xem có ai đến nhận lại hay không. Cứ để yên đó!

Ra đến cửa phòng, nghĩ sao Hoài quay lại cầm cuốn sổ lên và định mang ra đưa cho Anne. Nhưng không hiểu sao, có lẽ vì tò mò, nàng lật lật mấy tờ đầu tiên của cuốn sổ, một bức ảnh rơi ra. Hoài cúi xuống nhặt.

Bức ảnh nhỏ nhưng là ảnh chân dung một phụ nữ. Nàng nhìn và giật mình! Tay vẫn cầm bức ảnh mà châu thân nàng như tê cứng đi. Hoài đang nhìn chính mình! Nàng cảm thấy như ngừng thở. Chung quanh nàng mọi sự đều đông lại. Thời gian cũng bị nhốt cứng không nhích thêm được giây phút nào.

Mắt không rời hình ảnh người phụ nữ trong hình. Bà ta đang nhìn trả lại Hoài. Trên gương mặt của người phụ nữ trung niên không có nụ cười. Mái tóc đen búi cao chứ không xõa tóc như Hoài. Đôi mắt thuôn thuôn dài có cái nhìn u uẩn, cái mũi vừa phải, không cao không thấp. Đôi lông mày cong đều đặn. Khuôn mặt thon, vầng trán hơi cao. Hai gò má hơi nhô lên xương xương. Nàng thấy nhiều điểm tương đồng giữa người thiếu phụ này và mình. Bà ta mặc áo đen, cổ đầy đặn, trễ, lộ làn da trắng. Không trang sức, giản dị mà thu hút. Khuôn mặt thiếu vắng nụ cười và xa vắng. Nhưng chính sự xa vắng đó lại lôi kéo sự tò mò của Hoài.

Hoài mang quyển sổ tay và bức ảnh lại bàn viết ngồi xuống xem kỹ hơn.

Bóng tối

Quyển sổ này chắc chắn thuộc về Donovan! Vì sau Donovan là những người bệnh nhân Mỹ mà nàng vẫn quen thuộc. "Trông bà có nhiều nét giống mẹ tôi!" Don đã nói như thế khi mới vào đây.

Quyển sổ tay ghi chi chít những chữ là chữ. Bỗng dưng nàng không muốn đọc. Hoài thấy mình đang xâm phạm vào đời tư người khác!

Hoài kẹp chiếc ảnh vào quyển sổ nhưng không biết chắc mình có để đúng trang giấy mà Donovan đã để vào hay không. Nàng trả quyển sổ vào chỗ mà nàng đã trông thấy khi nãy. Quyển sổ cũ kỹ có bìa màu xanh dương đậm. Donovan phải dùng đến nó nhiều lắm, Hoài nghĩ!

Tội nghiệp! Nhưng còn bao nhiều cảnh đời mà nàng đã nghe còn khổ sở hơn nhiều!

Hoài tắt đèn, đóng cửa phòng. Nàng nhốt mọi vấn đề của người khác lại trong phòng và đi về.

Đi ngang Anne, nàng nói:

"Có người bệnh để quên đồ trong phòng chị. Một quyển sổ tay. Nếu có ai gọi hỏi thì em đưa nhé?"

"Chị để đâu?"

"Vẫn ở trên ghế bệnh nhân ngồi?"

"OK chị. Để em ghi xuống. Chị không muốn em mang ra ngoài này cất sao?"

"Để ngày mai cũng được. Đi về nhớ tắt đèn và khóa cửa"

Anne cười, tiếng cười trong và vui:

"Sao ngày nào chị cũng lập lại câu nói này? Bộ chị sợ em quên sao?"

"Chắc không phải sợ em quên, mà chị quen miệng thì đúng hơn"

"Ngày mai chị có bệnh nhân mới người Việt đấy!"

"Thế à?" Hoài nói với vẻ dửng dưng.

Anne không nói gì thêm. Cô ta cúi xuống thu dọn giấy tờ và cũng sửa soạn ra về.

Vào thang máy, Hoài bấm nút xuống lầu 1. Trong thang máy không có ai khác ngoài nàng. Vách thang máy bóng loáng phản chiếu hình ảnh Hoài. Tự dưng nàng thấy không thoải mái và sợ vu vơ khi một mình trong thang máy nhỏ hẹp. Có bao giờ mình sợ như vậy đâu nhỉ? Thật kỳ cục!

*

Đêm đó Hoài khó ngủ. Bức ảnh người đàn bà trung niên trong ảnh theo nàng về đến nhà, vào tận trong phòng ngủ, len trong những giấc mơ rời rạc không rõ rệt. Nàng đã chạy đuổi theo bà ta qua những con đường dốc hẹp, hai bên có nhà xây trên sườn núi cao. Những cây hoa rủ xuống từ sườn núi. Sương mù bao phủ làm Hoài nhìn không rõ mặt bà ta. Nhưng trong giấc mơ Hoài biết đó là người đàn bà trong bức ảnh, người đàn bà không có nụ cười. Có lúc nàng gọi to hay nói những gì vô nghĩa. Vạt áo đen của bà ấy như cánh chim mở rộng quét đi những đám sương mù. Bà ấy đi như bay, Hoài chạy theo hụt hơi. Đến một con dốc, nàng trợt chân và lăn.. lăn..

Hoài tỉnh dậy. Mồ hôi ướt đẫm! Một cơn ác mộng! Nàng mừng rỡ khi thấy Nguyên đang nằm bên cạnh ngủ say.

Không ngủ lại được nhưng nàng không quên giấc mơ vừa qua. Nhớ từng chi tiết, từng hình ảnh như xem một cuốn phim. Chưa bao giờ nàng nằm mơ kỳ lạ như thế!

Nàng cố gạt đi những suy tưởng khỏi đầu óc mình! Chỉ là một giấc mơ! Người giống người là chuyện bình thường!

*

Bóng tối

Donovan với tay tắt đèn đầu giường. Giấc ngủ không đến dễ dàng. Cũng như mọi ngày thôi!

Có thể bà ta sẽ nhìn thấy quyển sổ tay mà chàng cố tình để lại. Nhưng cũng có thể không nhìn thấy. Liệu bà ấy có nhìn thấy tấm hình?

Khi tìm trên internet để tìm một cố vấn tâm lý Á châu, Don tìm những người có họ là Nguyễn và là phụ nữ vì chàng nghĩ người ấy sẽ có sự đồng cảm với.. mẹ mình. Đến khi gặp bà Hoài Nguyễn, Don tưởng đâu gặp lại mẹ. Bà ta giống mẹ chàng vô cùng. Nhưng bà Hoài sắc xảo, tinh tế và lôi cuốn. Mẹ thì.. lạnh lùng..

Hình ảnh về mẹ luôn luôn gắn chặt đến giây phút cuối cùng mẹ giằng tay Don, để chàng ở lại nhà bà góa Amanda. Ngày đó bà Amanda đã trở thành mẹ nuôi chàng mà trước đó một thời gian hai bên đã có sự sắp xếp và thủ tục giấy tờ. Những ngày còn ở với mẹ, bà Amanda vẫn hay lại chơi và giúp đỡ mẹ. Bà là bạn của mẹ. Don đã khóc, đã la hét..

Mẹ Amanda đã cho Don nhiều đồ chơi, dậy Don học, chăm lo từng chút và thương yêu Don. Chàng cũng yêu mẹ Amanda, nhưng không quên người mẹ đã cho mình ra đời.

Khôn lớn, những câu hỏi tại sao mẹ lại cho mình đi, tại sao mẹ lại ghét bỏ mình mà giữ lại những đứa con khác với bà? Tại sao và tại sao.. chàng không tìm ra được câu trả lời. Nhưng cái giằng tay như hất hủi đối với đứa bé lên 4 không phải là câu trả lời hay sao? Hay Don còn muốn tìm nhiều duyên cớ khác để bào chữa cho hành động của mẹ? Để tin rằng ở đâu đó trong tâm hồn mẹ, đứa con trai 4 tuổi ngày nào vẫn hiện diện..

Chàng không quan tâm đến ba. Làm như ba và chàng không dính líu gì. Don không mảy may nhớ nhung hay mong mỏi gặp ba. Ngày mẹ mất, ba lập gia đình khác đã trở thành một sự cắt đứt hoàn toàn. Chỉ có mẹ..! Mẹ đã nằm xuống, đã yên nghỉ cho phần mẹ. Còn Don? Bao giờ chàng mới được yên?

Chương 3

Phạm Lữ

Vào đến văn phòng, quyển sổ tay trên ghế đã được Anne cất đi, trả lại mặt ghế bành êm màu nâu nhạt không vướng bận, chờ "người khách mới". Chữ "người khách mới" nghe dễ nghe hơn là "bệnh nhân mới".

Anne chợt thò đầu vào nói:

"Chị nhớ người bệnh mới hôm qua, Donovan, không? Quyển sổ đó của anh ta đấy. Sẽ đến lấy hôm nay trước khi mình đóng cửa"

Hoài gật đầu không nói gì. Nàng đoán không sai!

Một giấc ngủ không ngon làm Hoài thấy không có năng lực mấy. Sáng nay Kim đã kêu lên lúc hôn má mẹ trước khi đi học:

"Mẹ ốm rồi!".

Nàng đã ôm con và nói vui vẻ:

"Đâu có ốm. Khỏe lắm đấy!"

"Mẹ cần phải nghỉ vài ngày không làm việc. Công việc mẹ làm toàn dính đến những chuyện gì đâu!!!"

"Những chuyện gì đâu". Nàng chợt bật cười một mình. Đúng là "những chuyện gì đâu" thật. Con bé nói không sai. Nhưng Kim có biết đâu sau "những chuyện gì đâu" ấy, Hoài mong mỏi và cố gắng để mỗi một con người, mỗi một cuộc đời ấy được biến đổi. Nàng không phải là Thượng Đế, nhưng Hoài tin rằng mình được xếp đặt một cách nào đó để làm những chuyện phần nào tốt hơn cho người

Bóng tối

khác trong khả năng của nàng. Hoài không đau cùng với nỗi đau của người khác, nhưng nàng chia sẻ và cảm thông được với họ. Sự cảm thông đó không giả tạo hay gượng ép mà đến chân thật từ tấm lòng của Hoài khi chọn nghề nghiệp này.

Có tiếng gõ cửa.

Hoài đứng lên đón "người khách mới".

Anne mở cửa phòng, tay cầm hồ sơ. Bên cạnh Anne, người đồng hương với Hoài mà trong sổ hẹn tên là Phạm Lữ.

Nàng định giơ tay bắt như thói quen nhưng thôi. Tay nàng vẫn buông thõng hai bên. Người Việt Nam ít có thói quen bắt tay người khác phái, nhất là người lạ.

"Chào ông.. Lữ"

"Chào.. bà"

"Mời ông vào".

Anne khép cửa phòng.

Anh ta cứ đứng đó như chờ một cái gì hay chờ Hoài lên tiếng tiếp.

"Mời ông ngồi. Cứ tự nhiên. Ngồi đâu cũng được"

Hoài liếc nhìn hồ sơ. 48 tuổi. Lứa tuổi đẹp nhất của một đời người với những rộn rã của tuổi xuân đã qua và nay ngọt ngào với những dư vị của cuộc đời vẫn còn trên môi. Độc thân. Sao lắm người độc thân thế nhỉ?

Lữ ngồi xuống ghế bành đối diện với bàn viết của Hoài. Anh ta ngồi thoải mái với dáng vẻ tự tin. Chân phải gác lên chân trái. Hai tay để trên hai thành ghế. Lưng hơi ngửa ra phía sau dựa vào phần êm ái của ghế.

"Người khách mới" sáng nay đẹp trai với vẻ rắn rỏi, chiếc cằm vuông hơi bạnh, nhiều nam tính. Sống mũi rất cao, khác với đường nét của người Á châu. Mái tóc hơi dài và bồng bềnh nhưng sạch sẽ, không bê bối. Đôi vai rộng. Áo vest bên ngoài có mầu đen xám, không cài nút lộ áo sơ mi bên trong mầu tím đậm, hai tay áo xắn lên. Cổ áo không cài khuy. Chiếc quần jean xanh bạc. Đôi giầy bata màu đỏ! Tất cả mọi sự cho Hoài một cái nhìn về Lữ là một người đàn ông độc thân chịu chơi và trẻ trung, không chấp nhận những thay đổi đang đến hay chưa đến của tuổi tác.

Trông Lữ không có vẻ là một người đang gặp khó khăn và cần đến đây gặp Hoài. Vấn đề của anh ta là gì?

Nàng không rào đón mà hỏi ngay:

"Tôi có thể làm gì cho ông?"

Lữ hơi nhếch mép cười. Nụ cười mới khinh bạc làm sao!

"Tôi cũng không chắc lắm.."

Đến phiên Hoài hơi mỉm cười:

"Cứ thử xem"

"Bà không muốn biết về tôi à?"

À, cái anh chàng này cắc cớ!

"Có nhiều người muốn tôi đặt câu hỏi. Lại có những người tự bộc bạch. Tôi không biết ông là loại người nào?"

"Bà cứ hỏi và tôi sẽ nói"

Đây là loại khách hàng nhức đầu đây, Hoài thầm nghĩ! Đối diện với người trẻ hay người già dễ hơn là với loại người ở tuổi ẩm ương như Lữ!

Bóng tối

"Vấn đề của ông là gì?" Hoài nhìn thẳng vào Lữ. Hai tay nàng để trên bàn. Hồ sơ Lữ còn trống trơn.

Lữ nhìn Hoài như cân nhắc trước khi nói:

"Tôi là một người viết tiểu thuyết"

À ra đây là một nhà văn!

"Ông viết bằng tiếng.."

Lữ trả lời ngay không để Hoài nói hết:

"Cả hai, tiếng Anh và tiếng Việt"

"Phạm Lữ là tên thật?"

"Tên thật. Tôi không quan tâm đến tên thật hay bút hiệu. Nhưng công việc chính của tôi là viết truyện cho người ta làm phim ảnh nhiều hơn là viết tiểu thuyết đọc"

"Hay nhỉ!" Hoài buột miệng nói.

"Bà thích xem phim ảnh hay tiểu thuyết?"

"Cả hai"

Hoài và Lữ cùng cười. Làm như chữ "cả hai" mà hai người dùng là một sự lập lại quá nhanh.

"Anh viết nhiều phim truyện không?"

"Cũng tùy lúc. Kịch bản nhiều khi còn sửa đổi đi sửa đổi lại tùy theo ý khách hàng"

"Anh có làm công việc gì khác không ngoài chuyện này?"

"Tôi viết tiểu thuyết"

"Anh sang Mỹ bao lâu rồi?"

"Từ khi còn nhỏ cho đến bây giờ"

"Mỹ hóa mất rồi!"

Lữ cười thích thú vì câu nói này của Hoài và không trả lời.

"Hiện giờ anh đang viết kịch bản hay viết tiểu thuyết? Cái nào thích hơn?"

"Viết tiểu thuyết thú hơn vì theo ý mình hoàn toàn"

"Theo nhận xét của tôi, anh độc lập về mọi phương diện lại không bị ràng buộc gia đình, vậy vấn đề của anh ở đâu? Bạn gái, người tình?"

"Có bạn gái nhưng không có vấn đề"

"Anh có muốn lập gia đình không? Có một đời sống đôi lứa, con cái"

Lữ lắc đầu:

"Tôi có nghĩ đến vài lần nhưng chưa bao giờ có can đảm để biến ý nghĩ mình thành hiện thực"

"Tại anh hay vì người khác?"

"Tại tôi. Tôi sợ bổn phận và trách nhiệm"

Vấn đề là đây chăng?

"Bà thấy tôi là người như thế nào? Bình thường?"

Khi tự đặt một câu hỏi như thế thì Lữ không bình thường, Hoài thấy ngay điểm này. Nàng đặt câu hỏi theo kiểu đi đường vòng để Lữ phải nói.

"Tại sao anh lại hỏi tôi như thế?"

"Bà thấy tôi là một người bình thường?" Lữ lại ngoan cố hỏi lại.

"Một người bình thường không bao giờ hỏi như thế"

Bóng tối

"Vậy bà nghĩ là tôi không bình thường?"

"Không phải chuyện bình thường hay bất thường, nhưng nếu anh đến đây thì anh phải có vấn đề. Nếu không anh đến đây làm gì?"

Lữ nghiêm mặt. Anh ta đưa tay lên như định nói nhưng như có gì chặn lại, Lữ lại thôi.

Anh ta chưa sẵn sàng, Hoài thấy ngay như vậy. Nàng không muốn thúc giục. Lữ sẽ nói khi anh ta muốn.

"Tôi.. đang viết tiểu thuyết. Tôi viết chưa xong nhưng tôi không muốn bỏ dở dang"

"Thì cứ viết tiếp nếu hoàn tất được. Tại sao phải bỏ dở dang. Hoàn toàn là chọn lựa của anh mà?"

"Vì vậy tôi mới đến đây.."

Hoài nhíu mày, nàng không hiểu nhưng vẫn đặt câu hỏi:

"Tiểu thuyết anh viết loại gì?"

"Loại.. rùng rợn!"

Hoài không thể dấu nụ cười trên môi.

Lữ nhìn thấy nụ cười của Hoài nhưng không cười theo nàng mà mặt vẫn nghiêm nghị, hơi có vẻ căng thẳng. Tự dưng thấy Lữ thay đổi hẳn. Không có vẻ tự tin như lúc đầu.

"Tại sao lại phân vân không muốn viết tiếp nữa? Không vừa ý hay không hứng thú nữa sao?"

"Rất hứng thú.. nhưng tôi viết và.. sống cùng với nhân vật của tôi.."

"Vậy anh là một nhà văn có tài khi dễ dàng nhập vào nhân vật mình tạo dựng"

"Không giản dị như bà nói.. Có những lúc gần đây.. tôi quên mất mình.. quên con người thật của mình.."

"Mà sống như nhân vật của anh?"

"Đúng vậy!"

"Nhưng dùng chữ "sống" ở đây nghĩa là sao? Anh vẫn là anh"

"Tôi không còn những suy nghĩ của tôi nữa.. Tôi khác đi"

"Khác như thế nào? Có thể vì anh quá chuyên tâm vào tác phẩm của mình nên như vậy chăng?"

Lữ lúng túng:

"Trước đây.. tôi không ăn mặc như bây giờ.. không đi giầy đỏ.."

"Có ai bắt anh phải đi giầy mầu đỏ? Chính anh tự chọn đấy thôi. Chuyện đó bình thường. Vả lại con người ta thay đổi. Có những điều trước giờ mình vẫn thích rồi sẽ có lúc không thích nữa và tự hỏi tại sao ngày xưa mình lại như vậy. Ai cũng như thế cả. Mọi sự chung quanh ta thay đổi thì chính mình cũng thay đổi mà nhiều khi không nhận ra đấy thôi".

"Nhân vật tôi đi giầy mầu đỏ.."

"Anh có thích như vậy không?"

"Không thích!"

"Vậy tại sao không đi giầy khác?"

"Vì.. nó chiếm đoạt lấy tôi.."

"Nó là ai?" Hoài nghiêm trang hỏi Lữ.

"Là nhân vật mà tôi đã dựng lên!"

Bóng tối

"Có thể anh dựng lên "nó" theo hình ảnh mà anh quen thuộc, hay theo chính hình ảnh anh không chừng"

"Có thể phần nào.. nhưng.."

"Nhưng sao?" Hoài hỏi tới.

"Nhưng tôi.. sợ nó.."

"Nó làm gì mà anh sợ?"

"Nó.. có thể giết người.. hại người khác.."

"Nó trong tác phẩm của anh chỉ là tiểu thuyết hư cấu. Nó không có thật và nó cũng không thể nào trở thành con người thật. Tại sao anh sợ nó?"

"Bởi vì tôi bắt đầu có những.. suy nghĩ như nó. Tôi không gạt bỏ được những ý nghĩ xấu đi"

"Anh nghỉ viết một vài hôm rồi anh sẽ quên nó"

Bây giờ Hoài mới để ý là Lữ nói nhưng đang nhắm mắt. Anh ta như người đang ngủ mà vẫn trò chuyện.

"Nó không cho tôi nghỉ.. viết. Tôi như người.. nghiện viết và viết.. theo ý nó.."

"Không, anh viết theo ý anh. Không thể nào nói là anh viết theo ý nó được. "Nó" là một cái gì trừu tượng trong đầu anh. Chính anh cứ nghĩ là nó có thật. Tất cả chỉ là hư ảo, không có thật. Anh ngồi đây trước mặt tôi, trong căn phòng này. Đấy là có thật. Đừng làm lẫn với cái thật và cái giả trong tiểu thuyết của anh. Mà anh đã tạo dựng nên nó thì hãy biến nó trong tác phẩm của anh thành người tốt. Anh có thể làm cho nó thành người tốt. Tôi chắc chắn như vậy"

Lữ mở mắt ra nhìn Hoài:

"Bà tin chắc như vậy?"

50

Nàng gật đầu:

"Đúng vậy! Dễ dàng như một cái búng tay là xong!"

"Để xem.."

"Tôi chắc chắn anh làm được và vấn đề của anh sẽ được giải quyết dễ dàng với sự nhất quyết của anh. Đi chơi với cô bạn gái của anh vài hôm cho khuây khỏa"

"Rồi tôi sẽ trở lại gặp bà"

"Nếu anh thấy cần"

Lữ vẫn không có vẻ gì là muốn chấm dứt câu chuyện ở đây. Anh ta vẫn ngồi ở đó, không nhìn Hoài mà nhìn thẳng vào bức tường sau lưng nàng.

"Bà có gặp trường hợp nào như tôi không?"

"Có"

"Rồi bà giúp họ giải quyết ra sao?"

"Tôi không thể nói với anh về chuyện người khác được."

"Nhưng.. trường hợp của tôi.."

"Giản dị khi anh tách biệt giữa cái thật và cái không thật, mọi chuyện sẽ minh bạch. Khi anh đứng lên, tắt máy –tôi đoán anh viết trên computer– anh trở lại đời thường, sống bình thường."

"Tôi.. thích sống trong tiểu thuyết.."

"Anh không hài lòng với cuộc sống ngoài đời?"

"Bà có hài lòng với cuộc đời của bà không?"

"Tôi không phải trả lời câu hỏi của anh. Nhưng trốn tránh con người thật của mình, trốn tránh trách nhiệm, là một suy nghĩ rất yếu đuối,

Bóng tối

không giải quyết được điều gì cả. Đi tìm con người anh ao ước trong tiểu thuyết là một sự hoang tưởng và không thực tế. Vả lại, chẳng ai hài lòng với cuộc đời mình cả"

"Bà có nghĩ công việc của tôi làm tôi như thế không?"

"Phần nào. Nhưng anh cứ nhìn xem bao nhiêu người viết tiểu thuyết nhưng họ có đồng hóa họ với nhân vật đâu?"

"Tại vì tôi muốn như thế!" Lữ hơi to tiếng với Hoài.

Nàng vẫn ôn tồn nhưng cả quyết:

"Vấn đề của anh là ở đó! Anh có muốn giải quyết hay không là do nơi anh"

Lữ im lặng. Chàng đến đây với mong muốn là sẽ tìm được sự đồng thuận với mình. Rằng "Nó" là một con người thật và chàng chỉ là một nạn nhân bị "nó" sai khiến và Lữ bất lực! Nhưng người cố vấn tâm lý này lại quy tội cho chàng! Chàng đã sai lầm khi đến đây!

Chàng đứng dậy:

"Cám ơn bà. Tôi và bà không có những cái nhìn giống nhau"

Hoài cũng đứng lên. Nàng nhìn "Người khách mới nay đã cũ" và biết rằng anh ta sẽ suy nghĩ và sẽ trở lại gặp Hoài. Câu chuyện của anh ta chưa chấm dứt.

Nàng đưa Lữ ra ngoài.

Quay vào phòng làm việc, nàng lắc đầu một mình.

Chương 4

Đến chiều, khi nói lời từ giã Anne cũng là lúc Donovan đến để lấy quyển sổ bỏ quên.

Hoài hơi nhếch mép cười với Don. Một nụ cười nhận diện.

Donovan nhìn Hoài như thầm dò hỏi. Nàng không nói lời nào với anh ta nhưng biết Don đang nhìn theo mình.

Anne cười với Don:

"Quên hả?"

Donovan gật đầu:

"May không rơi ngoài đường"

Chàng cũng không hỏi ai là người tìm thấy quyển sổ, cô thư ký hay Hoài.

Donovan cầm quyển sổ đút vào túi áo rồi vội vã đi ra.

Anne gọi với theo:

"Đừng quên cái hẹn 2 tuần nữa! Có cần tôi gọi nhắc không?"

Donovan quay lại lắc đầu và giơ tay chào từ giã.

Xuống đến lobby của tòa nhà, Donovan không thấy Hoài đâu. Chàng hơi thất vọng.

Ra đến chỗ đậu xe, trời đã sâm sẩm tối.

Khi mở máy xe lái ra bên ngoài, chàng quẹo phải. Đến đèn đỏ, Donovan thoáng thấy một người đàn bà giống Hoài lái chiếc xe

Bóng tối

Honda màu xanh đậm ở lane bên cạnh. Anh đoan chắc đó là bà ta nhưng vờ như không để ý, chỉ chăm chú nhìn đàng trước chờ đèn xanh.

Khi đèn xanh bật lên, Donovan chạy chậm lại để giữ một khoảng cách giữa xe chàng và Hoài khá xa. Chàng lấy điện thoại chụp bảng số xe của Hoài. Giờ tan sở, xe nối đuôi nhau nhích từng tí một, nhưng Donovan vẫn nhìn thấy xe Hoài.

"Mình làm gì đây?" Donovan tự hỏi.

Không phải là một sự ngẫu nhiên. Donovan muốn biết thêm về người phụ nữ giống mẹ mình. Chàng tin là bà ta không nhìn thấy mình. Hy vọng là bà ấy đi thẳng về nhà.

Trong xe Hoài tiếng nhạc nho nhỏ ấm áp làm nàng thấy thoải mái hẳn ra. Nàng nghĩ đến những món ăn sẽ làm cho Kim và Nguyên. Cả hai cha con đều thích ăn đồ biển. Hoài thích làm bếp, thích tìm tòi những món ăn đặc biệt và cầu kỳ, nhưng chính là phải ngon. Nàng thích tạo những bất ngờ. Nguyên vẫn khen vợ: "Em có tài nấu ăn ngon! Chắc từ trong máu!". Vất vả nhưng thấy hai cha con khen ríu rít là nàng vui, không cần ăn.

Hoài chợt nhớ đến câu hỏi của người bệnh tên Lữ: "Bà có hài lòng với cuộc đời của bà không?". Tại sao anh ta dám hỏi Hoài như thế? Ngay lúc này, nàng có thể trả lời: "Rất hài lòng". Hoài có tất cả những gì nàng muốn. Một người chồng tốt, yêu thương nàng. Đứa con gái xinh đẹp ngoan ngoãn. Làm công việc nàng yêu thích. Hoài không muốn gì khác. Nàng nhận được quá nhiều!

Bấm cửa garage, Hoài lái xe vào bên trong. Nàng không biết, Donovan đang đậu xe cách đó vài nhà và đang nhìn theo Hoài cho đến khi cửa garage đóng xuống.

Donovan vẫn ngồi trong xe. Lúc này đã tối. Ánh đèn vàng của mọi căn nhà trong khu vực như bừng sáng lên ấm áp. Gia đình! Sự ấm áp của gia đình! Giờ này mẹ Amanda đang chờ Donovan. Cũng có người đang chờ đợi mình. Nhìn đồng hồ, chàng gọi cho mẹ Amanda.

Giọng bà ta bên kia đầu dây:

"Hello!"

"Con đây mẹ!"

"Về trễ phải không con? Con OK chứ?"

"Không trễ lắm đâu! Nhưng.. mẹ đừng chờ"

"OK"

Tắt điện thoại, Donovan áy náy! Mẹ Amanda đã nuôi dưỡng chàng bao năm qua. Bà không có con nên Donovan thực sự là con bà. Chàng muốn yêu bà với hết tình cảm của mình, nhưng vẫn có một cái gì đó ngăn chặn.

*

Amanda hơi nhỏm người dậy khi nghe tiếng mở cửa. Donovan đã về! Bà đánh dấu và gấp quyển sách đang đọc, đặt bên cạnh chỗ ngồi nhưng nhớ con trai không thích mình ngồi chờ nên bà lại mở sách ra đọc tiếp.

Thấy mẹ đang ngồi đọc sách, Donovan lại gần cúi xuống áp má vào má Amanda:

"Sách hay không mẹ?"

"Cũng hay! Con ăn gì chưa? Có đồ ăn trong tủ lạnh, hâm lại mà ăn!"

"Để con làm! Mẹ khỏe không? Hôm nay chân có đau không?"

"Cũng vậy vậy! Hôm nay bận lắm à?"

"Cũng vừa phải"

Bóng tối

Bà Amanda chợt mỉm cười:

"Có cô nào giữ chân lại sao?" Bà hỏi Donovan và thực lòng muốn Donovan có bạn gái.

Anh nhìn mẹ nhếch mép cười:

"Có cô nào đâu. Có cô này đang ở nhà ngồi chờ thì có!"

"Có bạn gái thì tốt chứ sao!.. Mẹ mong con có bạn cho vui"

Donovan nhìn bà Amanda như tìm kiếm một cái gì đó trong câu nói của bà. Tự dưng chàng thấy thương mẹ, người đàn bà tốt bụng đã dành hết trái tim cho mình!

Chàng ngồi xuống ôm lấy vai bà Amanda:

"Con có buồn gì đâu?.. Tại chưa gặp ai hợp đó thôi"

"Thôi đi ăn đi con!"

"Mẹ mới cần vui đó! Có dịp nghỉ mẹ con mình đi chơi xa đi!"

Bà Amanda ngạc nhiên nhìn Donovan. Sự quan tâm bất ngờ của Donovan làm bà chợt nghẹn lời.

"Mẹ không muốn ư?"

"Mẹ.. thích lắm chứ!"

"Mẹ muốn đi đâu?"

"Cho mẹ đi đâu cũng được. Đi là thích rồi"

"Để con sắp xếp ngày nghỉ rồi mình đi!"

Bà Amnda cười và thấy vui.

Donovan xuống bếp, lục tủ lạnh tìm đồ ăn tối. Người mẹ nuôi của chàng luôn luôn lo cho Don từng li từng tí. Những điều chàng nói với mẹ khi nãy và ngay cả một chuyến đi trong tương lai là những điều

56

chợt đến trong đầu mà Don không suy nghĩ. Một thứ tình cảm bộc phát. Chàng muốn quên những trăn trở trong tâm hồn, muốn quên người mẹ ruột đã mang mình vào đời, quên cả người đàn bà cùng họ Nguyễn như mẹ có khuôn mặt giống mẹ đến lạ lùng!

Tối đó với thói quen ghi vài cảm nghĩ trong ngày trong cuốn sổ tay – quyển sổ mà Don cố tình bỏ quên ở văn phòng bác sĩ Hoài Nguyễn-, bức ảnh mẹ lại nhìn Don như thôi miên. Chàng lại quên những hứa hẹn với mẹ Amanda, quên những rung động bất chợt giữa Don và người mẹ nuôi, mà chỉ còn thấy sự giận dữ vì bị ruồng bỏ!

Một buổi tối như tối hôm nay, cách đây 2 năm, vừa đi làm về, mẹ Amanda đã ôm lấy Donovan và nói:

"Con phải đi thăm.. mẹ con đi!"

Donovan đã hết sức ngỡ ngàng về hai chữ "mẹ con". Có lẽ lúc nào "người mẹ kia" vẫn hiện diện?

"Bà ấy.. không còn sống bao lâu nữa. Con đi thăm lần cuối là chuyện phải làm"

Chàng nhớ mình đã hết sức tức giận khi trả lời mẹ Amanda:

"Bà ấy không phải là mẹ con, mẹ mới là mẹ của con!"

Bà Amanda hiểu được sự giận dữ của Don:

"Bà ấy là người sinh ra con!"

"Nhưng mẹ nuôi con, bà ấy không nuôi.. con!"

Bà Amanda không biết nói sao hơn. Bà đã hứa với Tâm là không bao giờ nói ra sự thật cho bất cứ ai, nhất là Donovan. Cùng với lời hứa với người bạn gái Việt Nam tên Tâm, mẹ ruột của Don, bà còn nhận nuôi dưỡng Don và thỉnh thoảng vẫn viết thư cho Tâm kể về Don. Đó là những bức thư gửi đến Tâm nhưng không bao giờ Tâm hồi âm. Bà

Bóng tối

hiểu vì sao Tâm không viết cho bà. Bà cũng mong Tâm ở lúc cuối đời sẽ được thanh thản ra đi về cõi vĩnh hằng.

Ngày hôm nay bà nhận được điện thoại của chị Donovan báo tin Tâm bị ung thư ở giai đoạn cuối, bác sĩ nghĩ rằng Tâm chỉ sống được mươi hôm. Chuyện Donovan có về thăm Tâm hay không bà không ép buộc Don được, nhưng bà sẽ đi thăm Tâm.

"Mẹ sẽ đi thăm bà ấy lần cuối."

Donovan đã không nói gì. Chàng đã thức trắng đêm để suy nghĩ đến chuyện đi hay không đi.

Sáng ngày hôm sau Donovan nói với mẹ Amanda:

"Mẹ đi thăm bà ấy trước đi. Con đi sau. Để con mua vé máy bay cho mẹ đi. Mẹ đi rồi về ngay chứ?"

"Mẹ mua vé rồi! Mẹ đi 2 ngày. Mẹ đi lên New York bằng chuyến sáng sớm. Đến đó rồi đi thăm bà ấy ngay. Hôm sau mẹ về lại"

Don nhớ ngay lúc đó chàng thấy người mẹ nuôi của mình vĩ đại không phải vì vóc dáng to lớn của bà nhưng vì lòng thương người. Tại sao chàng không thể dẹp bỏ tất cả để đi thăm người đã sinh thành ra mình một lần cuối?

"Bao giờ mẹ đi?"

"Ngày mai. Bao giờ.. con đi? Đừng để trễ!"

"Mẹ đừng lo!"

Và Donovan đã đi lên New York, đến Staten Island thăm người đàn bà là nỗi ám ảnh khôn nguôi cho chàng từ nhỏ cho đến bây giờ..

Đêm nay mắt nhìn tấm ảnh đen trắng đã cũ kỹ, hình ảnh duy nhất mà chàng giữ, Donovan đã không quên được chuyến đi đó, chuyến đi đến Staten Island. Chuyến phà từ bên Manhattan đưa Donovan sang Staten Island, một thành phố nhỏ khác hẳn với xô bồ náo nhiệt của thành phố lớn bậc nhất nước Mỹ là Manhattan. Ngồi trên chuyến phà đi qua sông, lòng chàng lạnh như băng và trống như gió trên sông. Đây không phải là một chuyến trở về nhà mà là trở về quá khứ. Donovan chỉ muốn hỏi bà ấy lần cuối là: "Vì sao mẹ bỏ con?" rồi thôi, không trách móc. Câu trả lời của người sinh ra chàng sẽ cởi cho Don nút buộc vào những nỗi đau không lúc nào ngơi. Để chàng có thể có cái nhìn khác hơn đối với những phụ nữ chung quanh mình, ngoại trừ mẹ Amanda!

Veronica Lan, chị gái Donovan là người ra đón chàng ở bến tàu. Hầu như chị em chỉ gặp nhau 2 lần sau ngày Donovan về ở với mẹ Amanda. Mối ràng buộc giữa Don và gia đình đã bị cắt đứt từ lâu vì họ không có gì để chia sẻ, từ tuổi thơ hay khôn lớn. Họ đối với Donovan như những người lạ và ngược lại. Người mẹ của chàng đã dựng lên những khoảng cách và đẩy những đứa con của bà đi!

Veronica Lan có nhiều nét Á đông hơn Donovan và anh của chàng. Tương đối cởi mở hơn.

"Don đi mệt không?"

"Cũng OK. Chị khỏe chứ?"

Đó là những câu xã giao thông thường mà ai cũng nói khi gặp gỡ. Cả hai không tìm ra điều gì để nói với nhau. Veronica Lan lên tiếng trước.

"Bác Amanda mới về sáng nay. Bác ở với mẹ suốt ngày hôm qua và cả đêm. Bác thật tốt!"

Donovan gật đầu không nói gì. Người chị nói tiếp:

"Chị nghĩ mẹ chẳng còn bao lâu. Bố vẫn chưa về. Em biết, bố có gia đình khác nên mọi chuyện cũng.. không giản dị. Chắc lúc đám ma bố sẽ về, em có nghĩ vậy không?"

Bóng tối

"Chắc vậy!" Donovan nói cho qua chuyện. Người cha còn là một điểm xa vời hơn nữa với chàng. Ông xem chàng như không phải con ông. Donovan cũng nghĩ về bố mình như một kẻ xa lạ! Sao vậy? Chàng không biết!

Người chị tiếp tục nói:

"Mẹ vẫn tỉnh táo lắm dù phải chích thuốc giảm đau. Mẹ muốn chết ở nhà. Khi mẹ đi rồi, tụi mình sẽ bán căn nhà đó rồi chia đều cho các anh em. Lúc đó em về nhé?"

Donovan nói ngay:

"Không! Cám ơn chị Lan. Mọi người cứ tính với nhau. Em không cần gì cả"

"Chị biết.. em không muốn.. Gia đình mình chán quá!"

Donovan gật đầu vì thấy người chị nói rất đúng!

"Những năm sau thấy mẹ buồn lắm! Sao.."

Veronica Lan định hỏi sao Don không về thăm mẹ nhưng nghĩ lại đành thôi.

Chiếc xe của Veronica Lan đưa chàng về "nhà". Chàng nhớ mình xuống xe mà Donovan chưa muốn vào nhà ngay. Làm như có gì chặn lại bên ngoài. Chàng không thuộc về đây!

"Năm ngoái mẹ cho người sơn sửa bên ngoài lại nên thấy khác. Tụi chị cũng vài tuần lại về thăm mẹ. Ai cũng bận, mẹ hiểu"

Những điều chị Veronica Lan nói mà Donovan không đáp lại. Lòng chàng trống như lúc ngồi trên chuyến phà ngang sông đến đây. Không có gì ở nơi này bám víu vào Don, mà chàng cũng chẳng đưa tay nắm được vào đâu. Vào nhà chàng sẽ phải làm gì? Câu hỏi chàng muốn hỏi mẹ sẽ được hỏi lúc nào? Veronica Lan bảo mẹ vẫn tỉnh táo. Có tỉnh táo để trả lời chàng không?

Veronica Lan mở cửa, kéo Donovan vào nhà. Người đón chàng đầu tiên là anh Bill.

Bill lại vỗ vai Donovan không nói gì. Mặt Bill buồn và gầy, râu ria không cạo. Trông anh già hơn tuổi. Tiffany, vợ anh Bill từ trong đi ra gật đầu với Donovan. Nhìn mọi người Donovan thấy cái chết của người sinh thành ra mình đã gần kề.

Tiffany hỏi Bill:

"Mấy đứa nhỏ đâu hết rồi?"

"Tụi nó đi mua gì anh không biết"

Bill nói với Donovan:

"Em về được bao lâu?"

"Em chưa biết"

"Đi vào thăm mẹ. Mẹ vẫn còn thức, chờ em"

Căn phòng ngủ của mẹ hơi tối. Màn cửa dầy kéo sang hai bên nhưng bên trong vẫn còn lớp màn mỏng che ánh sáng bên ngoài. Bây giờ đã gần chiều, ánh sáng dịu hơn.

Donovan nhìn người đàn bà nằm trên giường, chăn kéo cao đến gần cổ. Mẹ chàng đó ư? Hình ảnh trong trí nhớ của chàng là một hình ảnh khác. Mái tóc dài của mẹ biến mất! Người đàn bà nằm kia xanh xao gầy guộc và già, già lắm. Những nét thanh xuân của người mẹ ngày Donovan lên 3, lên 4 đã không còn. Đôi mắt đen to như trong tấm ảnh mà Don có do mẹ Amanda đưa cho đã bị thay thế bằng hai con mắt trũng sâu. Đây là mẹ chàng ư? Người đã đẩy chàng ra khỏi đời bà đấy sao? Đây là một người đang đứng ở cạnh tử thần dù cả thân hình đang dán chặt xuống giường. Đôi mắt trũng sâu kia đang nhìn Don bước vào.

Bóng tối

Donovan không nói được lời nào. Chàng thấy bấn loạn! Môi như bị dán cứng không mấp máy nên lời.

Bill đứng sau lưng Don nói:

"Em về rồi đây mẹ!"

Người đàn bà trên giường chớp mắt không nói gì.

Bill kéo ghế để cạnh giường bảo Don ngồi rồi đi ra ngoài khép cửa phòng lại.

Người đàn bà mấp máy môi, đưa tay về phía Donovan.

Chàng vẫn ngồi yên không đáp ứng.

Bà ta thõng tay xuống mặt chăn nhưng vẫn nhìn Don. Chàng thấy bà ta chớp mắt.

Một cái gì linh thiêng từ trong tâm hồn Donovan chợt thốt lên lời hỏi han:

"Mẹ.. mẹ có mệt lắm không?"

Bà ta cười hiu hắt nhưng đôi mắt chợt sáng lên nhìn Don:

"Chịu được! .. Con sao?"

Donovan nhún vai thay cho câu trả lời. Câu hỏi mà chàng định hỏi như không thoát ra được.

Bà ta đưa tay ra. Donovan nắm lấy. Bàn tay gầy và lạnh. Người mẹ của chàng đây sao?

Sự yên lặng giữa hai mẹ con như bức tường ngăn chia dù đang nắm tay nhau.

"Tối qua Amanda ở đây.. với mẹ suốt đêm!"

Vừa nghe đến tên người mẹ nuôi là Donovan điên lên vì gợi lại những điều đã xảy ra. Chàng không còn thấy xót thương người mẹ đau yếu nằm đây nữa, chàng như đứa trẻ giận dỗi nói:

"Tại sao mẹ bỏ con? Tại sao mẹ bỏ con? Tại sao?"

Bàn tay người đàn bà chợt cứng lại và càng lạnh hơn. Bà không nhìn Donovan nữa mà nhìn vào khoảng trống trước mặt. Ở khóe mắt bà có giọt lệ long lanh trào ra. Bà ta khóc. Không thổn thức nhưng nước mắt cứ trào ra. Môi bà ta mím lại. Có sự tương phản giữa nước mắt và đôi môi mỏng mím chặt. Dường như ngay lúc đó có 2 con người trên khuôn mặt ấy. Bà ta không có câu trả lời cho Don cho dù có thể bà sẽ nhắm mắt xuôi tay trong vài phút tới.

Donovan ngồi đó khóc như đứa trẻ ngày nào bỗng dưng bị cắt lìa khỏi gia đình, cha mẹ, anh em. Khuôn mặt này, giòng nước mắt kia và đôi môi mím lại cứng cỏi sẽ theo chàng cho đến hết đời!

Chỉ có thế. Cuộc gặp gỡ cuối cùng giữa mẹ và Donovan chỉ có vậy! Chàng biết mình có ngồi bên mẹ cho đến ngày mai, ngày kia, thì vẫn không có câu trả lời. Mẹ mang theo câu hỏi của Don và câu trả lời của mẹ sang một thế giới khác..

Tối nay nhớ về mẹ, chàng chỉ muốn nhìn tấm ảnh mẹ lúc trẻ. Đôi mắt trong tấm hình làm Donovan chợt nhớ đến người bác sĩ tâm lý mang cùng họ với mẹ. Có thể bà ta sẽ tìm ra giúp chàng được một lối thoát.

Khi đi tìm một bác sĩ tâm lý đàn bà Á Châu, Donovan đã bị cuốn hút bởi tấm ảnh của bà ta trong phần quảng cáo về nghề nghiệp của bà. Điều đầu tiên là Don thấy bà ta có nhiều nét giống mẹ mình nhưng không phải vì người Á châu giống nhau. Bà Hoài Nguyễn không có đôi môi mỏng và mặt lạnh như mẹ, nhưng đôi mắt, giống quá là giống.

Đêm đó Donovan không viết gì trong sổ tay và khi giấc ngủ chưa đến chàng chỉ mong đến ngày hẹn kế tiếp gặp bà Hoài.

Bóng tối

Chương 5

Anne tưới những cây ở phòng đợi và những cây trong phòng Hoài. Đã là cuối mùa thu, nhìn những chậu cây xanh tốt trong phòng thật mát mắt! Một không gian xanh riêng biệt thư thái bên cạnh những "vấn nạn" của mấy người bệnh của Hoài. Chẳng hiểu sao khi ở bên ngoài nơi phòng đợi đối với Anne họ là những người bình thường. Cái anh chàng bệnh nhân mới tên gì... Lữ, người Việt, thật là cute với đôi giày mầu đỏ, lúc ra về còn nháy mắt cười với Anne. Tuy nhiên anh ta hơi lớn tuổi!! Trông họ có sao đâu nhỉ? Nhưng nếu không có những người như họ thì Anne.. mất việc!

Anne giở sổ hẹn. À hôm nay có bà đẹp đẹp cũng người Việt, nói tiếng Anh như người bản xứ. Bà ấy hay đến đây, chắc có nhiều vấn đề, vả lại bà ta cũng giàu có. Đây là căn bệnh của người giàu!

Mắt nàng nhìn xuống những tên bệnh nhân tiếp theo. Donovan! Người để quên đồ! Anne lại chợt nhớ đến Atasha, cô bé Nhật không biết bây giờ ra sao? Hoài bảo với Anne, cô bé không cần đến đây nữa. Có lẽ sau một biến cố kinh khủng trong cuộc đời, người ta mới trở lại bình thường được.

Hoài đến hơi trễ. May không có ai hẹn sớm.

"Hôm nay chị biết chưa có ai nên đi trễ hả?"

"Kẹt xe quá sức!"

"Hôm nay chị sẽ gặp toàn người cũ. À, không, có một người mới"

Hoài cười hỏi Anne:

"Giờ đầu tiên hay sao?'

Bóng tối

Anne gật đầu:

"Đúng vậy!"

Hoài vào phòng đóng cửa lại. Một ngày mới bắt đầu.

Anne lúi húi xem lại những bills của bệnh nhân, phải cả tiếng đồng hồ nữa mới đến cái hẹn đầu tiên.

Một người mở cửa vào hơi mạnh làm Anne giật mình. Nàng nhìn lên. Người giao hàng! Giao hoa thì đúng hơn! Anne tự hỏi hoa của ai? Chắc chắn không phải của nàng rồi. Vừa chia tay với Ian, mà nhất định là chia tay thật, hơi chua chát cho nàng, nên không có lý do gì để Ian gửi hoa cho nàng. Làm hòa là chuyện không thể xảy ra!

Một bình hoa hồng đỏ!

Anh chàng giao hoa có nước da đen thùi, nhe hàm răng trắng bóc ra cười, chìa giấy cho Anne ký rồi nói:

"Bác sĩ Nguyễn?"

"Đúng rồi!"

Anne ký tên và nhận hoa.

Nàng tò mò nhìn tên người gửi. Không có tên! À, hay nhỉ?

Anne xem kỹ lưỡng cả bình hoa hồng đỏ. Chỉ có mỗi phong bì nhỏ và tấm thiệp bên trong, chắc thế.

Nàng cầm bình hoa hồng đỏ, miệng cười tủm tỉm đem vào phòng Hoài.

Anne để ngay trên bàn làm việc của Hoài:

"Của chị nè!"

Hoài nhíu mày:

"Ai gởi vậy?"

"Một người.. bí mật!"

"Đừng dỡn!"

"Em nói thật mà!"

Thấy tấm thiệp nhỏ gắn ở bình hoa, Hoài gỡ ra xem ai gởi cho mình. Trên tấm thiệp nhỏ vỏn vẹn có hàng chữ viết tay: "Những cánh hoa rồi sẽ tàn". Không có tên người gửi. Kỳ không?

Anne không chịu đi ra cứ tần ngần đứng đó với nụ cười hóm hỉnh.

"Ai vậy chị Hoài?"

Hoài lắc đầu:

"Không biết của ai! Lạ thật!"

"Nói gì trong đó?"

Hoài gật đầu:

"Chỉ nói hoa rồi sẽ tàn"

Anne rúc rích cười:

"Có anh chàng nào ái mộ chị. Anh Nguyên mà biết là chết!"

"Nhưng tại sao gửi mà không để tên?"

"Chị có nghĩ ra là ai không?"

Hoài lắc đầu:

"Chịu! Nhưng kỳ thật!"

"Không thích thì đưa đây cho em!"

Hoài cười:

Bóng tối

"Cứ để đây cho chị!"

"Khi nào chị nghĩ ra thì cho em biết với!"

Nói xong Anne nhún nhẩy ra khỏi phòng Hoài.

Vẫn cầm tấm thiệp trong tay, Hoài thắc mắc. Nhưng rồi chịu thua!

Nàng xem lại những hồ sơ của các bệnh nhân sẽ gặp hôm nay. Nhưng cái bình hoa bí ẩn này làm nàng phân tâm. Câu viết trên tấm thiệp không phải là một sự.. thân thiện, cũng không phải đe dọa! Chẳng ai đe dọa người khác bằng hoa cả! Càng suy nghĩ Hoài càng bực dọc và cũng thấy hơi lo âu!

Chưa bao giờ gặp trường hợp như thế này! Thường nhận hoa tặng làm mình vui, nay lại thấy khó chịu!

Hoài đứng lên cầm bình hoa ra đưa cho Anne:

"Cho em!"

Anne ngạc nhiên:

"Sao thế?"

"Chẳng biết của ai. Mà chị không muốn bận tâm"

Hoài và Anne cùng nhún vai nhưng với ý nghĩ khác nhau. Hoài muốn vất bỏ sự thắc mắc, Anne thì nhận và cũng chẳng thắc mắc vì hoa không gửi cho nàng. Có ai cần biết đâu?

Chương 6

Hải Yến

Người phụ nữ khoảng chừng bốn mươi mấy, rất đẹp, ăn mặc lịch sự đang điền giấy tờ, thỉnh thoảng lại mở ví xem xét gì rồi lại cúi xuống điền hồ sơ.

Anne liếc nhìn mái tóc đen dầy của bà ta mà thở dài. Anne còn trẻ mà tóc thưa thớt quá. Phải chi có được mái tóc đẹp như người phụ nữ này! Bà ta điền giấy tờ hơi lâu. Người này chắc kỹ lưỡng!

Gọi là cô ta thì phải hơn nhưng khi nhìn xuống mẫu đơn mà cô ta đã điền thì Anne giật mình. Năm mươi tuổi ngoài! Sao trẻ thế? Phụ nữ Á đông giống như chị Hoài, trẻ lâu! Nàng nhìn cô ta kỹ hơn rồi cười nói thân thiện:

"Cô ngồi chờ chút xíu nhé. Trông cô đẹp quá!"

Cô ta cười, nụ cười có vẻ gượng gạo:

"Cám ơn.. Có phải chờ lâu không?"

"Không đâu. Vào ngay bây giờ"

Mười phút sau, Anne gõ cửa phòng Hoài.

Vừa nghe tiếng gõ cửa của Anne, Hoài đứng dậy đi ra "đón khách".

Hai người gật đầu chào nhau. Hoài nhận hồ sơ do Anne đưa. Liếc nhanh nhìn tên bệnh nhân: Hải Yến! Nàng đưa tay ra nói:

"Mời cô ngồi! Cô Hải Yến. Trông cô trẻ quá nên tôi không muốn gọi bằng bà. Như thế có được không?"

Bóng tối

Người phụ nữ tên Hải Yến hơi nhếch môi, đáp:

"Đối với tôi thế nào cũng được"

Cô ta chọn chiếc ghế ngay sát bàn làm việc của Hoài và ngồi xuống.

Với sự chọn lựa chỗ ngồi của Hải Yến, Hoài có thể nhận ra cô ta đã sửa soạn khi đến đây và sẵn sàng trình bày vấn đề nên nàng thoải mái ngồi xuống chỗ ngồi quen thuộc để làm việc. Và nàng cũng vào đề luôn:

"Tôi có thể làm gì.. cho chị? Tuổi tác chúng ta không cách nhau bao nhiêu nên tôi gọi Hải Yến bằng chị được chứ? Hải Yến cũng có thể gọi tôi như vậy"

Hải Yến nhìn thẳng vào mặt Hoài. Đôi mắt cô ta mở to, đen và sáng, rất sáng.

"Tôi không có vấn đề gì cần phải giải quyết. Tôi chỉ cần có người nghe câu chuyện của tôi. Câu chuyện này sẽ được giữ kín và nằm yên ở đây chứ?"

Sự chú ý đến ngay tức thì làm Hoài hơi chồm người về phía trước, hai khuỷa tay nàng đặt lên bàn.

"Chị yên tâm. Mọi sự đương nhiên là như thế. Chỉ trừ trường hợp dính líu đến một vụ án và bị tòa subpoena đòi hồ sơ bệnh lý. Nhưng tôi chưa gặp trường hợp nào như vậy bao giờ"

Cô ta dường như hiểu điều đó và chỉ hỏi Hoài:

".. Chị sẽ thu tape hay ghi lại trong hồ sơ bệnh nhân?"

Hoài thấy ngay sự quan trọng của vấn đề:

"Nếu tôi có thu tape thì bao giờ cũng phải có sự đồng ý của người bệnh"

"Nhưng thường thì..?"

"Có khi tôi thu tape, có khi chỉ viết xuống hồ sơ. Cũng tùy trường hợp bệnh lý"

"Trường hợp của tôi, tôi không muốn bị thu tape và thực sự tôi cũng không có bệnh gì về tâm lý.. tôi cũng không muốn chị ghi lại.. câu chuyện của tôi trong hồ sơ, được không?"

"Thường tôi chỉ ghi những triệu chứng của người bệnh thì đúng hơn vì cần thiết"

"Tôi có thể đọc hồ sơ bệnh lý của tôi được không?"

"Đương nhiên, vì chị có thể lấy hồ sơ của chị bất cứ lúc nào"

Hải Yến có vẻ dễ chịu hơn. Cô ta đổi thế ngồi và hơi nhếch chiếc ghế chéo sang một chút để có thể không phải nhìn thẳng vào mặt Hoài.

Hoài quan sát người bệnh nhân trước mặt mình. Mái tóc đen kéo sang một bên, đôi lông mày cong trên khuôn mặt thon, hơi dài với vầng trán cao thông minh.

Hải Yến lên tiếng:

"Tôi phải bắt đầu như thế nào đây? Chị... có thể giúp tôi?"

Hoài hơi mỉm cười:

"Chị cứ kể câu chuyện chị muốn kể. Đây là câu chuyện mới xảy ra hay từ lâu rồi?"

"Hai mươi mấy năm trước"

"Và câu chuyện ấy không thể nào làm chị quên được?"

"Tôi phải sống với câu chuyện đó mỗi ngày.. có lẽ cho đến lúc chết"

"Đó là một nỗi ám ảnh?"

"Không, đó là một sự thật, không phải nỗi ám ảnh"

Bóng tối

"Một câu chuyện buồn phải không?"

Hải Yến không nhìn Hoài khi trả lời:

"Chắc sẽ không có câu chuyện nào như thế.. Tên Hải Yến không phải là tên thật của tôi. Ý tôi muốn nói.. không phải tên khi tôi sinh ra đời.."

"Chị đổi tên? Người ta đổi tên là chuyện thường"

"Không phải tôi đổi tên mà tôi.. ăn cắp lý lịch của người khác"

Chưa bao giờ gặp một trường hợp như thế trong cuộc đời hành nghề của mình, Hoài hơi hồi hộp khi theo dõi câu chuyện của Hải Yến. Nàng không nói gì.

Hải Yến lúc đó mới nhìn thẳng vào mặt Hoài và hỏi:

"Chị không nói gì sao?"

Hoài nhún vai:

"Có phải chị chỉ muốn kể và tôi chỉ là người nghe?"

"Chị có thấy điều đó kinh khủng không?"

"Có nhiều chuyện còn kinh khủng hơn. Nhưng tôi nghĩ chị phải có lý do để làm chuyện đó"

Cô ta gật đầu và lại quay mặt đi nhìn chỗ khác:

"Hai mươi mấy năm trước.. tôi thấy khó khăn khi phải xác định con số chính xác của năm.."

"Không cần thiết bởi vì nhiều lúc chính chúng ta không muốn nhớ đến hay từ chối nhận biết con số. Chị cứ tiếp tục"

Làm như với câu nói đó Hoài đã mở cho Hải Yến một cánh cửa thoát.

"Câu chuyện bắt đầu xảy ra ở phi trường.. khi chồng tôi đưa tôi ra phi trường để lên chuyến bay đi sang Denver thăm chị tôi đang bị ung thư ở giai đoạn chót. Cha mẹ tôi đã mất ở Việt Nam. Gia đình chỉ có hai chị em. Phần chúng tôi chưa có con.. Chồng tôi muốn có con nhưng tôi không muốn.."

"Tại sao chị không muốn?"

"Thật ra tôi đã mang thai một lần nhưng đứa con tôi đã ra đời quá sớm và không nuôi được"

"Chị có đau khổ và bị dằn vặt vì cái chết của trẻ sơ sinh ấy không?"

"Có, nhưng chỉ trong một thời gian không lâu, có lẽ vì sự gắn bó giữa người mẹ và đứa con chưa lâu dài.. Tôi cũng không nhớ nỗi đau của mình lúc đó ra sao nữa. Nhưng sau cái chết của đứa con đầu lòng tôi không muốn có con nữa. Chồng tôi thay đổi nhiều sau sự mất mát đó và ghen tuông dữ dội khi thấy tôi không muốn có con. Tôi không hiểu tại sao lại ghen một cách vô cớ như vậy. Không chỉ ghen mà còn hung bạo..."

Hải Yến ngừng kể. Cô ta yên lặng. Hoài gợi chuyện:

"Chị từ chối chuyện thân mật vợ chồng vì không muốn có con? Anh ta có đánh đập chị bao giờ không?"

"Có.. Chúng tôi trở thành hai người xa lạ sống dưới cùng một mái nhà"

"Tại sao chị không muốn có con nữa?"

"Tôi sợ lại mất thêm đứa con nữa. Không có thì không mất"

"Có nghĩ đến chuyện ly dị không?"

"Vấn đề và câu chuyện từ đó. Cứ mỗi lần tôi đòi ly dị thì lại có chuyện. Hưng, chồng tôi, còn dọa giết tôi nếu tôi bỏ anh ta"

Bóng tối

"Chỉ dọa thôi phải không?"

"Hưng là người không thích dọa dẫm"

"Chị kể tiếp về chuyến bay đến Denver đi. Chồng chị để chị đi một mình sao?"

Hải Yến cười buồn.

"Hưng nghĩ rằng tôi không thể bỏ anh ấy được"

Cô ta yên lặng một lúc. Có lẽ nhớ lại quá khứ là điều không dễ dàng. Sự chọn lựa để nói ra còn khó hơn nữa. Hoài thấy Hải Yến hít một hơi thật mạnh, nhắm mắt lại. Ngay lúc đó Hoài đã nghĩ có thể cô ta sẽ đứng lên, đổi ý và đi về, rồi câu chuyện sẽ ngừng ở đó. Nhưng không. Hải Yến mở mắt ra, môi cô ta hơi mím lại.

Thấy vậy, Hoài gợi chuyện:

"Chị cứ kể tiếp tục"

Cô ta có vẻ như phải tự phấn đấu lấy chính mình để kể tiếp câu chuyện, hay vì phải nhớ lại dĩ vãng của hai mươi mấy năm trước.

"Hưng để tôi ngồi chờ ở phi trường vì anh ấy phải đi về làm việc. Ngồi chờ một mình tôi thấy thoải mái nếu không muốn nói là sung sướng và thảnh thơi. Ý tưởng bỏ Hưng lại đến trong đầu tôi. Nhưng tôi có can đảm để bỏ Hưng không lại là một chuyện khác. Đầu óc tôi cứ quanh quẩn nghĩ đến chuyện có thể nào đi thăm chị tôi ở Denver và không trở về lại với Hưng nữa. Tôi vẫn phải sống phụ thuộc vào Hưng dù thời gian đó tôi có đi làm bán thời gian cho một cửa hàng. Chồng tôi muốn tôi phụ thuộc vào.. anh ấy. Sự phụ thuộc vào người khác làm mình mất đi bản ngã. Lâu ngày.. thành quen. Nhiều lần đòi ly dị nhưng có lẽ tôi chỉ muốn dọa Hưng. Chúng tôi vẫn có những liên hệ xác thịt vợ chồng nhưng không thường xuyên vì như tôi nói, tôi không muốn có con"

"Ngoài chuyện không muốn có con như lý do lúc trước cô nói, còn lý do nào khác nữa không?"

"Tôi không biết nữa.. chỉ biết là mình không muốn. Tôi cũng không hiểu mình nữa"

Hoài không muốn ngắt lời cô ta nữa và chờ đợi.

"Tình cờ trong lúc ngồi chờ vì nhiều chuyến bay bị trễ, tôi thấy một phụ nữ rất giống tôi, nhưng điều lạ lùng nhất là cô ta xách một giỏ xách y hệt như của tôi. Chiếc túi xách của cô ta đã thu hút tôi một cách kỳ lạ. Ý tưởng bỏ Hưng chưa bao giờ mạnh mẽ trong tôi như vậy. Sự lệ thuộc vào Hưng dường như bị đè bẹp bởi ước muốn được giải thoát. Hai chữ "giải thoát" lúc đó với tôi như một liều thuốc thần tiên. Lúc đó tôi có cảm tưởng giữa cái chết và Hưng thì thà tôi chọn cái chết. Và định mệnh đã run rủi, tôi tin vậy.

Khi người phụ nữ đó chợt đứng lên chạy lại gặp người quen từ một chuyến bay vừa xuống đi ngang để vồn vã thăm hỏi sao đó. Họ nói chuyện chừng 10 phút gì đó. Tôi cũng đứng lên. Vừa lúc dòng người ở một chuyến bay nữa ùa xuống, tôi đứng phắt dậy đi ngang và tráo giỏ xách. Tôi tưởng tôi có thể ngất xỉu ngay lúc đó vì sợ hãi, nhưng không, tôi đi thật nhanh vào phòng vệ sinh công cộng gần đó. Vào bên trong, đóng cửa ngăn vệ sinh lại, tôi dựa lưng vào cánh cửa.. rồi khóc.. Trong đời tôi chưa bao giờ táo tợn và chưa bao giờ ăn cắp của ai một vật gì. Ước muốn được thoát khỏi Hưng đã lớn hơn những suy nghĩ và lương tâm của tôi.. Mặc dù ở trong đó không lâu nhưng có những lúc tôi tưởng mình sẽ thở hơi cuối cùng trong phòng vệ sinh.."

Hoài như nín thở theo dõi câu chuyện kể của Hải Yến.

Nước mắt chợt trào ra khi Hải Yến kể tiếp:

"Lúc đó tôi.. tôi không nghĩ cái giá của sự tự do dễ dàng như vậy. Mà tôi cũng bất chấp hậu quả. Nếu tôi phải vào tù thì vẫn còn hơn phải sống với Hưng.. Lúc bình tĩnh hơn tôi mở giỏ xách của người phụ nữ bị tôi đánh tráo mới thấy tên của cô ta là Hải Yến"

Hoài rất muốn hỏi vậy tên thật của người bệnh nhân trước mặt mình là gì nhưng lại thôi.

"Chuyến bay của cô ta đi Oregon, cùng giờ với chuyến bay của tôi, cùng hãng hàng không và cửa vào phi cơ sát nhau. Tôi cũng không nhìn thêm xem trong giỏ xách của cô ta có gì vì đã sát giờ lên máy bay. Lúc ra ngoài.. tôi thấy như mình có thêm sức mạnh với ý chí nhất quyết lìa xa Hưng. Tôi nhìn thấy người phụ nữ đó đến sắp hàng lên máy bay và đưa vé, nhưng người soát vé nói gì và chỉ cô ta sang cửa bên cạnh. Tôi chờ đợi một điều ghê gớm kinh hoàng xảy ra là người ta khám phá ra sự thật, cô ta khám phá ra bị đánh tráo giỏ xách và tôi sẽ bị còng tay. Hình ảnh tôi sẽ lên ti vi.. Nhưng không, người phụ nữ đó lên chuyến bay đi Denver và tôi lên chuyến bay của cô ta đi Oregon. Định mệnh đã che mắt cô ta, che mắt người soát vé"

Kể đến đây như mệt quá khi phải đi trở lại những giây phút căng thẳng trong quá khứ, Hải Yến nhắm mắt lại.

Câu chuyện thật ly kỳ và nghe như không có thật trong đời thường. Hoài yên lặng như để câu câu chuyện trở về dĩ vãng của cô ta lắng xuống. Nhưng rồi cũng nôn nóng muốn biết câu chuyện diễn tiến ra sao nên nàng lên tiếng hỏi nhẹ nhàng:

"Nhưng rồi khi lên máy bay người phụ nữ đó phải thấy là cô ta nhầm chuyến bay chứ?"

Hải Yến lắc đầu. Nước mắt trào ra không nói được lời nào.

Hoài im lặng. Nàng nghĩ Hải Yến đang sống lại những giờ phút định mệnh đó nhưng cũng phục thầm sự can đảm của người đàn bà trước mặt mình. Nhưng nàng vẫn thắc mắc làm sao người phụ nữ kia lại không biết được sự nhầm lẫn? Có thể không biết ngay lúc đó nhưng rồi trên chuyến bay cũng sẽ có lúc mở giỏ xách và sẽ thấy đây không phải là giỏ xách của mình?

".. Lúc đó tôi không còn suy tính gì nữa... nhưng chuyến bay đó đã không đến được Denver.."

"Tại sao?"

".. Chuyến bay đó.. gặp trục trặc và .. không một ai sống sót.."

Hoài đưa tay lên bịt miệng mình ngăn một tiếng kêu.

Cả Hoài và Hải Yến đều yên lặng trong cách riêng của mỗi người. Đối với Hoài đây đúng là một định mệnh đã xếp đặt dưới con mắt nhìn của một người ngoài cuộc. Với Hải Yến, nàng đã thoát chết, không phải chỉ một lần mà 2 lần!

Hai người không biết phải nói gì. Hoài không biết mình phải ghi gì trong hồ sơ Hải Yến. Nàng chỉ có thể ghi người phụ nữ này.. có nhiều đời sống khác nhau. Những chi tiết của câu chuyện nàng vừa nghe sẽ ở lại trong căn phòng này như muôn vàn câu chuyện của những người khác đã vào đây và để lại. Nàng nghĩ chắc Hải Yến sẽ ngừng câu chuyện của cô ta ở đó. Nhưng nàng nhầm.

"Tôi đã phải sống với giây phút nghe tin tai nạn đó suốt đời mình. Nhiều lúc tôi nghĩ tôi đã đẩy Hải Yến vào chỗ chết. Chị biết tôi là người Công giáo. Lẽ ra tôi phải đem câu chuyện này vào phòng xưng tội để được giải tội. Chúa tha thứ cho tôi nhưng tôi không tha cho chính mình được. Chọn lựa của tôi là một Hải Yến được tái sinh trong tôi, sống một cuộc đời mới tử tế.. "

"Chị sống ra sao với cuộc đời mới đó?"

"Hải Yến con người thật không có gia đình, hãy còn độc thân. Tôi không biết gì nhiều về cô ta. Có quyển sổ nhỏ trong giỏ xách thấy có vài địa chỉ chắc là người quen. Tôi biết là cô ta chưa có gia đình vì trong đó có một bức thư của một người bạn gái, chắc đi làm ở bên Spain gửi cho Hải Yến và trêu chọc rủ rê sang Spain để cô bạn làm mối cho một anh chàng địa phương người Tây Ban Nha vì nghe tin Hải Yến mất việc. Không biết lý do về chuyến đi của cô ta đến

Bóng tối

Oregon làm gì. Tất cả những điều đó làm cho việc tôi trở thành Hải Yến bằng xương bằng thịt dễ dàng hơn"

"Nhưng cô ta cũng còn những người thân chứ?"

"Tôi không biết những chi tiết đó và liệu người thân của Hải Yến có ở Oregon không thì tôi cũng chẳng biết. Thời đó điện thoại di động mới ra rất hiếm và chỉ dành cho người giàu có không phổ biến như bây giờ. Hải Yến không có điện thoại cầm tay.. chứ nếu như bây giờ thì người ta sẽ dễ dàng truy ra người chủ điện thoại đang ở đâu. Hầu như tất cả mọi thứ về cô ta lúc đó đều tạo sự thuận lợi cho tôi.."

"Đến Oregon rồi chị sống làm sao? Chị có phải trốn tránh trong đời sống không? Có lập gia đình không?"

Những câu hỏi này của Hoài bộc phát hoàn toàn vì tò mò không một chút nghề nghiệp chuyên môn nào.

"Tôi đến Oregon trong chuyến bay đó và tôi đã phó thác số mệnh mình trong bàn tay gọi là định mệnh. Chắc một phần tôi muốn đổ lỗi cho định mệnh để tội mình nhẹ bớt.. Ngồi ở phi trường lâu lắm vì không biết đi đâu. Trong giỏ xách của cô ta có được hơn 1 ngàn đô la. Làm sao có thể sống được với số tiền đó. Tôi không dám dùng thẻ tín dụng của Hải Yến. Đi bằng phương tiện di chuyển công cộng về phố, tôi tìm điện thoại công cộng không phải để gọi cho ai nhưng để tìm niên giám điện thoại. Tôi tìm địa chỉ những chỗ tạm trú cho người vô gia cư. Và tôi đã ở đó trong thời gian đầu. Ban ngày đi kiếm việc, tối về bốc thăm chờ có chỗ ngủ. Nhiều đêm phải chờ hàng 2, 3 tiếng mới có chỗ. Có những đêm tôi thức trắng ngoài mặc cảm tội lỗi, cái chết của Hải Yến, rồi cộng thêm với môi trường sống tạm bợ. Là một phụ nữ, ở một nơi hỗn tạp với bao nhiêu nguy hiểm rình rập. Nhưng chính những điều đó đã nhào nặn cho tôi thành một con người khác, phải đương đầu với một tương lai tối tăm và.. cô độc. Sự cô đơn mới kinh khủng!"

Hoài lắng nghe chăm chú, nàng như bị cuốn hút vào câu chuyện của người đàn bà này.

"Ở đó tôi đi xin việc, làm đủ mọi nghề và thay đổi chỗ ở luôn luôn và tôi cũng ít giao tiếp với người khác vì sợ bị lộ diện. Chỉ nhìn thoáng thấy một bóng dáng hơi giống Hưng là tôi bị khủng hoảng! Nhưng dần dần sự sợ hãi cũng nhạt dần và tôi cũng quên dần con người thật của mình vì tôi đã cố gắng thay đổi nhiều thói quen của mình.

Có nhiều người nói những thói quen không thay đổi được nhưng đó chỉ là sự ngụy biện vì không muốn thay đổi. Cuối cùng tôi về đây. Một thời gian dài như thế đã làm tôi trở thành Hải Yến thực sự. Nhưng thực ra tôi đâu biết Hải Yến là người như thế nào đâu? Chuyện quên mình mới khó! Sự chọn lựa của tôi là quên con người cũ của mình. Điều này không dễ. Tôi đã phải cắt đứt mọi liên lạc ruột thịt của tôi với gia đình. Con người của tôi đã chết trong chuyến bay định mệnh đó. Tôi đã sống như tôi đã chết. Với thời gian, mọi sự đều bị đánh lừa và tôi sống trong sự lừa đảo ấy".

"Rồi chị lập gia đình?"

Hải Yến gật đầu:

"Khi đã dành dụm được ít tiền tôi đã đi giải phẫu thẩm mỹ cho khác đi. Tôi sợ ngày nào đó gặp lại Hưng, tôi sợ lắm. Tôi sợ sự can đảm của mình sẽ bị bẻ gẫy khi gặp anh ta và những cơn thịnh nộ của Hưng như giông bão sẽ kéo tôi về với con người cũ.. mặc dù tôi tin là mình đã mạnh mẽ và thay đổi nhiều nhưng sự sợ hãi của những ngày cũ.. vẫn như những bóng ma lâu lâu lại hiện về"

"Bây giờ sau bao nhiêu năm chị vẫn còn sợ ư?"

Hải Yến lắc đầu:

"Không, không sợ nữa! Tôi đã có người bảo vệ tôi. Và cũng định mệnh đã cho tôi gặp được người chồng hiện tại. Tôi làm bồi bàn trong một tiệm ăn. Người khách hàng quen thuộc đã yêu tôi và chúng tôi lấy nhau, cho tôi sự nương dựa".

Hoài tò mò hỏi:

Bóng tối

"Chị có con không?"

"Hải Yến có những đứa con ngoan ngoãn. Gia đình tôi rất hạnh phúc"

Câu trả lời này của cô ta minh chứng rằng người thiếu phụ này đã thực sự hóa thân thành Hải Yến.

"Nhưng chị vẫn còn sợ quá khứ?"

"Vì vậy tôi mới đến đây. Kể lại những điều này để nhấc bớt cho tôi gánh nặng tội lỗi. Mặc dù những điều xảy ra không thể thay đổi được. Chị có nghĩ là Hải Yến sẽ tha thứ cho tôi?"

Hoài muốn hỏi cô ta nếu bây giờ có thể trở lại thời gian đó, liệu cô ta sẽ có hành động khác không. Nhưng nàng biết câu trả lời của Hải Yến nên không hỏi. Vả lại cô ta đã xác định mục đích đến đây chỉ để kể chuyện mà thôi.

"Cô ấy có tha thứ hay không thì cũng không thể sống lại được. Nhưng kể ra được có đem lại lợi ích như chị mong muốn không?"

Hải Yến cười buồn:

"Phần nào thôi vì thỉnh thoảng tôi vẫn có những cơn ác mộng.."

"Nhưng chị đã sống yên đời bình thường. Chị có hạnh phúc không?"

Cô ta gật đầu:

"Nếu xem đó là hạnh phúc.. thì hiện tại tôi hạnh phúc. Tôi có người chồng tốt, chung thủy, những đứa con hiền lành, tử tế. Như thế có gọi là hạnh phúc không?"

Hoài hỏi ngược lại:

"Với chị thế nào mới gọi là hạnh phúc?"

"Có lẽ đó là hạnh phúc nhưng.. cái quá khứ tai quái đã như một cái xương cá mắc ngang cổ họng.. làm tôi nuốt những ngọt ngào hay mặn chát trong cuộc sống đều.. không dễ dàng"

"Ngoài chuyện đến đây để kể được câu chuyện giấu kín bao nhiêu năm, chị còn kỳ vọng điều gì khác?'

".. Nếu tôi bảo rằng trong lúc này tôi ước gì mình được nằm xuống ngủ một giấc và không bao giờ thức dậy nữa thì.. chị có tin không?"

"Tôi tin chứ. Chuyện đó cũng bình thường thôi. Rất nhiều người có ước muốn đó. Nhưng hãy để những điều đó chỉ là ước muốn. Nhưng qua câu chuyện đời của chị, tôi thấy chị đã vượt qua tất cả những khó khăn. Chị cứ nhìn lại đi rồi sẽ có lúc thấy tại sao mình có thể qua được hết những chặng đường cam go như vậy? Cứ sống với hiện tại chị đang có, đừng nhìn lại đàng sau. Còn tương lai là của ngày mai, của những giây phút sắp đến. Chị đã tin vào số mệnh thì để số mệnh dẫn dắt chị"

Hải Yến gật đầu.

"Đã đến giờ chưa chị?"

Hoài nhìn đồng hồ trên tường:

"Vừa đúng lúc!"

Hải Yến đứng dậy, đưa tay cho Hoài. Hai người bắt tay nhau. Bàn tay Hải Yến rất cứng và khô. Cô ta phải vất vả bao nhiêu để vượt qua những thử thách của một đời người?

Hoài nói khi đưa Hải Yến ra đến cửa:

"Chúc chị được bình yên và sống tốt lành như một chọn lựa cho một người đã nằm xuống. Mong chị được nhiều may mắn trong cuộc sống"

Hải Yến nhoẻn miệng cười, còn ngấn lệ ở đôi mắt.

Bóng tối

Hoài khép cửa. Nàng không biết câu chuyện của Hải Yến có thật hay không, nhưng không có lý do gì để cô ta đến đây và bịa chuyện. Bịa chuyện để làm gì? Với sự kể ra câu chuyện của quá khứ trong căn phòng này, cô ta đã để lại một phần gánh nặng của cuộc sống ở đây. Nhưng giả dụ đây là một câu chuyện hoàn toàn tưởng tượng mà Hải Yến muốn xảy ra như vậy để tự dằn vặt mình thì cô ta là người rất đáng thương!

Chương 7

Donovan

Donovan nhìn đồng hồ. Chàng mong đến cái hẹn hôm nay biết bao! Chàng sẽ nói gì trong ngày hôm nay với bà Hoài?

Hoài khẽ mỉm cười mở cửa cho Donovan vào.

"Don là người đúng giờ!"

"Tôi có thể chờ nhưng không muốn người khác phải chờ mình"

"Đấy là thói quen tốt! Ít người được như vậy"

Donovan ngồi xuống ghế bành và có vẻ thoải mái hơn lần đầu tiên.

Nàng ngồi xuống bàn viết. Chỗ ngồi của Hải Yến khi nãy bỏ trống. Nhưng câu chuyện của Hải Yến vẫn còn lẩn quẩn ở đâu đó trong đầu Hoài.

Hoài nhìn hồ sơ rồi hỏi:

"Chúng ta tiếp tục câu chuyện của tuần trước nhé? Lần đó anh đang nói chuyện về mẹ anh. Bà ta có phải là lý do anh đến đây? Hãy kể cho tôi nghe về mẹ anh"

Khi nói điều đó Hoài không thể không nhớ đến bức ảnh chân dung mẹ của Donovan. Người đàn bà có rất nhiều nét giống nàng.

Donovan đứng lên, chàng đến ngồi ở chiếc ghế trống mà Hải Yến đã ngồi khi nãy.

Hoài hơi ngạc nhiên nhìn Donovan nhưng không nói gì.

Bóng tối

Donovan nhìn Hoài như tìm một điều gì để bắt đầu.

"Bà có biết là bà rất giống mẹ tôi không?"

Hoài giữ vẻ thản nhiên như chưa hề trông thấy tấm ảnh bán thân của mẹ Donovan.

"Thật sao? Tôi nhớ lần trước Don cũng nói như vậy"

Don nhìn Hoài để dò xét xem đây là câu trả lời thật hay giả. Đàn bà rất giả trá! Chàng không tin là Hoài không tò mò mở cuốn sổ mà chàng đã cố tình để quên. Để xem!

"Trong ký ức của đứa nhỏ 4 tuổi mẹ tôi là.. một cái gì đẹp lắm, ấm áp lắm. Tôi thích sự chú ý của mẹ tôi đến tôi. Tôi nhớ đến da thịt mềm mại của bà. Mẹ tôi là tất cả của tôi. Tôi muốn chiếm riêng mẹ cho mình.."

Hoài vẫn yên lặng lắng nghe.

Bỗng dưng Donovan nhìn thẳng vào mặt Hoài như tìm một cái gì đó. Đôi mắt nồng nàn như gửi gắm sự yêu thương khi nói về người mẹ.

"Tôi thường nắm chặt tay mẹ chỉ sợ mẹ rời tôi. Lúc đi ngủ tôi thường nắm lấy một góc của bọc gối và mân mê hình dung đây là.. da thịt mẹ.."

Hoài vẫn yên lặng lắng nghe.

"Bà có biết người mẹ là tình yêu đầu đời của đứa con trai không? Tôi đã cho mẹ tôi hết trái tim tôi và tôi đòi là mẹ phải đáp lại như tôi yêu mẹ. Mẹ phải yêu tôi như tôi yêu mẹ, không cần phải nhiều hơn. Sự đòi hỏi của tôi đâu có gì là sai trái?"

Donovan ngừng nói và nhìn Hoài chờ đợi một sự đồng thuận.

Nàng chỉ gật đầu.

"Tại sao mẹ lại ruồng bỏ tôi? Bà có câu trả lời nào cho tôi không?"

"Có bao giờ Donovan cho người mẹ anh một lý do thầm kín và đau lòng nào đó khi đi đến quyết định như vậy không?"

Ánh mắt êm ả khi nãy không còn, Donovan lại tức giận:

"Nếu có một nguyên nhân nào đó thì đến lúc cuối đời mẹ tôi phải cho tôi biết sự thật, cho dù sự thật đó kinh khủng đến đâu. Nhưng mẹ tôi chỉ im lặng, chỉ khóc và cương quyết không hé môi, mà cũng chẳng hề nói được một lời yêu thương với tôi. Mẹ tôi chỉ cần nói một câu: "Mẹ yêu con. Tha lỗi cho mẹ" thì tôi sẽ tha thứ hết cho mẹ. Tại sao mẹ tôi không thể nói được như vậy? Hiển nhiên là mẹ tôi không yêu tôi. Không yêu nên mới đem cho đi. Tôi chỉ là một món đồ mà người ta chê ghét muốn vất bỏ cho khuất mắt. Bà là một người mẹ, bà có hiểu được điều này không?"

"Cha mẹ nào cũng yêu con, có thể với người con nay hợp hơn người con kia, nhưng nói chung là yêu con vì đứa con là một phần của mình. Nhất là đối với người mẹ cưu mang đứa con hàng bao nhiêu tháng, giữa người mẹ và người con có một sự ràng buộc khác hẳn với cha và con. Một người cha có thể không phải là cha ruột của mình, nhưng người mẹ thì 100% là mẹ của mình. Nếu mẹ của Donovan phải chảy nước mắt mà vẫn không hé môi thì điều này có thể cho chúng ta 2 câu trả lời:

Thứ nhất: Nếu mẹ không yêu Donovan thì bà chẳng khóc. Nếu chúng ta không có tình cảm với một ai thì chúng ta dửng dưng, thản nhiên. Tại sao phải chảy nước mắt, phải đổ lệ vì một người mình không yêu thương? Tôi nghĩ bà rất yêu Donovan, yêu nhiều lắm chứ không ghét bỏ như anh vẫn nghĩ đâu. Nước mắt đó có thể ngoài chuyện là tỏ tình yêu thì còn là sự đau khổ khi phải rời bỏ con mình. Người đàn bà có thể bỏ chồng nhưng khó bỏ đứa con. Trường hợp của mẹ Donovan tôi nghĩ bà phải lâm vào một tình trạng rất khó xử. Những điều tôi nói đây chỉ là sự suy diễn dựa trên cương vị của một người mẹ nói chung. Có thể – tôi nói là có thể thôi nhé- Donovan là kết quả.. của một mối tình ngoài luồng, hay vì bị cưỡng bức bởi một ai đó. Theo tôi, chuyện ngoại tình không có vẻ đứng vững. Nhưng.. nếu

Bóng tối

là kết quả của một sự cưỡng bức ngoài ý muốn, thì hình ảnh đứa nhỏ luôn gợi lại sự đau đớn và ô nhục. Thêm vào đó Donovan nói cha mẹ Donovan ly dị khi anh lên 4 tuổi và những tình cảm cha con dường như không có thì lý thuyết này có thể tạm coi là đúng. Dĩ nhiên chỉ có mẹ Donovan mới xác nhận sự thật như thế nào đúng không?"

"Tại sao mẹ tôi không nói ra? Cho dù người đàn ông đó là ai đi nữa thì tôi vẫn là con của mẹ tôi, bất luận người đàn ông kia như thế nào"

Hoài gật đầu.

"Đúng! Nhưng có những điều trong đời người ta không thể thổ lộ ra cho bất cứ ai. Nói ra là phải đối diện với sự thật. Có những người suốt đời chạy trốn sự thật và chạy trốn chính họ."

Donovan nhắm mắt lại, hỏi Hoài tiếp:

"Còn câu trả lời thứ hai mà bà muốn nói đến?"

"Donovan oán giận vì sao mẹ anh không nói lời yêu thương riêng với anh và nói lời xin lỗi. Cả hai câu nói đó đều không dễ nói ra cho một số người. Không phải ai cũng nói lời xin lỗi hay yêu thương dễ dàng. Có những người không thể chấp nhận là mình sai. Phải hạ mình xin lỗi một người khác là điều rất khó. Hoặc có thể lúc cuối đời mẹ Donovan có sự ân hận và tiếc nuối về hành động của mình. Tôi nghĩ hãy cho người đã nằm xuống một lời tha thứ để nhẹ cho người đã sinh Donovan ra đời mà cũng nhẹ lòng anh nữa. Tức giận, oán hờn vẫn không giải quyết được điều gì, đúng không?"

"Không giản dị như bà nói vì bà là người đứng bên ngoài. Những câu hỏi đó đã thành nỗi ám ảnh triền miên với tôi. Nhìn người phụ nữ nào tôi cũng thấy sự gian trá"

Hoài cười nhẹ:

"Bởi vì Donovan muốn nghĩ như vậy. Bây giờ nếu Don tự cho phép mình nghĩ rằng chắc mẹ mình phải đau lòng lắm khi phải xử sự như thế thì sự oán giận sẽ vơi đi nhiều. Anh không thể oán giận một người đã không còn trên cõi đời này nữa suốt đời mình được. Chuyện cởi bỏ những ý nghĩ tiêu cực là do chính mình. Hãy tìm cách bào chữa cho mẹ anh đi thay vì chỉ oán trách bà không thôi"

Donovan nhìn Hoài. Người phụ nữ trước mặt chàng đang bênh vực mẹ chàng:

"Bà bênh mẹ tôi? Một người mẹ đã ruồng bỏ đứa con mình?"

"Tôi không bênh mẹ anh. Tôi muốn tìm cho anh một giải pháp để nhẹ bớt đi những.. oán giận dằn vặt anh. Đừng để điều này trở thành một sự ám ảnh. Donovan còn cả một cuộc đời trước mặt. Tại sao lại phí thì giờ vùng vẫy trong những khó chịu đó? Đừng tự làm khổ chính mình! Hãy tìm một liên hệ mới và quên đi những chuyện làm khó chịu. Mẹ Donovan cũng không còn nữa. Có tức giận hay phân tích để tìm những câu trả lời thì cũng vô ích. Hãy thương người mẹ nuôi của Donovan hết lòng vì bà ta xứng đáng được hưởng tình yêu đó."

Những câu nói từ Hoài, ánh mắt dịu dàng của nàng từ một khoảng cách ngắn là chiếc bàn ngăn giữa hai người làm Don thấy dễ chịu hơn.

Hoài biết những điều mình phân tích phần nào đã đánh động được Donovan. Nàng nói tiếp:

"Cuộc đời có biết bao điều để ta trân trọng, sao phải sống với những phiền muộn làm gì?"

Donovan thích nghe Hoài nói. Bà ta như một thứ phù thủy thổi sinh khí cho chàng. Don buột miệng:

"Tôi thích nghe bà nói"

Hoài bật cười:

"Thật à?"

Bóng tối

"Nhìn bà tôi lại nghĩ đến mẹ tôi!"

"Giống ở điểm nào?"

"Mái tóc đen. Đôi mắt. Mẹ tôi không được vẻ.. dịu dàng của bà. Mặt mẹ tôi.. lạnh và cương nghị. Nhìn mẹ tôi người ta thấy ngại đến gần"

"Như vậy thì có giống gì đâu?"

"Tôi không biết nữa, nhưng nhìn chung là giống người mẹ của tôi"

"Có bạn gái và quên mẹ anh đi Don!"

"Tôi thấy khó khăn trong việc gần gũi một phụ nữ.."

"Bởi vì anh đã để cho mẹ anh một cách nào đó xen vào trong vô thức của anh. Một khi anh loại bà ra khỏi những ý nghĩ và tâm khảm anh, mọi chuyện sẽ dễ dàng hơn"

"Bà giúp tôi nhé?"

"Anh phải tự giúp mình. Không ai có thể giúp anh nếu chính anh không nhất quyết quên đi chuyện cũ"

"Nói chuyện với bà tôi thấy.. dễ chịu hẳn"

Donovan nói thật lòng mình. Với Hoài chàng không cảm thấy e dè mà ngược lại thấy gần gũi.

Hoài liếc nhìn đồng hồ. Donovan nói nhẹ nhàng:

"Sao nhanh quá!"

Chàng nói như một lời thở than. Mà quả thật chàng còn muốn nghe Hoài nói nữa. Đôi mắt ấm áp nhưng linh động khi nhìn gần của Hoài làm chàng thấy tin cậy. Ước gì chàng có thể nói chuyện với Hoài mỗi ngày.

Hoài đứng lên bắt tay Donovan:

"Tôi mong khi ra khỏi đây anh sẽ thấy vui hơn và.. thành một người mới. Cuộc đời rất vui nếu ta nhìn với lăng kính trong sáng và hy vọng"

Donovan nắm tay Hoài chặt và mãi không buông ra. Bàn tay bà ta mới mềm mại làm sao! Chàng chợt thấy rung động vu vơ.

"Tôi sẽ gặp bà lần tới!"

Donovan nói câu này như một lời hò hẹn.

Hoài có vẻ ngạc nhiên vì như thế những lời khuyên của nàng không hiệu quả mấy nên Donovan mới muốn trở lại.

Nàng khẽ rút tay mình ra khỏi tay của Donovan và nói:

"Lần tới.. Don sẽ kể cho tôi nghe nhiều chuyện vui nhé!"

"Nói chuyện với bà.. là niềm vui cho tôi"

Câu nói và cái nhìn của Donovan làm Hoài ngỡ ngàng.

Nàng đưa Donovan ra cửa không nói thêm lời nào. Ngày hôm nay hai người bệnh nhân Hải Yến và Donovan đều dành cho Hoài nhiều bất ngờ!

Donovan đi ngang chỗ Anne ngồi, giơ tay chào và hơi mỉm cười. Nhìn bình hoa ngay bàn của Anne, Donovan nói:

"Hoa đẹp quá! Giống như cô vậy đó!"

Anne cười khúc khích. Chẳng có ai mà không thích được nịnh.

"Thôi đi mà!"

Donovan giơ một ngón tay cái lên nheo mắt cười với Anne:

"Cho tôi cái hẹn 2 tuần nữa. Cô gọi nhắc dùm tôi"

"Cùng ngày nhé?"

Bóng tối

"Cùng ngày nhưng cho tôi cái hẹn cuối giờ"

"Để coi nào.. OK. 4 giờ 30 được chứ?"

"Tốt lắm! Chúc cô một ngày vui vẻ"

"Chắc chắn là vui rồi. Anh làm tôi vui!"

Lâu lắm rồi Donovan mới nói những lời khéo léo với một người phụ nữ như vậy. Có phải vì những lời nói của bà Hoài đã làm chàng thay đổi?

Anne nhìn bình hoa trên bàn, "của thừa" của chị Hoài, và bỗng dưng đặt câu hỏi trong đầu: "Liệu người gửi hoa cho Hoài có phải là một trong những bệnh nhân của Hoài hay không?"

Anne ngắm nghía bình hoa hồng đỏ, một vài cánh hoa đã bắt đầu đổi sang mầu đậm hơn một chút. Ngày mai Anne phải thay nước cho bình hoa mới được. Để xem hoa tươi được bao lâu. Anne lại nhớ đến lời viết trong tấm thiệp. Tặng hoa mà lại viết lời kỳ cục! Người tặng hoa cho chị Hoài không bình thường!

"Còn ai nữa không em?"

Hoài đứng cạnh bàn Anne lúc nào mà nàng không hay.

"Hôm nay.. chỉ có vậy thôi chị à!"

Hoài đi vào phòng, đóng cửa lại.

Vừa lúc đó có điện thoại. Anne nghe, mặt tươi lên trả lời:

"Được chứ. Hôm nay ông hên vì có người vừa bỏ hẹn. Nửa tiếng nữa được... Nửa tiếng hay 45 phút được.. Cám ơn ông nhé... Tôi tên là Anne. Vâng.. vâng, gặp ông chốc nữa. Chào ông Lữ"

Hoài hơi nhếch mép cười khi nghe Anne nhắc tên người bệnh nhân Lữ. Nàng biết anh ta sẽ trở lại. Đây là một người đặc biệt và Hoài sẽ

90

được nghe những câu chuyện của anh ta. Những câu chuyện của một nhà văn! Nàng vào phòng đóng cửa lại.

Cửa văn phòng mở. Một thanh niên da mầu cầm một bình hoa bước vào. Anne giật mình, không phải vì người lạ mà vì bình hoa!

Cậu ta cười với Anne:

"Cô ký nhận dùm""

Anne hé miệng mà không có một lời nào thoát ra. Mãi Anne mới nói:

"Hoa gửi cho ai vậy?"

Cậu thanh niên nhìn xuống danh sách nói:

"Bác sĩ Nguyễn!"

Anne thở dài thầm:

"Để tôi hỏi lại đã nhé"

Cậu thanh niên gật đầu, chờ.

Anne uể oải đứng dậy gõ cửa phòng Hoài.

Có tiếng Hoài vọng ra:

"Vào đi em!"

Hoài ngửng lên nhìn Anne:

"Sao đó?"

"Có người mang hoa đến cho chị nữa! Có nhận không?"

Hoài hơi lặng người. Nàng phân vân nhưng cũng tò mò nên gật đầu:

"Ký nhận đi!"

"Chị suy nghĩ kỹ chưa?"

Bóng tối

"Cứ nhận hoa đi! Nhớ hỏi xem của ai gửi"

Anne chẳng nói gì, đi ra, khép cửa. Lúc đóng cửa lại, Anne lắc đầu.

Nàng hỏi cậu thanh niên đưa hoa:

"Tên người gửi là ai?"

"Đây, cô xem đi rồi ký nhận dùm"

Anne cầm tấm thiệp. Tìm mãi mới thấy tên người gửi vỏn vẹn chỉ có chữ "N".

"Không thấy có địa chỉ người gửi?"

Cậu ta nhún vai. Anne lại hỏi tiếp mà chưa chịu ký nhận.

"Sao không có địa chỉ người gửi vậy?"

"Cô có thể gọi chỗ gửi hoa và hỏi vì tôi chỉ là người giao hoa"

Anne ký nhận và không hỏi gì thêm. Để sự thắc mắc đó dành cho chị Hoài.

Cậu thanh niên cám ơn và đi ra.

Có thể đây là của một người quen khác của chị Hoài?

Anne cầm bình hoa hồng màu vàng và hồng xen kẽ rất đẹp mang vào cho Hoài.

"Hoa của chị đây"

"Ai gửi, em có hỏi không?"

"Chỉ thấy đề tên người gửi là N. Em hỏi người giao hoa, nó bảo mình gọi cho chỗ bán hoa vì nó chỉ là người mang đi giao"

Anne đặt bình hoa trên bàn làm việc của Hoài.

"N. có thể là của anh Nguyên tặng chị"

Hoài nhếch mép cười và nghĩ thầm: "Chẳng bao giờ Nguyên tặng hoa cho nàng trừ phi mặt trời mọc ở hướng Tây!".

Hoài rút phong bì nhỏ kẹp vào bình hoa, mở ra xem.

"Hoa đẹp đến đâu rồi cũng tàn.."

Những giòng chữ trong tấm thiệp này cũng chẳng khác gì kỳ trước! Nàng hối hận vì tò mò muốn nhận hoa! Chuyện gì đang xảy đến với mình đây?

Mãi nàng mới nghe tiếng Anne gọi:

"Chị Hoài!"

Hoài nhìn Anne. Người nàng lạnh toát. Hoài thấy sợ!

"Chị có biết ai gửi không? Tấm thiệp nói gì? Mặt chị tái mét kìa!"

"Giống.. như lần trước.."

Không phải một mình Hoài sợ hãi mà Anne cũng thấy không yên.

"Lần tới gửi hoa nữa em sẽ không nhận và không nói cho chị biết."

Hoài gật đầu không nói gì.

"Để em mang bình hoa ra ngoài. Ôi thôi, để ý làm chi."

Nhìn theo Anne, Hoài hỏi:

"Còn bệnh nữa không?"

"Có anh chàng mới gọi hồi nãy đó!"

Không thấy Hoài nói gì, Anne hỏi lại với vẻ lo âu:

"Chị OK không? Chị muốn em ném bình hoa này vào thùng rác không?"

Bóng tối

Hoài xua tay:

"Cứ để bên ngoài. Chị OK em. Chỉ hơi bất ngờ!"

Bình hoa mới được đặt ở một góc phòng đợi, rất đẹp.

Anne tự động gọi chỗ bán hoa. Chỉ sau 2 tiếng chuông là có người trả lời:

"Fresh Flowers!"

"Tôi vừa nhận được một bình hoa từ công ty của cô mà không thấy địa chỉ người gửi?"

"Chúng tôi xin lỗi, có thể là sơ xuất về phần chúng tôi. Nhưng một đôi khi có những người gửi hoa tặng mà không muốn ghi địa chỉ"

"Cô xem lại dùm."

"Cho tôi xin tên và địa chỉ người nhận"

Anne cho tên và địa chỉ Hoài. Nàng còn nói thêm:

"Cách đây 1 tuần Bác sĩ Hoài cũng nhận được một bình hoa như vậy"

"Đây là lần đầu tiên chúng tôi giao hoa cho địa chỉ này. Bình hoa trước chắc từ một công ty bán hoa khác. Người gửi trả tiền mặt và nhờ người mua hộ. Chỉ đề tên người gửi là N. Chắc người gửi dùm sơ ý."

Anne cám ơn và tắt điện thoại. Câu chuyện những bình hoa bí mật này còn rắc rối hơn nàng tưởng. Nhưng Anne quyết định không nói cho chị Hoài biết. Chị ấy biết thì chỉ lo âu thêm, chẳng ăn thua gì mà còn rắc rối. Tại sao ai đó lại làm như vậy để làm gì?

Chương 8

Lữ

Vừa mở cửa vào, Lữ nháy mắt tinh nghịch với Anne, miệng chúm môi huýt gió.

Hôm nay đúng là tốt ngày! Anne cười tít mắt và tạm quên chuyện bình hoa hồng thứ hai! Mấy cái anh chàng này dễ thương hết sức! Người như vầy tại sao phải đến đây?

"Chào người đẹp!"

Anne nháy mắt:

"Nữa! Mới đây cũng có người nói vậy!"

"Cùng câu nói nhưng phải tùy người nói mới được!"

Tiếng cười trong trẻo của Anne làm Lữ cũng cười theo. Cô bé này xinh nhưng hơi tròn trịa quá! Chàng gõ tay xuống bàn của Anne hỏi:

"Tôi vào được chưa?"

Anne đứng lên liếc mắt với Lữ:

"Anh chờ một chút, không lâu đâu!"

Anne gõ cửa phòng Hoài và vào trong.

"Chị có muốn để người bệnh đợi một lúc không?"

Anne vừa hỏi vừa thăm dò xem Hoài đã như thường chưa.

Hoài gật đầu hỏi:

Bóng tối

"Được, không sao."

Lữ không lên tiếng chào Hoài. Nàng cũng không nói gì. Hoài vẫn còn bị phân tâm vì bình hoa.

Lữ ngồi xuống đúng chiếc ghế của 2 tuần trước. Chàng ngồi ngửa người sau, hai chân xoạc ra thoải mái.

Hoài nhìn điệu bộ của Lữ và nghĩ thầm trong bụng. Không có ai giống anh chàng này!

"Bà có ngạc nhiên khi thấy tôi trở lại không?"

Hoài lắc đầu:

"Không! Tôi không ngạc nhiên!"

"Tại sao?"

"Bởi vì câu chuyện của ông chưa bắt đầu"

Lữ chắp hai bàn tay lại, hai ngón trỏ áp vào nhau và chỉ vào nàng:

"Đúng vậy!"

Hoài để ý hôm nay Lữ không đi giày ba-ta đỏ.

Làm như Lữ đọc được ý nghĩ của nàng:

"Đôi giày đỏ không còn hấp dẫn tôi nữa."

"Tốt! Ông đã tách biệt được giữa những thật và giả"

"Không phải giả hay thật. Tôi biết đâu là thật đâu là giả chứ. Tôi chỉ muốn thử. Biết rồi, thử rồi thì không thích nữa"

Hoài không nói gì. Thái độ của Lữ đã khác lần đầu tiên. Chuyện gì anh ta sẽ kể?

Vẫn không thấy Lữ nói gì, Hoài gợi ý:

"Vậy thì..?" Hoài bỏ lửng để cho Lữ tiếp vào. Anh ta thừa thông minh để biết Hoài muốn hỏi gì, mục đích của ngày hôm nay đến đây.

"Trước giờ tôi không nhầm lẫn giữa những nhân vật và tôi. Chỉ có lần này là tôi bị rắc rối.."

"Rắc rối là sao?"

"Nhân vật tôi tạo dựng lên quá hấp dẫn và thu hút tôi. Ngồi viết, tôi nhập vào nó và nó cũng nhập vào tôi. Càng ngày sự thu hút càng mạnh. Tôi không chỉ muốn đơn thuần hóa thân là nó trong tác phẩm của mình, trong những lúc miệt mài với những con chữ vì chưa đủ.."

Lữ đứng lên, lại gần bàn làm việc của Hoài và ngồi xuống chiếc ghế mà Hải Yến đã ngồi khi nãy.

Lữ ngồi và rồi nhìn Hoài. Cái nhìn của anh ta thật kỳ lạ. Nửa lạ lùng, nửa như mê muội. Hoài chưa từng thấy một ánh mắt nào như thế.. ở một con người! Hôm nay Lữ không cạo râu. Râu mọc lởm chởm suốt từ gần tóc mai bên này sang bên kia. Lữ có bộ râu quai nón đẹp nếu chịu cắt tỉa. Râu đen và nhiều, cả trên mép, ngần ấy thứ ở một khuôn mặt xương xương rất nam tính tạo cho Lữ một sự thu hút mạnh mẽ.

"Tôi muốn được sống như nó ở đời thực. Ăn, ngủ, nghỉ, làm việc, yêu, điên cuồng, buồn bã, cô đơn, hung bạo.. như nó"

"Đấy chỉ là ước muốn! Người ta có thể ước muốn biết bao nhiêu điều"

"Như tôi nói với bà, tôi bị lôi cuốn và tôi sợ rằng sẽ có lúc tôi đánh mất chính mình và trở thành nô lệ cho "nó".

"Như vậy ông vẫn chưa phân định được đâu là thật và đâu là giả"

Lữ hùng hổ cãi:

"Không! Tôi biết chứ!"

Bóng tối

Hoài lắc đầu:

"Ông biết mà không biết. Hay đó là một sự chọn lựa của chính ông? Xem phim ảnh, đọc sách, ta muốn được giống như nhân vật đó, muốn được có cuộc sống như vậy. Đó là chuyện bình thường. Bị ảnh hưởng vì những điều đó cũng bình thường thôi. Đừng xem ước muốn đó là một sự ám ảnh"

Lữ ngồi thẳng người lên:

"Đúng! Đó là một sự ám ảnh cho tôi! Tôi đi đâu, làm gì, rồi cũng muốn mau chóng trở về nhà để viết và sống với nó"

"Như chuyện đi giày đỏ giống nhân vật của ông - Hoài suýt nữa dùng tiếng "nó" mà nãy giờ Lữ cứ nhắc đến- rồi lúc nãy ông có nói là thử rồi mà không thấy hấp dẫn nữa. Vậy thì mọi chuyện thử khác cho giống nhân vật của ông cũng sẽ chẳng hấp dẫn gì. Ông phải nghĩ như vậy. Khi còn là một ước muốn thì hấp dẫn, nhưng khi được rồi thì cũng tầm thường thôi"

"Bà có chắc chắn như vậy không?"

Hoài gật đầu.

"Truyện ông viết gần xong chưa?"

"Tôi không muốn viết cho xong vì tôi đang được trải qua những cảm giác.."

"Cảm giác mạnh?"

Lữ gật đầu.

"Nhìn một phụ nữ kia ta có thể không đến gần được, nhưng trong tiểu thuyết tôi có thể làm bất cứ chuyện gì tôi muốn với một người phụ nữ tôi muốn"

Hoài nhếch mép cười khi nhìn Lữ:

"Tôi thấy ông có thừa khả năng chinh phục phái nữ mà không cần phải đi vào tiểu thuyết như một phương cách đạt được mục đích"

Lữ nhìn Hoài. Anh ta không biết Hoài nói thật hay ngạo?

Hoài thấy ngay phản ứng đó. Nàng nghiêm mặt xác định:

"Tôi nói thật như thế. Tôi ngạc nhiên là ông có vẻ thiếu tự tin. Dưới cái nhìn của tôi sau 2 lần ông đến đây, tôi thấy ông là người có bản lãnh. Đừng để mất bản lãnh và sự tự tin của mình vì nhân vật của ông"

Lữ có vẻ ngạc nhiên:

"Chưa có phụ nữ nào nói với tôi như vậy"

"Thật sao? Tôi ngạc nhiên. Ông có bạn gái mà?"

"Tôi có nhiều bạn gái, nhưng chỉ là qua đường, hoa lá cành cho vui"

"Tại sao vậy, ngoài chuyện ông sợ trách nhiệm như đã nói kỳ trước?"

"Sao bà không hỏi tôi, ai bỏ ai? Những người ấy bỏ tôi"

"Lý do?"

"Họ bảo tôi như người trên mây"

"Thiếu thực tế, không thể là chỗ dựa cho một người đàn bà?"

Lần này thì Lữ cười thoải mái:

"Đúng như vậy đó."

"Hay vì chưa phải là tình yêu?"

Lữ nhíu mày nhìn Hoài:

"Tình yêu ư? Tôi cũng có yêu chứ, nhưng có lẽ tôi yêu tôi nhiều hơn yêu họ "

Bóng tối

Hoài chợt hỏi Lữ:

"Nhân vật ông là người như thế nào? Cũng chỉ yêu mình không thôi ư?"

Lữ ngồi ngả người ra sau, lại xoạc chân tủm tỉm cười:

"Nhân vật của tôi ư? Dĩ nhiên là khác hẳn tôi. Bao giờ mình cũng tạo dựng một nhân vật với những cá tính.. mà mình không có. Tôi nghĩ ai cũng vậy cả. Nhân vật của tôi biết si mê điên cuồng, yêu dữ dội và cũng hung bạo ghê gớm khi bị chống đối."

"Ông bị thu hút vì sự khác biệt?"

Lữ gật đầu.

"Tôi thích sự mạnh mẽ và quyết liệt đó."

"Ông có thích phiêu lưu?"

"Tôi thích nhưng không dám"

"Nhưng nhân vật của ông thì không sợ gì cả?"

Lữ ngạc nhiên:

"Sao bà biết?"

"Tôi đoán!"

"Đúng vậy."

"Nhân vật ông có tình yêu vĩ đại?"

"Tại sao bà lại biết rõ như thế?"

"Bởi vì những điều ông nói làm tôi suy luận. Ông muốn có một tình yêu như thế?"

"Không chỉ tình yêu mà nhiều thứ khác trong con người đó"

"Chẳng hạn?"

"Tôi không thể nói cho bà nghe được. Nó không cho tôi nói"

"Người phụ nữ mà nhân vật ông yêu ra sao?"

"Học thức, bạo dạn, nhiều đam mê.. tôi cũng tạo nên một mẫu người đàn bà đặc biệt. Tôi thích sự đặc biệt, bất kể là xấu hay tốt"

"Phải có sự chọn lựa chứ?"

"Cũng có chứ. Tôi chọn người này một chút, người kia một chút. Chẳng hạn như lần đầu tiên đến đây tôi thấy bà có sự thu hút và cảm thông lạ thường .. Đó cũng là một điểm cho nhân vật của tôi"

Hoài nghĩ thầm anh chàng này đúng là cần đến đây!

"Nhân vật của ông có gây nên tội ác không?"

Lữ nhìn Hoài thật lâu mới trả lời. Lữ nhìn nàng không chớp mắt như muốn thôi miên:

"Tại sao bà hỏi như vậy? Nhưng bà có biết đó là lý do tôi đến đây."

Hoài yên lặng.

"Nó có thể làm bất cứ điều gì nó muốn. Không có gì có thể cản trở nó."

"Cho nhân vật của ông hồi tâm lại, đừng nghĩ đừng làm chuyện xấu. Thay đổi.. nó!"

"À, bây giờ bà đã dùng chữ "nó". Bà đã thấy là nó có thật chứ không phải tôi bịa. Nhưng tôi không muốn thay đổi nó. Tôi không muốn nó thành một kẻ tầm thường."

"Tầm thường nhưng tốt lành"

Lữ cười:

Bóng tối

"Thế thì có gì hấp dẫn đâu?"

"Sự xấu mới hấp dẫn sao?"

"Bà không biết thật sao?"

"Những hấp dẫn xấu xa không

lâu bền, chỉ như bèo bọt. Nhưng trở lại vấn đề của ông và lý do đến đây"

"Tôi sợ mình sẽ làm những chuyện điên rồ như nó"

"Trở lại với con người ông, trở lại cuộc sống thường nhật. Trả lại cho nhân vật của ông vào trong tiểu thuyết như tôi đã nói lúc trước. Cuộc phiêu lưu nào cũng đến lúc kết thúc"

Lữ lại cười:

"Tôi không muốn kết thúc bởi vì tôi đang được hưởng những giây phút hào hứng thú vị."

Hoài lắc đầu:

"Vậy thì ông không cần đến đây"

Lữ nhìn Hoài. Đôi mắt của anh ta như sục sạo và xoắn lấy Hoài nửa như thăm dò, nửa như thách thức.

Hoài cũng nhìn trả lại không rụt rè. Những người đến đây đều có điểm yếu nhưng không chịu nhận sự yếu đuối thầm kín của mình cho đến khi Hoài chỉ ra. Thông thường họ chối bỏ, không chấp nhận, hoặc nếu có công nhận thì cũng yếu ớt như sự yếu đuối của họ. Lữ không phải là người đầu tiên.

Cả hai nhìn nhau như hai con thú rình mò và trông chừng phân định xem kẻ nào phải chịu thua. Hoài ngồi lặng như một mặt hồ không gợn sóng trong ngày im gió. Lữ giấu sự tức giận trước sự điềm nhiên

102

lạnh lẽo của người cố vấn tâm lý. Những câu hỏi hiện lên trong đầu chàng về những lý do phải gặp bà Hoài.

Nếu chàng thực sự thích thú trong trò chơi tiểu thuyết của mình thì cần gì phải đến đây? Chàng có thực sự say mê trong thế giới đó hay không và không thể nào dứt bỏ? Người đàn bà trước mặt chàng có giúp ích gì được cho Lữ hay không? Chiều nay điều gì thôi thúc Lữ phải trở lại đây, ngồi trong căn phòng này? Chàng tin chắc bên trong sự bình lặng của Hoài là những diễu cợt về Lữ.

Giọng Lữ không dấu được sự tức giận:

"Bà nghĩ tại sao tôi phải đến đây?"

À, cái anh chàng này tai quái, luôn luôn hỏi ngược lại và đặt những vấn đề với mình. Chưa thấy người nào như thế!

"Tại sao ông không tự trả lời mà hỏi ngược lại tôi?"

"Nếu bà không trả lời được thì bà chẳng giúp gì được tôi"

Biết là Lữ khó chịu, Hoài nhỏ nhẹ hỏi:

"Ông có muốn tôi giúp ông không ? Điều đó mới quan trọng"

Lữ dịu xuống gật đầu.

"Vậy thì chúng ta có thể tiếp tục câu chuyện, câu chuyện của ông, một nhà văn"

"Bà có ý ngạo tôi khi nói tôi là nhà văn?"

"Không, ông nhầm đấy. Những người nghệ sĩ được tạo dựng nên một cách đặc biệt. Họ là một giống loài khác với người thường -ý tôi muốn nói người thường là những người không phải nghệ sĩ-. Những cảm nhận và rung động của họ nhậy bén hơn, mạnh mẽ dạt dào hơn. Họ sống gần với trái tim hơn. Họ nhìn thấy những góc cạnh, góc khuất của thiên nhiên, trời đất, con người, cuộc đời.. mà những người không phải là nghệ sĩ hầu như không thấy hay không để tâm. Tôi nghĩ ông phải hãnh diện với nghề nghiệp và tài năng của mình. Mà chẳng phải riêng mình ông, tôi nghĩ mỗi con người sống trên trái đất này đều có những hãnh diện riêng về thiên chức được đặt để của mình."

Người đàn bà trước mặt Lữ quả thật thu hút chàng. Không những thế lại là một con người thật chứ không phải như nhân vật của Lữ trong câu chuyện chàng đang viết. Chàng nhìn người phụ nữ trước mặt chăm chú. Từ ghế chàng ngồi đến chỗ bà ta khá gần. Lữ nhìn thấy rõ nốt ruồi ở dưới cằm của Hoài. Nắng chiều bên ngoài rọi những tia nắng vàng vọt ấm áp lên phần sau và đỉnh đầu mái tóc bà ta như đốt sáng mái tóc đen mà không biết mùi thơm sẽ ra sao nếu úp mặt vào hít thở. Tự dưng Lữ nuốt nước bọt trong một sự thèm muốn lạ lùng. Không, phải nói là ước muốn thì đúng hơn.

Châu Lan, một trong những nhân vật nữ trong câu chuyện của Lữ có lẽ cần phải có thêm nhiều nét của bà ta. Chiếc mũi của Châu Lan thanh quá. Phải cao, sắc cạnh như người đàn bà đây. Trong cuộc tình, Châu Lan kêu nho nhỏ như con mèo ươn ái muốn được che chở. Còn người cố vấn tâm lý này? Lữ đoán bà ta sẽ không ngăn chặn những tiếng kêu của khoái lạc hạnh phúc như đôi môi hơi phớt hồng của bà đang hé mở. Ở bà ta toát lên một sự mạnh mẽ nhưng cũng mỏng manh. Lữ nhìn thấy những đối chọi mâu thuẫn, nhưng hấp dẫn. Có lẽ Lữ phải dựng thêm một nhân vật nữ khác nữa.

Thấy Lữ có vẻ là lạ, Hoài hỏi:

"Tôi nói có đúng không?"

Lữ choàng tỉnh. Chàng không nghĩ là bà Hoài đọc được những ý nghĩ của mình.

".. À.. bà nói đúng.." Chàng nói cho qua chuyện mà không nhớ câu chuyện trước đó.

"Vậy thì sự lựa chọn của ông là điều quan trọng để giải quyết"

104

"Bà muốn tôi lựa chọn như thế nào?"

"Thử nghĩ viết câu chuyện đó một thời gian"

"Để xem tôi có dứt được nó và chủ động trong cuộc chơi hay không?"

Hoài gật đầu:

"Đúng thế! Đó là một khởi đầu cho sự chọn lựa của ông"

"Chấm dứt những thú vị vui hưởng"

"Tạm bỏ những niềm vui giả tạo đó và đi tìm niềm vui thật. Rồi ông sẽ thấy niềm vui thật hứng thú hơn nhiều"

"Chẳng hạn như.."

"Đi ăn, đi chơi với bạn bè, bạn gái, gia đình, tạo những niềm vui hỗ tương, không phải niềm vui một chiều"

Lữ nhìn Hoài, ánh mắt chàng chợt sáng lên thích thú:

"Tôi mời bà đi ăn tối"

Hoài bật cười vì nghĩ Lữ nói đùa.

Lữ thấy ngay và hiểu được nụ cười của Hoài:

"Tôi mời bà thật đấy. Nói chuyện với bà tôi rất thích. Bà là một phụ nữ đặc biệt và lôi cuốn. Tôi chưa gặp ai như vậy"

Hoài hơi đỏ mặt nhưng nàng trấn tĩnh ngay và nghiêm mặt:

"Tôi không bao giờ đi ăn với người lạ, nhất lại là.. bệnh nhân của tôi"

Lữ nói bừa và thấy thích thú khi chọc ghẹo được Hoài:

"Đi vài lần rồi sẽ không còn là người lạ. Vả lại bà cứ xem đây như là giờ chữa bệnh tâm lý cho tôi, có sao đâu? Thay vì ngồi trong căn phòng này nói chuyện, chúng ta vừa ăn ở một tiệm ăn vừa nói chuyện. Cũng thế thôi."

Hoài lắc đầu:

"Tôi không thể làm vậy được."

"Tại sao? Tôi đâu có làm gì sai đâu? Chuyện đi ăn thì có gì là sai trái?"

"Câu trả lời của tôi dứt khoát là không được nhé. Ông cứ đi ăn, đi chơi với bạn bè, rời khỏi bàn viết vài ngày coi ra sao rồi chúng ta nói chuyện tiếp"

Lữ có vẻ thất vọng:

"Bộ trông tôi chán lắm sao? Tôi ít khi bị phụ nữ từ chối"

Hoài trả lời:

"Không phải chuyện chán hay không chán. Nhưng tôi không thể nhận lời, rất tiếc"

Lữ thở dài:

" Tôi biết bà sẽ không nói lý do từ chối. Nhưng bà làm tôi hơi buồn. Không sao, để tôi nghe lời bà xem sao, nhưng chắc chắn là tôi không đi tìm bạn gái. Tôi không thấy hứng thú gì"

"Đi chơi xa?"

"Đi một mình ư? Chán ngắt!"

"Đi một nơi chưa bao giờ đến không chán đâu"

Lữ gục gặc cái đầu:

"Cũng được!"

"Đi chơi xa và lần tới kể cho tôi nghe"

"Bà không hỏi về nhân vật trong truyện tôi nữa à?"

"Tôi tưởng anh không muốn?" Hoài tỏ vẻ ngạc nhiên. Nàng cũng không để ý là mình đã đổi cách xưng hô từ "ông" ra "anh". Hoài nói tiếp:

"Tôi tưởng anh muốn dấu những nhân vật của anh trong bí mật?"

"Sẽ có lúc tôi kể hết cho bà nghe."

Lữ định nói "Tôi muốn thay đổi nhân vật nữ trong truyện cho hơi giống với bà" nhưng chàng không nói ra. Đó mới là bí mật! Nhưng Lữ không muốn nghĩ tiếp vì nếu không chàng lại bị lôi kéo và câu chuyện mình đang viết trong lúc Hoài khuyên là Lữ nên rời xa bản thảo, máy computer.. một thời gian.

Hoài cười. Nàng liếc nhìn đồng hồ. Đã quá giờ!

Lữ uể oải đứng dậy như chưa muốn chấm dứt buổi hôm nay ở đây.

Hoài hơi nhức đầu. Quá nhiều thứ bất ngờ trong ngày! Hải Yến, bình hoa rồi Lữ và mấy người bệnh nhân khác..

Nàng mong về nhà và không phải làm bếp. Chắc Hoài sẽ mua thức ăn về cho gia đình. Hôm nay đã là cuối tuần. Không có chương trình gì cho những ngày nghỉ. Nàng chỉ muốn thư giãn.

Lữ hỏi Hoài:

"Bao giờ tôi trở lại?"

"Ông đi chơi đi rồi lúc về gọi văn phòng cho cuộc hẹn kế tiếp"

"Nếu tôi chỉ đi 1, 2 ngày thì sao?"

"Một hai ngày rời xa tiểu thuyết của ông cũng còn quá ít và ngắn. Thử chừng 1 tuần hay mươi hôm coi thế nào"

"Trời! Tôi làm gì với cả tuần lễ? Tôi thành người.. mất việc!"

Bóng tối

Hoài phì cười:

"Kiếm việc gì khác làm. Bộ ông không có việc gì khác ngoài chuyện ngồi viết tiểu thuyết?"

Lữ lắc đầu thiểu não:

"Tôi chẳng biết làm gì"

"Xin lỗi, ông còn cha mẹ, anh chị em chứ?"

"Có, nhưng họ ở xa"

"Vậy thì đây là lúc tốt nhất đi thăm gia đình. Gia đình cũng vui mà ông cũng vui nữa"

Lữ lắc đầu:

"Ở nhà chẳng ai thích tôi làm những công việc như hiện tại. Họ không hiểu tôi và tôi nghĩ cũng chẳng ai thích thú gì khi gặp tôi"

"Nói vậy chứ, cha mẹ mong gặp con cái"

"Tôi là nỗi thất vọng của cha mẹ tôi"

"Đừng nghĩ như vậy! Còn không thì đi đến một nơi chưa bao giờ đi như tôi nói khi nãy. Sự mới lạ sẽ làm ông thích thú"

"Hy vọng thế. Bà không sợ tôi tìm quên vào rượu hay ma túy sao?"

Hoài nghiêm mặt đứng lên:

"Tại sao tôi phải sợ? Ông mới là người phải sợ cho chính mình, cho những chọn lựa của ông. Đừng vướng mắc vào những chuyện khó gỡ"

"Bà nói giống mẹ tôi! Ôi đàn bà, thể nào họ cũng giống nhau ở một điểm nào đó!!"

Hoài cười thầm trong bụng nhưng không muốn nói thêm. Nàng không muốn kéo dài buổi này thêm nữa. Hoài chìa tay để bắt tay từ giã Lữ.

Lữ bắt tay Hoài. Bàn tay bà ta nhỏ, ấm và mềm mại. Cái bắt tay không hời hợt nhưng cũng không mặn mà, một cái bắt tay từ giã chiếu lệ.

Ra đến ngoài, đến chỗ trả tiền, Lữ đưa thẻ tín dụng chẳng nói lời nào chỉ nhếch mép cười cười.

Anne nghiêng đầu làm dáng cười đon đả:

"Gặp anh kỳ tới. Chúc anh cuối tuần vui vẻ"

"Tôi cũng chúc cô như vậy"

Lữ lừng lững đi ra, mắt chàng hơi dừng lại ở mấy bình hoa.

Chàng phải đi đâu bây giờ?

Trời hơi lạnh. Lữ lật cổ áo vest, tay thọc vào túi quần jean, vai chàng hơi co lên. Giá mà có thể đi ăn tối được với bà Hoài! Lời mời của chàng tuy hơi sống sượng nhưng chân thật. Nói chuyện với bà ta là những thách đố đầy bất ngờ nhưng thích thú. Có lẽ người đàn bà này không phải là loại người dễ gây cho người khác sự nhàm chán.

Buổi chiều đã đi dần vào nhạt nhòa để chuyển dần sang tối. Những ánh đèn đường đã sáng. Chung quanh như thu hẹp lại.

Chương 9

Ngồi xem Tivi với Nguyên mà cái bình hoa đến lúc buổi chiều cứ lởn vởn trong đầu của nàng. Nhận bình hoa thứ hai là một quyết định sai lầm của nàng. Có bình hoa thứ hai thì sẽ có bình hoa thứ ba.. Một kẻ điên khùng nào đó đã gởi cho nàng, để làm gì? Hoài không muốn kể cho chồng mình nghe. Nguyên là người luôn nghĩ đến những điều kinh khủng sẽ xảy ra. Kể cho Nguyên không giúp ích gì được mà còn làm Hoài lo âu và sợ hãi thêm. Vả lại bình hoa thì làm gì được mình? Nguyên sẽ kêu lên là ngày này sang ngày khác, Hoài luôn luôn đối diện với những kẻ tâm thần hay bất thường, dễ ảnh hưởng. Làm sao được, đây là công việc mà nàng yêu thích! Những bệnh nhân của nàng là những người đáng thương hơn đáng trách.

Rồi Hoài lại nghĩ đến lời mời ăn tối bạo dạn của Lữ. Nàng chưa gặp một ai như thế trong đời. Nguyên, chồng nàng, chừng mực, nghiêm túc. Lữ.. thì khác hẳn! Nàng tự giật mình! Tại sao mình lại so sánh chồng mình và Lữ? Chỉ tại vì lời mời ăn tối và những lời khen ngợi của Lữ? Hay đấy là một sự thu hút khác thường từ người khác phái? Hoài không biết nhưng nàng tự bực mình với chính mình và những điều nảy lên trong đầu mà nàng cho là ngu xuẩn!

Bàn tay của Nguyên lùa vào trong tóc Hoài làm nàng như tỉnh thức. Nàng đưa tay lên tìm bàn tay của chồng bóp mạnh.

"Hôm nay bận không em? Anh thấy em mua đồ ăn?"

"Em lười nấu ăn! Thôi, đừng nói chuyện công việc!"

Nguyên ngạc nhiên:

"Anh tưởng em yêu thích công việc lắm?"

Hoài cười khỏa lấp:

"Yêu thích chứ sao, nhưng cũng có những lúc em thấy mệt mỏi và nhức đầu"

"Nhức đầu anh xoa bóp cho hết nhức đầu!" Nguyên cười.

Hoài cũng cười, ôm chồng:

"Đồ quỷ!"

"Quỷ gì mà quỷ! Anh là người chứ đâu phải quỷ. Tại đầu óc em tối mò như đêm 30"

Nàng nói nhỏ như thầm thì:

"Anh làm em hết nhức đầu.."

"Thật sao?"

"Thật! Anh à.. lâu lắm mình không ra ngòai ăn tối.. chỉ hai đứa mình"

"Rồi con mình bỏ đâu?"

"Ừ nhỉ.. !"

"Hôm nào con gái xin phép đi party thì em với anh đi ăn tối ở ngòai"

"Ừ.. được đấy.. Em nhớ những ngày.. chỉ có hai đứa mình"

Nguyên ôm lấy vợ như đồng tình. Chàng thấy hôm nay Hoài như Hoài của những ngày mới lấy nhau. Đàn bà thích lãng mạn!!

Chương 10

Lữ ngồi trước computer, những hàng chữ trước mặt chàng như những con kiến đang lúc nhúc bò. Chúng đang xây tổ. Bỗng dưng chàng bấm nút xóa hết chương vừa viết trong mấy ngày hôm nay. Sự tưởng tượng làm chàng ngột ngạt! Những điều chàng viết, xây dựng nên một câu chuyện, những hình ảnh chợt trở thành vô nghĩa!

Chàng đứng lên đi lấy nước uống. Ngồi một mình trong phòng khách vừa là phòng ngủ, Lữ thấy thế giới của mình nhỏ hẹp. Những sự tưởng tượng của chàng nay muốn thoát ra ngoài. Những khuôn mặt, cảm xúc, cảnh tượng trên những giòng chữ mà chàng vừa xóa trong computer như đang nhảy múa trước mặt Lữ. Những câu chuyện chàng viết để làm phim đã biến từ những con chữ lên thành người, người thật với những cảm xúc thật để mua vui người xem. Còn tiểu thuyết của Lữ? Tất cả những thứ trong câu chuyện của chàng dựng nên bị nhốt kín, chúng không thoát ra được! Mỗi ngày, Lữ thấy chúng đang muốn bứt phá ra.. thành người thật, chuyện thật!

Lữ toát mồ hôi! Ly nước lạnh không làm nhiệt độ trong người chàng giảm xuống! Chàng nhắm mắt lại.

Đoàn trong câu chuyện của Lữ là một người chụp ảnh chuyên nghiệp, không phải chụp hình thường mà là một nghệ sĩ tạo hình rồi chụp lại. Anh ta có những tinh tế và tỉ mỉ trong việc tạo dựng hình ảnh phối hợp với con người, một thứ stage photographer! Một khi đã dàn dựng cảnh và người xong rồi mới chụp. Vậy thì cảm xúc ở đâu? Lữ hỏi nhân vật Đoàn của mình như vậy? Đoàn không trả lời được! Và Đoàn đã thành Lữ, hay Lữ trở thành Đoàn? Trong đoạn Lữ viết vừa xóa bỏ, những vết máu trên giường là của ai, từ đâu? Một cái ảnh không chuyển chở được cả câu chuyện phải không nào? Đoàn đã muốn những vết máu ấy là thật, những giằng xé là thật. Điều này làm Lữ sợ hãi!

Người cố vấn tâm lý hình như đã khuyên Lữ nhưng chàng thấy những lời bà ta nói hời hợt quá so với những điều đang thôi thúc trong chàng. Lữ muốn sống nhiều cuộc đời hơn chỉ một cuộc đời.

Chàng lại ngồi xuống trước computer và bắt đầu viết lại.

Đêm đó Lữ viết quên ăn, quên ngủ. Không phải vì say mê hay hứng thú nhưng vì chuyến đi xa ngày mai như lời khuyên của bà Hoài. Chàng viết như sẽ không còn viết được nữa. Điều gì sẽ xảy ra cho Lữ sau 7 ngày đi xa rồi trở về? Chàng không muốn bỏ dở câu chuyện đang viết. Lữ là Lữ và nhân vật Đoàn là Đoàn. Nhưng quả thật Đoàn là một con người rất hấp dẫn. Những giòng chữ chàng viết trong đêm nay không chỉ là viết lại những phần đã delete nhưng là những phần mới, một nhân vật nữ mới toanh là Natalie.. Hoài! Chàng không thể chọn một cái tên nào khác. Làm như tên Hoài đã gắn chặt vào nhân vật mới này. Natalie Hoài trong câu chuyện của Lữ với những dáng vẻ chẳng khác gì bà Hoài trong đời thực.

Khi Lữ ngừng gõ trên computer, đồng hồ trên bàn chỉ 4 giờ sáng. Chàng có cảm tưởng như mình vừa qua những giây phút kéo dài của một sự sung mãn thăng hoa và tràn ngập hạnh phúc. Mệt mỏi nhưng thỏa mãn! Good sex cũng chỉ đến vậy! Lữ nhếch mép cười, bấm save rồi tắt máy!

Chàng vào giường với tay bấm đồng hồ báo thức để không trễ chuyến bay đi Hungary chiều nay. Tại sao lại chọn Đông Âu và Hungary? Lữ cũng chẳng biết tại sao. Cũng có thể mấy ngày trước tản bộ đi ngang một văn phòng du lịch. Tấm poster dán bên ngoài với những hình ảnh lạ mắt của vùng Đông Âu làm Lữ chú ý. Chỉ bắt đầu có thế! Book một chuyến du lịch tự túc, không kể đắt rẻ, không cần chọn lựa ngày tháng, điều này quá dễ! Phải dễ dàng, nhanh chóng, nếu không Lữ sẽ đổi ý! Có phải chàng đã nghe lời xúi bẩy của người

Bóng tối

cố vấn tâm lý hay thực sự trong lòng cũng muốn thay đổi không khí?
Chắc cả hai!

Giấc ngủ đến với Lữ êm. Chàng ngủ yên và say. Có lẽ lâu lắm rồi Lữ
mới có một giấc ngủ như thế.

Chương 11

Máy bay hạ cánh ở phi trường Budapest Ferenc Liszt International, Hungary. Đây là phi trường lớn nhất ở Hungary. Budapest là thủ phủ của xứ sở chưa đầy 10 triệu dân và được xem là một trong những thành phố đẹp nhất Châu Âu. Lữ cũng đã xem sơ qua về nơi mình đến để có một khái niệm tổng quát. Sau khi qua những thủ tục nhập cảnh, Lữ lững

thững kéo va-li nhỏ ra ngoài. Mùa Thu ở đây đến sớm hơn ở Mỹ và lạnh hơn. Lữ kéo cao cổ áo.

Chàng đã thuê nhà qua AirBnB của một cặp vợ chồng trẻ người Hungary. Đôi vợ chồng người Hung Gia Lợi này ra tận phi trường đón Lữ. Balas -tên người chồng- giới thiệu vợ mình là Etilka với Lữ. Balas với mái tóc nâu xoăn hơi dài. Hàm râu tuy đã được cạo sạch nhưng vẫn xanh um. Anh ta cũng không cao hơn Lữ là mấy. Cô vợ gầy nhưng xinh xắn với mái tóc vàng mà Lữ đoán là mầu tóc tự nhiên.

Họ nói tiếng Anh rất thông thạo làm Lữ thấy thoải mái ngay.

Balas thân thiện bắt chuyện:

"Lần đầu tiên tới đây?"

Lữ gật đầu:

"Lần đầu tiên!"

Chiếc xe Audi A3 màu đen của Balas đẹp, sạch sẽ. Trên đường về nhà, anh ta nói sơ về xứ sở của mình với vẻ hãnh diện và đầy tự hào.

Bóng tối

"Thủ đô của chúng tôi là sự kết hợp của 3 thành phố nhỏ Buda, Pest và Obuda. Đó là ba thành phố riêng biệt. Đến năm 1873, 3 thành phố này thống nhất thành một. Budapest do đó là nơi hội tụ của những nhà quý tộc cộng với tầng lớp lao động và thêm vào thị trấn cổ kính Obuda. Tôi nghĩ chắc anh phải là người yêu âm nhạc, nghệ thuật và kiến trúc nên mới chọn Budapest là điểm du lịch? Chắc chắn anh sẽ thấy Budapest khác hẳn với xứ Mỹ?"

Lữ cười cười đáp nhìn ra ngoài cửa kính xe:

"Khác nhiều lắm! Xứ sở các anh cổ kính hơn nhiều với bề dầy lịch sử lâu đời"

"Giá nhà ở đây rẻ bằng một nửa so với các thành phố du lịch ở Tây Âu"

Và như một hướng dẫn viên du lịch chuyên nghiệp, Balas còn giải thích thêm cho người lữ khách ngoại quốc:

"Đất nước này có đồng cỏ thiên nhiên lớn nhất Châu Âu. Ngoài ra còn có một hồ nước nóng có tác dụng chữa bệnh lớn thứ nhì trên thế giới, đó là hồ Héviz. Nếu anh ở lại đây lâu cũng nên ghé tới đó cho biết. Anh sẽ định đi những nơi nào?"

Hơi bất ngờ trước câu hỏi đó vì quả thật Lữ chỉ muốn làm một chuyến đi đến một nơi xa lạ, còn làm gì, đi đâu thì chưa tính. Nhưng con người của chàng vốn thích lang bạt khi có cơ hội.

"Tôi chưa biết nhưng có lẽ tôi sẽ đi thăm những nơi đặc biệt của Budapest sau cùng ở cuối chuyến đi"

Anh bạn Hungary có vẻ ngỡ ngàng:

"Sao vậy? Anh đang có mặt ở Budapest mà?"

"Tôi thích đi lang thang trước"

Balas và Etilka cùng bật cười trước câu trả lời của Lữ. Balas nói:

116

"Nếu vậy thì anh nên đi dọc theo sông Danube nổi tiếng. Vì cứ vài chục cây số anh sẽ lại gặp một thị trấn nhỏ. Điểm đặc biệt là mỗi một thị trấn đều mang một di sản riêng. Đất nước chúng tôi bị xâm chiếm và đô hộ bởi nhiều đế quốc nhưng các công trình kiến trúc không bị tàn phá bao nhiêu mà ngược lại còn có thêm những công trình kiến trúc do những quốc gia xâm lăng để lại."

"Ở đây phương tiện di chuyển công cộng nhiều lắm phải không?"

"Nhiều lắm và rất tiện dụng cho du khách. Anh có thể đi bằng tàu trên sông Danube để ngắm cảnh"

"Tôi không thích bị gò bó trên tàu"

"Vậy thì anh phải đi đường bộ, lái xe"

Lữ nhún vai:

"Vậy hơi khó, tôi đâu có bằng lái xe quốc tế"

Balas đề nghị:

"Tôi đưa anh đi nếu anh muốn"

Ngạc nhiên và đầy bất ngờ. Lữ hỏi lại:

"Không cản trở chuyện đi làm của anh sao?"

Etilka lên tiếng:

"Chồng tôi có thể xin nghỉ vài hôm, không có gì trở ngại"

"OK. Vậy thì tốt quá! Anh sẽ thành tour guide cho tôi. Hết bao nhiêu tôi trả"

Vợ chồng anh bạn trẻ cười vui vẻ nhận lời.

"Sao cũng được." Balas nói tiếp "Tôi chưa làm vậy bao giờ nên cũng không biết tính sao"

Bóng tối

"Mình cứ đi, rồi anh sẽ biết là tôi phải trả bao nhiêu. Đi một mình cũng buồn, nên có anh đi cùng là vui lắm đấy"

Balas cười:

"Coi như là mấy ngày nghỉ phép thường niên mà tôi còn được trả thêm tiền phụ trội"

"Anh nói bao nhiêu tôi trả như thế. Khách sạn, ăn uống tính vào tôi cả"

"Người Mỹ luôn luôn rộng rãi. Có phải vì đời sống bên Mỹ dễ sống hơn những nơi khác không?"

Lữ gật đầu:

"Có lẽ vậy, một cách tương đối"

"Anh thích di du lịch một mình sao?"

"Tôi chỉ có một mình. Độc thân"

Balas gật đầu ra điều thông cảm.

Từ phi trường về nhà Balas khoảng 45 phút. Ở đây có lẽ vì là thủ đô nên xe cộ khá đông đảo nhưng họa hoằn mới thấy xe lớn của những công ty hay xe chuyên chở. Lối ăn mặc của họ cũng khác hơn. Người đi bộ cũng nhiều. Nhưng không thấy vẻ tất bật vội vã như những thành phố lớn ở Mỹ.

Được một lúc, chiếc xe của Balas bắt đầu đi lên đồi vào những con đường nhỏ hơn. Cây cối hai bên đường lá xanh vàng đỏ chen nhau thật đẹp mắt. Nhà cửa nhỏ, một tầng, hai tầng cũng đủ cả nhưng kiến trúc hoàn toàn khác hẳn. Những căn nhà nhỏ nhưng có vẻ thân thiện. Chẳng nhà nào giống nhà nào.

Xe của Balas ngừng trước một căn nhà nhỏ lưng chừng đồi. Nhà có cổng gỗ, dây leo trơ cành và không có hoa chắc vì mùa thu. Bên hông có cổng khác. Balas xuống xe, mở cổng bên hông nhà.

Etilka nói với Lữ:

"Mình xuống đây vào cửa trước. Chồng tôi sẽ đưa xe vào garage bên cạnh nhà và sẽ mang va-li của anh vào sau".

Lữ gật đầu mỉm cười xuống xe và đi theo Etilka.

Cô ta mở chốt cổng, đi trước. Lữ theo sau. Từ cổng vào nhà qua một sân nhỏ có khoảnh vườn cỏ còn xanh và nhiều chậu cây. "Tổ ấm của cặp vợ chồng trẻ!", Lữ nghĩ thầm.

Cũng có hàng rào ngăn cách nhà này nhà kia nhưng hàng rào thấp như để cho có chứ không mang tính phân định hay ngăn cản sự xâm nhập. Có lẽ người dân ở đây thân thiện và dễ dãi chăng?

Bây giờ Lữ mới chú ý đến màu sơn của căn nhà cùng những khung cửa sổ. Mái nâu cũ kỹ nhưng những ô cửa sổ dài, hẹp có những đường viền bên ngoài trông cầu kỳ. Bên ngoài vừa gạch vừa sơn màu tươi sáng, nếu không muốn nói là vui nhộn.

Có lẽ đọc được những ý nghĩ của Lữ, Etilka cười vui vẻ nói:

"Trông giống nhà đồ chơi hả?"

Lữ bật cười:

"Đẹp chứ! Ngồ ngộ!"

"Thật sao?"

"Anh chị ở nhà này lâu chưa?"

"Chừng 2 năm, mua lại của một cặp vợ chồng già. Tụi này cũng mong rằng sẽ ở ngôi nhà này đến già như người chủ trước"

"Được chứ!"

"Làm sao biết được những thay đổi của tương lai?"

Bóng tối

Lữ nhún vai không nói gì.

Etilka mở cửa trước:

"Mời anh vào"

Phòng khách xinh xắn và ấm cúng. Thứ gì cũng nhỏ tí, như đồ chơi thật! Trần nhà cũng thấp, bàn ghế thứ gì cũng nhỏ hơn bên Mỹ một chút. Lữ có cảm tưởng người chàng cũng đang bị bé lại.

Etilka kéo tấm màn ren ở cửa sổ trước cho ánh nắng tràn vào vì hai ngọn đèn nhỏ hai bên ghế sofa không đủ sáng.

"Mời anh ngồi nghỉ đã rồi lên phòng. Đừng ngạc nhiên là cái gì cũng.. nhỏ bé hơn ở xứ anh"

"Tôi cũng chẳng to lớn gì!" Nói xong Lữ phá lên cười.

Etilka cười theo:

"Anh uống gì không? Chúng tôi có bia, nước trái cây và nước tinh khiết".

Lữ lắc đầu:

"Trên máy bay ăn uống nhiều quá rồi!"

Balas kéo va-li của Lữ vào hất hàm:

"Lên phòng nghỉ chứ?"

Lữ gật đầu:

"Anh để tôi xách va-li. Anh đi trước, tôi theo anh"

Balas gật đầu.

Mặc dù biết là căn nhà nhỏ nhưng không ngờ cầu thang lại hẹp như vậy, chỉ đủ một người to lớn hay 2 người ôm nhau thì được. Chiếc

120

cầu thang rên lên mỗi khi bước chân hai người đặt lên từng bậc gỗ đánh bóng.

Căn phòng dành cho Lữ ở cuối hành lang.

"Anh thích ở phòng này hay lên tầng nữa?" Balas vừa nói vừa cười với Lữ.

Lữ ngạc nhiên:

"Tôi tưởng nhà có hai tầng?"

"Còn một tầng trên sát mái, thấp lắm nhưng có người thích như vậy"

"Lên coi thử"

Ở căn phòng cuối hành lang có một cầu thang nhỏ khác. Lữ theo Balas lên cầu thang. Hai người phải cúi đầu cho khỏi đụng trần. Cầu thang ngắn dẫn lên căn gác trên cùng.

Balas mở cửa phòng. Lữ thích ngay mặc dù trần thấp.

"Tôi thích ở đây"

Balas cười:

"Nhiều người như anh vậy. Ở đây anh có một không gian riêng kín đáo".

Ở chính giữa căn phòng không phải cúi đầu nhưng những phần trải dài theo mái thì thấp. Sàn gỗ nâu bóng, sạch sẽ. Không có giường? À, có giường nhưng chân thấp chỉ gang tay. Những ghế ngồi chỉ là những nệm gối lớn màu sắc vui tươi đặt rải rác trên sàn gỗ. Có bàn viết thấp bằng giường, có nghĩa là muốn dùng bàn viết thì phải nằm xấp. Chiếc tivi nhỏ xíu trong góc.

"Chưa bao giờ có một căn phòng như thế này! Tôi thích lắm!"

Balas cười vui vẻ ngoắc tay:

Bóng tối

"Anh phải lại xem cái này!"

Ngay phần trên góc tường ở bên trái có 2 ô cửa sổ nhỏ xíu hình thù kỳ lạ.

"Tại sao cửa sổ có hình lạ thế?"

"Anh không thấy giống 2 con mắt sao? Đây là 2 con mắt của ngôi nhà đấy!"

Lữ bật cười vì thấy thật đúng như Balas nói.

Anh ta giải thích:

"Khi xây ngôi nhà, người ta làm phần mái chỗ này nhô lên hai chỗ, bên dưới làm cửa sổ nên cửa sổ phải làm theo đường vòng đó. Nhưng giống 2 con mắt phải không?"

Lữ gật đầu thích thú.

"Ở xứ anh cái gì cũng hay!"

Anh bạn Balas cười sung sướng trước lời khen ngợi đó. Balas dặn dò Lữ:

"Phòng này không có phòng tắm riêng. Anh phải dùng phòng dưới nhà"

"Được, không sao"

"Anh sẽ ở đây bao lâu?"

"Một ngày đi, một ngày về. Ở đây 5 ngày"

"Nếu anh muốn đi chơi luôn cũng được. Nhưng khi nãy anh nói là muốn đi thăm thủ đô sau cùng phải không?"

"Tôi thích căn phòng này quá. Muốn ngủ đêm 1 tối coi ra sao. Tôi đổi ý. Mình đi xa ngày mai."

122

"Sao cũng được. Đằng nào tôi cũng phải sắp xếp công việc đã"

"Xin nghỉ có dễ không?'

Balas gật đầu:

"Không thành vấn đề. Mình có thể đi chơi thủ đô hôm nay. Anh có bị buồn ngủ không? Nếu ngủ bây giờ thì khó quen giờ lắm"

"Nghỉ chừng 1 tiếng rồi mình đi được không?"

"Tốt lắm. Một tiếng nữa tôi sẽ lên gọi anh. Cần tắm rửa gì không? Để tôi chỉ anh phòng tắm bên dưới"

Balas chỉ dẫn mọi thứ rồi để mặc Lữ.

Để nguyên quần áo đi đường, Lữ nằm xuống sàn gỗ, dùng một trong những chiếc gối dưới sàn làm gối đầu. Chàng nghiêng người không muốn nhìn lên trần vì gần quá. Quả thật căn phòng này có một không gian riêng như lời Balas nói khi nãy. Không biết ai là người bài trí căn phòng này? Balas hay Etilka?

Có tiếng gõ cửa phòng. Lữ bật dậy ra mở cửa lòng thầm nghĩ: "Chưa tới 1 tiếng mà?".

Gương mặt thân thiện của Balas hiện ra ở ngoài cửa:

"Tôi quên không nói là nhà có computer và internet, anh có thể xử dụng bất cứ lúc nào nếu cần.

Vừa nghe đến"computer" là Lữ nổi da gà. Chàng đang muốn quên cơ mà!

Lữ lắc đầu:

"Cám ơn, nhưng không cần"

Balas cười giơ một ngón tay lên:

Bóng tối

"À, anh đâu muốn nghĩ đến công việc"

Lữ gật đầu và khép cửa phòng tự nhủ: "Muốn quên không phải dễ!"

Chàng chỉ mang đi vài bộ quần áo trong va-li nhỏ. Trước mặt chàng là những gì mới lạ, những con người mới, xứ sở lạ.. như thể chàng đang bước vào một thế giới khác. Mà thực sự là như vậy còn gì? Nếu như Balas và vợ anh ta không nói được tiếng Anh, và dĩ nhiên không nói tiếng Việt thì quả thật Lữ như đang ở trong một giấc mộng!

Chàng nhìn ngắm căn phòng. Trên vách có duy nhất một bức tranh. Lữ bò lại gần thay vì đứng lên và phải cúi đầu vì bức tranh treo gần sát mặt sàn.

Bức tranh vẽ hình thiếu nữ ngồi vắt chân, bên cạnh có hồ cá. Gương mặt người thiếu nữ không rõ lắm. Mái tóc cột sau lưng và không có nụ cười. Tổng thể bức tranh có nhiều tông màu cam đỏ, chút màu xanh lục ở chiếc áo người thiếu nữ. Da của cô ta cũng có màu cam. Người thiếu nữ mặc quần ngắn lộ đôi chân trần, nhưng cô ta không nổi bật trong bức tranh. Làm như cô ta chìm đi lẫn vào những màu cam đỏ xung quanh. Điểm làm Lữ chú ý là hồ cá bên cạnh chỗ cô ta ngồi. Hồ cá nhỏ có mỗi một con cá đang bơi trong hồ. Nhưng ánh nắng bên ngoài trong bức tranh rọi ngay vào hồ cá một vệt sáng, xuyên qua con cá. Trên chốc hồ cá có bình hoa cắm độc nhất một bông hoa hồng màu xanh dương. Vệt sáng bên ngoài cũng rọi qua bình hoa làm sáng rỡ ở phần bình hoa và con cá lội trong hồ. Cái vệt sáng lung linh làm rộn lên niềm vui khi nhìn vào bức tranh. Người thiếu nữ trong tranh có thấy vui như Lữ đang nhìn thấy niềm vui từ đó?

Chàng lại nhìn 2 con mắt của căn nhà. Chắc chỉ có căn nhà này có đôi mắt lạ lùng đó mà thôi!

Lữ nằm nghỉ và lơ mơ trong khung cảnh mới lạ.

Một lúc sau, Balas gõ cửa. Lữ ngồi dậy, lấy điện thoại và ví nhét vào túi.

"Vào đi!"

Balas hỏi Lữ:

"Anh nên mang theo áo khoác ngoài vì mình sẽ đi đến tối mới về. Tối trời lạnh."

"OK"

"Anh muốn đi đâu?"

Lữ cười đáp:

"Sao anh hỏi tôi? Anh là hướng dẫn viên mà. Anh soạn chương trình, lộ trình, tôi đi theo. Tôi lười suy tính lắm"

Xuống đến nhà, Balas ôm hôn vợ nói:

"Tụi anh sẽ đi đến khuya mới về. Đừng đợi"

Etilka cười, gật đầu.

Balas vừa lái xe vừa nói về nơi đây:

"Như tôi đã nói khi nãy thủ đô Budapest là sự kết hợp của 3 thành phố nhỏ Buda, Pest và Obuda. Buda bên phía tây là vùng đất cao nguyên, nhiều đồi núi, thành quách và cung điện của nhiều nhà vua ngày xưa. Bên Buda có những địa điểm thăm viếng như Fisherman' Bastion, Thánh đường Matthias, nhà thờ St. Michael, viện bảo tàng, tượng đài, nhà tắm nổi tiếng Gellert.."

Bên phía đông của giòng sông Danube là vùng bình nguyên thành phố Pest với nhiều kiến trúc cổ thời Trung cổ. Bên Pest có những chỗ mình có thể đến như tòa nhà Quốc hội, quảng trường tượng đài Kossuth, nhiều thứ lắm anh muốn đi xem đâu?"

"Anh lái xe đi ngang đi, chỗ nào thích thì mình xuống xem"

Vừa lái xe, Balas vừa chỉ và giải thích:

Bóng tối

"Anh có biết là Budapest là nơi có nhiều di sản văn hóa thế giới được Unesco công nhận không?"

Coi bộ anh chàng này hãnh diện về quê hương của mình quá, Lữ nghĩ thầm.

"Đây là đại lộ Andrassy nơi mà mấy nhà làm phim Holywood thường chọn quay những cảnh đầu tiên về châu Âu"

Đến đoạn cuối của đại lộ Andrassy, Balas giải thích tiếp:

"Chỗ này là quảng trường Anh Hùng nằm giữa hai tòa nhà văn hóa là Art Gallery và Museum of Fine Arts. Anh thấy nhiều tượng ở quảng trường này không? Toàn là tượng danh nhân lịch sử của xứ sở Hungary cả.

Buda và Pest nối nhau bằng 7 cây cầu bắc qua sông Danube. Nổi tiếng nhất là cầu Sư Tử, là biểu tượng của Budapest. Hai thành phố này còn nối nhau bằng tuyến tàu chạy ngầm dưới đất, nằm dưới đại lộ Andrassy."

Lữ vừa ngắm cảnh vừa nghe Balas giảng giải. Chàng chẳng nhớ bao nhiêu nhưng có cảm giác thoải mái và an bình. Chàng buột miệng hỏi Balas:

"Điểm độc đáo nhất của Budapest là gì?"

Balas cười thích thú:

"Budapest vô địch trên thế giới về số lượng phòng tắm nước khoáng. Vì vậy Budapest được gọi là Thành phố suối nước nóng. Chúng tôi có câu nói: "Nếu bạn chưa từng ngâm mình ở một trong những suối nước nóng ở đây thì coi như bạn chưa từng đến Budapest". Budapest có hơn 100 suối nước nóng nếu tôi nhớ đúng. Hầu như tất cả các khách sạn bình dân hay sang trọng đều có những spa với nước nóng đó. Có điều đặc biệt nhất là dân địa phương có thú vui vừa chơi cờ vừa ngâm mình trong nước nóng để bồi bổ sức khỏe"

126

"Anh và vợ anh có làm như vậy không?" Lữ vừa cười vừa hỏi.

Balas phá lên cười:

"Không!"

"Vậy thì tôi cũng đâu có đến đó tắm làm gì?"

Cả hai cùng cười to.

Balas đề nghị:

"Mình đi bộ đi! Một lát rồi đi ăn những món ăn đặc biệt ở đây, anh nghĩ sao?"

"OK! Tôi ngồi trên máy bay lâu quá rồi, cũng nên đi cho giãn gân cốt"

"Từ chỗ đậu xe rồi đi bộ xa nhiều à!"

"Không sao!"

Balas đưa Lữ đi nhiều nơi mà du khách nào đến Budapest cũng không thể bỏ qua. Đến chiều nhiệt độ xuống thấp đột ngột. Lữ thấy lời khuyên của Balas có lý.

Khi đi ngang nhà hát hài kịch Vigszinhaz ở ngay trung tâm Budapest, Lữ chú ý đến những áo lạnh treo hàng loạt ở một góc. Những chiếc áo có vẻ cũ, không phải là áo mới và đẹp gì. Chàng ngạc nhiên hỏi Balas:

"Người ta bán áo cũ à? Sao lại treo ở đây?"

Balas lắc đầu:

"Anh thấy cái bảng treo ngay đó không? Hàng chữ đó viết: "Nếu bạn lạnh, hãy lấy một chiếc áo. Nếu bạn không muốn những người khác bị lạnh thì hãy treo một chiếc áo ở đây".

"Ai làm chuyện này?"

Bóng tối

"Anh đến đây là mùa thu nên chưa thấy cái lạnh của xứ này trong mùa đông. Trời lạnh giá lắm, những người vô gia cư bị ảnh hưởng nhiều nhất, họ sống dưới gầm cầu hay trong những cái lều ở những khu rừng gần thành phố. Có một anh chàng trẻ tuổi kia tên là Gerloczy Zsigmond đã khởi xướng phong trào Szabadfogas có nghĩa là Mắc Áo Tự Do. Anh ta kêu gọi trên mạng xã hội đề nghị mọi người ở bất cứ nơi nào, trong bất cứ môi trường nào, nếu có áo lạnh không dùng đến, hãy mang tới một địa điểm công cộng có nhiều người qua lại và để đó kèm theo dòng chữ khuyến khích rủ thêm nhiều người tham gia để không một ai bị lạnh."

Lữ gật gù:

"Hay! Hay quá! Rồi có được hưởng ứng mạnh không?"

"Mạnh lắm! Anh có biết không, chưa tới 1 tuần lễ mà trên toàn quốc nước Hungary của chúng tôi đã có trên 100 thành phố, ngay cả ở những làng mạc xa xôi đều hưởng ứng phong trào này. Ngay tại Budapest không thôi mà có tới hơn 40 địa điểm để mắc áo tự do. Ai ai cũng hưởng ứng và thấy có lý quá. Người ta đem tới đủ thứ quần áo, nhiều đồ còn tốt mới mặc. Sau câu chuyện này nhờ vậy nhiều người còn mang thức ăn đến cho những người nghèo, thiếu thốn nữa"

"Cậu thanh niên đó cần được tuyên dương!"

Balas nói ngay:

"Anh ta đâu cần được tuyên dương hay khen thưởng gì. Sự hưởng ứng là phần thưởng rồi còn gì nữa. Nhưng mà anh không thể tưởng tượng được là chỉ mấy ngày sau khi Gerloczy Zsigmond khởi xướng và kêu gọi phong trào Mắc Áo Tự Do, phong trào này đã lan sang các nước Châu Âu với tốc độ nhanh chóng không thể ngờ nổi!"

"Hay thật!" Lữ nói với vẻ ngưỡng mộ. "Một hành động giản dị mà lại gây nên sóng lớn như vậy!"

Balas nói tiếp với vẻ tự hào về con người và xứ sở mình:

"Anh có thấy một Châu Âu đang phải đối diện với bao thách thức và khó khăn trong một thế giới đầy bạo lực và chia rẽ thì hành động của anh ta đã khơi dậy tình thương và sự cảm thông chia sẻ với người khác đã nhóm lên một ngọn lửa để gắn kết con người với con người không?"

Balas càng nói càng hăng say nói tiếp:

"Tôi nghĩ con người cần phải được đánh thức để trở về với tình đồng loại thay vì chém giết nhau, anh có đồng ý như vậy không?"

"Đấy chỉ là trên nguyên tắc còn thực tế không phải vậy. Cần có nhiều người với những hành động như vậy nữa để thay đổi"

Ngay lúc đó Lữ thấy mình chỉ nói hùa theo sự hăng say của Balas nhưng trong lòng chàng ngổn ngang những nghi ky. Tự dưng chàng thấy mình nhỏ mọn và con người mình càng vô nghĩa hơn! Lữ thấy mình bị buộc chặt vào con người của chính mình và cứ quẩn quanh với mình, với.. những con người khác trong tác phẩm của Lữ. Con mắt chàng dường như mở ra cho thấy những thứ bên ngoài mình, những thứ làm nên cuộc đời!

Balas chợt hỏi Lữ:

"Anh làm gì ở Mỹ?"

Lữ như sực tỉnh:

"Tôi.. làm nhiều thứ.."

"Chẳng hạn như?"

"Tôi viết truyện phim.. viết.. tiểu thuyết"

Balas mở to mắt nhìn Lữ với vẻ thích thú:

"Thật à? Hay quá nhỉ?"

Bóng tối

Lữ nhếch mép cười không nói gì. Ai nghe chàng nói đến công việc mình cũng bảo hay quá.. ngay cả bà Hoài! Chàng hỏi lại Balas:

"Tại sao anh bảo là hay?"

"Bởi vì công việc đó không phải ai làm cũng được. Có những nghề, anh học rồi anh làm. Nhưng có những nghề ngoài chuyện học hỏi còn đòi hỏi thêm thiên phú"

Lữ cười không biết phải trả lời thế nào.

Balas có vẻ ngạc nhiên:

"Không đúng sao?"

"Đúng mà cũng không đúng. Mỗi người có một công việc khác nhau theo khả năng của mình. Tốt nhất là anh có khả năng và thích công việc mình làm"

"Đúng! Nhưng không phải ai cũng được như vậy hay yêu công việc mình làm, đúng không? Hay làm chỉ vì lo kiếm sống!"

Lữ hỏi lại Balas:

"Anh làm gì?"

"Tôi làm về điện toán. Mọi sự trong công việc của tôi thuần túy là máy móc, nên những gì có tính nhân văn thì tôi thích lắm. Tôi thích đọc sách, mê phim ảnh nhưng không có tài về những thứ đó"

"Tôi thấy anh có tài kể chuyện. Từ lúc gặp anh đến giờ, anh kể cho tôi rất nhiều câu chuyện lý thú. Anh có thể là nhà văn được. Cứ thử xem!"

Balas cười có vẻ ngượng nghịu nhưng không dấu được sự thích thú.

"Anh đói chưa, chúng ta đi ăn?"

"Ăn được rồi đấy. Cho tôi ăn những gì là thuần túy của xứ anh để tôi có thể kể lại khi về Mỹ"

"Ở quận 6 và 7 bên bờ đông sông Danube là nơi tập trung nhiều quán bar và hàng ăn. Đủ thứ loại. Nhưng ở khu vực quảng trường Main Square là nơi có món súp cá cay mà chúng tôi thích nhất. Đây là món đặc biệt không đâu có. Anh có ăn cay được không?"

"Tôi thích đồ cay. Mình đến đó đi!"

Món súp truyền thống của Hungary ngon thật! Họ dọn món súp trong một cái tô bằng sắt có quai như cái nồi. Nước súp sền sệt có màu đỏ nâu nâu, khoanh cá cũng cùng màu. Bên trên còn để mấy trái ớt đỏ và rau gì xanh xanh như rau ngò. Vừa ăn vừa.. cay, nhưng Lữ thấy ngon! Chàng ăn ngon miệng.

Cả hai vừa ăn, vừa uống bia nội địa của Hungary vừa nói chuyện. Họ nói đủ thứ chuyện. Balas tò mò nhiều thứ về Mỹ và truyền thống và văn hóa Mỹ. Khi trở lại câu chuyện về Hungary, Lữ lại nhớ đến mắc áo tự do. Mà có lẽ chàng sẽ nhớ đến câu chuyện này hoài.

Lữ nói:

"Tôi sẽ kể về câu chuyện Mắc Áo Tự Do cho bạn bè của tôi ở Mỹ nghe. Mà anh có thấy chiếc mắc áo như đôi bờ vai của một người. Chiếc áo được lấy ra khỏi mắc áo như một người cởi bỏ mình và đem cho đi. Chuyện chịu bước ra khỏi mình đã khó mà còn đem cho đi càng khó hơn!"

"Càng nghĩ sâu sắc như anh càng thấy khó. Giản dị hóa sẽ dễ lắm! Anh là nhà văn có khác!" Nói xong Balas nhe răng cười.

Người bạn Hungary nói đúng thật, Lữ nghĩ thầm rồi cũng cười theo.

"Anh thích những chuyện như vậy thì tôi sẽ đưa anh đến một nơi cũng khá đặc biệt"

"OK, mình đi!"

Lữ dành chuyện trả tiền. Sau bữa ăn và những câu chuyện trao đổi, Lữ và Balas gần gũi nhau hơn.

Bóng tối

Balas và Lữ đi về phía sông Danube, con sông nổi tiếng chảy qua nhiều quốc gia.

Đến một quãng, Balas giải thích trước khi Lữ hỏi:

"Anh nhìn thấy những đôi giầy cũ trên bờ sông kia không?"

Theo tay của Balas chỉ, Lữ nhìn thấy một lô những chiếc giầy cũ của đàn ông, đàn bà, đủ cả nằm ngổn ngang bên bờ sông. Rải rác có những bó hoa, cành hoa nằm bên cạnh như rác rưởi.

"Có, có thấy!"

"Một dấu ấn lịch sử còn lưu lại! Không phải là một vết tích đẹp của lịch sử nhưng là một trong những vết nhơ, nhưng như anh biết lịch sử là lịch sử! Có tất cả khoảng 60 đôi giày. Đây là nơi vào năm 1944, những tên phát xít Arrow Cross là nhóm dân tộc cực đoan thời Đệ Nhị Thế Chiến đã bắn một nhóm người Do Thái ở đây và ném xác những nạn nhân xuống sông. Những hoa cùng nến trong mỗi chiếc giầy là của những người sau này đến đây thấy xúc động và đặt hoa như một hoài niệm".

Những thứ tưởng là rác rưởi mà không ngờ lại có một lịch sử bi thảm đến thế, Lữ nghĩ thầm. Xứ sở này còn lưu lại nhiều dấu tích của quá khứ! Chàng thấy ngậm ngùi.

"Đây là những đôi giày của nạn nhân?"

"Ồ không, anh nhìn kỹ lại đi, đây là những đôi giày giả bằng sắt được đóng xuống đất bởi một ý tưởng của đạo diễn phim ảnh là Can Togay cùng với điêu khắc gia tên gì tôi quên mất rồi để vinh danh những nạn nhân bị giết trong Đệ Nhị Thế Chiến như tôi kể hồi nãy. Những nạn nhân bị buộc phải cởi giày để lại trên bờ. Thời đó khoảng 3,500 nạn nhân bị giết ở đây, 800 người là người Do Thái. Có bảng đồng để rõ kìa!"

Lữ không nói gì. Lữ cũng không muốn đọc những gì ghi trên bảng đồng vì Balas đã kể hết rồi. Cả Balas cũng vậy. Cả hai người đứng bên bờ sông Danube khi chiều xuống. Ánh nắng chiều của mùa thu vàng và nhẹ lướt trên sông như mơn trớn những nỗi đau thầm kín của một giai đoạn lịch sử u tối của thế giới.

Chuyến đi này đối với Lữ đã làm chàng thay đổi ở một khía cạnh nào đó. Có lẽ bà Hoài có lý!

Cả hai đứng bên bờ sông khá lâu nhìn hoàng hôn xuống. Mỗi người theo đuổi những ý nghĩ riêng của mình.

Khi quay đi, mắt Lữ chợt dừng lại ở cành hoa hồng đỏ nay với ráng chiều đã đổi sang mầu nâu nâu đỏ mà ai đó bỏ lại bên chiếc giầy bằng sắt màu đen. Vài cánh hoa rơi nằm gần đó. Như bị điện giật, Lữ vội vàng quay đi không dám nhìn nữa! Những cánh hoa làm Lữ nhớ đến tiểu thuyết dở dang của mình! Mới có xa rời tiểu thuyết của mình chưa được bao lâu, Lữ nghĩ thầm!

Tiếng Balas nói làm Lữ giật mình:

"Đi về nhé rồi mai còn đi xa!"

Lữ gật đầu, mau chóng theo chân anh bạn Hungary.

Trên đường đi bộ về lấy xe, hai người không nói chuyện với nhau mấy, không hiểu vì cảnh quan buồn thảm vừa qua hay vì cũng mệt nhoài.

Bóng tối

Chương 12

Đêm đó ngủ trong căn phòng lạ với cửa sổ có hai con mắt nhưng Lữ ngủ say có lẽ vì mệt. Đến sáng chàng thức giấc vì mùi cà phê và có lẽ là bánh thơm phức ở dưới nhà. Lữ dậy, xuống nhà tìm phòng vệ sinh cho khách. Nước mát làm chàng tỉnh táo.

Thay quần áo xong, Lữ xuống nhà dưới. Vừa ra khỏi cầu thang đã nghe Balas gọi:

"Vào đây ăn sáng đã!"

Etilka tỏ ra là một nội trợ đảm đang. Cô ta đã cho Lữ một bữa ăn sáng với bánh mì đặc biệt của nơi đây. Lữ ăn ngon miệng và khen rối rít.

Ăn xong, Blas dặn Lữ:

"Anh mang hết đồ đi vì mình sẽ đi vài ngày. Có cần mua thêm gì không?'

Lữ lắc đầu:

"Tôi chỉ có vài bộ quần áo và điện thoại"

"Thiếu thứ gì mình có thể mua dọc đường. Bất cứ khi nào anh chán muốn quay về thì mình về"

"Chưa đi làm sao biết là chán? Sợ anh chán tôi và muốn mau mau về với vợ anh thì có!"

Mọi người đều bật cười. Balas ôm hôn vợ khá lâu. Lữ quay đi. Đây không phải là những nụ hôn trong phim ảnh mà là đời thường! Đời thường lay chúng ta bằng những đụng chạm nhẹ mà râm ran!

Từ Budapest, men theo sông Danube, ngược về phía biên giới với Slovakia, Balas muốn đưa anh bạn du khách Mỹ này làm một cuộc hành trình lịch sử.

Xa nhất, nằm ở vị trí sông Danube bắt đầu mang tên Duna và chảy vào đất Hungary là Esztergom, cố đô của Hungary. Đây là nơi đăng quang của Istvan Đệ nhất, người sáng lập ra Hugary. Esztergom là thủ đô đầu tiên của xứ sở này. Balas chọn đường nhỏ đi ngang những cánh đồng và rừng.

Gió ban mai se lạnh, cảnh vật hai bên an bình. Cách Budapest chừng 20 cây số là Szentendre. Balas ngừng xe ở đây. Anh ta nói với Lữ:

"Dừng chân ở đây một lúc đi. Thành phố này còn giữ những nét cổ xưa lắm, rồi anh sẽ thấy"

Rất nhiều đường xá ở thành phố này vẫn là những con đường đá gồ ghề từ bao nhiêu năm qua. Những con dốc thoai thoải trải đá, hai bên nhà cửa thâm thấp nhỏ bé như đi về vùng quê. Không thể tìm thấy những chộn rộn trong đời sống ở đây. Làm như tất cả mọi người đều sống chậm lại để nghỉ ngơi.

Vào đến một khu mới hơn có hàng quán, nhưng những con đường nhỏ cũng lát đá cổ xưa. Có nhiều nhà hai tầng, trước cửa để những chậu hoa. Có quãng lại treo dù nhiều mầu trên cao như vòm mái rất bắt mắt và ngộ nghĩnh.

Lang thang một lúc rồi lại lên xe tiếp tục cuộc hành trình.

Balas đưa Lữ đến những nơi "Phải đến" ở đây cho biết. Chiều, cả hai bỏ đường rừng, lái xe men theo sông đến Visegrad vào một tiệm ăn ven sông ăn tối.

Balas vui vẻ nói:

Bóng tối

"Anh phải nếm thử món gà ở đây. Chúng tôi gọi là gà đồi. Tiệm ăn này rất nổi tiếng"

"Tại sao lại gọi là gà đồi?"

"Chính phủ chúng tôi có chính sách bán công trái lấy thẻ cư trú cho người ngoại quốc. Tôi không nhớ đích xác là bao nhiêu nhưng hàng chục ngàn người Tàu và người Việt Nam đã định cư ở đây vì luật đó. Xin lỗi anh nhé.. gốc của anh là.. người Tàu hay người Việt?"

Lữ cười đáp:

"Gốc của tôi là người Việt Nam"

"Tôi không phân biệt được. Xin lỗi anh, tôi thấy hai giống người này rất giống nhau! Nhưng trở lại với câu chuyện gà đồi. Khi có một lô người Á Châu này đến đây định cư thì nghe đâu nông dân Hung biết là những người Á đông này thích ăn thịt gà thả rông nên họ mua về nuôi trong vườn, cho ăn ngũ cốc rồi bán cho những người Á đông này. Từ đó có món gà đồi ngon tuyệt!"

Lữ cười cười chẳng nói gì. Xem ra thứ gì của xứ sở Balas cũng hay cả theo ý anh ta! Chàng định kể cho Balas nghe là ở Mỹ, người Việt Nam gọi giống gà này là gà đi bộ chứ không phải gà đồi, nhưng rồi lại thôi.

Balas cười nói tiếp:

"Anh không thể tưởng tượng số gà vịt được nuôi đông hơn dân cư ở đây"

Lần này thì Lữ cười to!

Trong bữa ăn tối, món gà đồi mà Balas giới thiệu cũng không có gì xuất sắc nhưng Lữ cứ phải khen cho anh bạn thích.

Chính Lữ cũng ngạc nhiên cho chính mình khi có thể thân thiện và cởi mở với Balas như vậy. Hay chỉ bởi vì đây là một người mà chàng

136

chỉ gặp một lần trong cuộc đời và có lẽ không bao giờ có cơ hội gặp lại.

"Muốn ở lại đây 2 ngày không?"

"Tại sao 2 ngày?"

"Ở thành phố này có những quán rượu nho nhỏ mà các họa sĩ và giới văn nghệ tụ tập rất đông"

Balas chỉ nói có thế. Lữ ngạc nhiên hỏi lại:

"Rồi sao?"

"Mấy anh họa sĩ mang giá vẽ vào trong quán vừa uống rượu vừa vẽ. Thành phố này là thiên đường của mấy anh họa sĩ"

"Họa sĩ thật hay giả?"

Đến phiên Balas cười ngất:

"Thật chứ. Nhưng anh có thể mua giá vẽ và sơn đến đó vẽ lung tung mà chẳng ai cần biết vì một hồi thì toàn người say cả"

"Tôi không biết vẽ nhưng tôi cũng muốn thử cảm giác ở một trong những cái quán như vậy"

"Anh cứ vẽ, có ai cấm đâu. Khi về lại Mỹ nếu anh không muốn mang theo về nhà thì anh có thể để lại trong căn phòng anh ở trong nhà tôi như một kỷ niệm"

Lữ gật gù:

"Nhưng mua mấy đồ đó ở đâu?"

"Họ bán ngay bên ngoài cho du khách"

"À ra thế!"

Bóng tối

"Ngày hôm sau đi chơi tiếp và nếu anh muốn, mình có thể cắm lều ven sông ngủ qua đêm ngắm trăng sao. Tôi bảo đảm chưa có du khách nào qua những trải nghiệm như thế"

"Tôi thích những ý kiến đó của anh. OK mình làm như vậy đi"

*

Đêm đó trong một quán rượu nhỏ, Lữ đã uống thử rượu vang trắng Tokaji. Balas giới thiệu đây là loại rượu vang dành cho giới quý tộc thời xưa. Vua Louis thứ 14 của Pháp đã phong cho Tokaji là vương tửu. Trong cái hỗn độn của quán rượu, Lữ cũng đã thử vẽ lung tung trên một giá vẽ mua trước đó. Nhưng điều chàng không ngờ đến là Lữ đã vẽ trong cơn say mơ màng những cánh hoa hồng đỏ xấu xí bị dập vùi. Hành động của Lữ ra khỏi tầm kiểm soát bản thân.

Balas hỏi Lữ:

"Tại sao lại vẽ những cánh hoa này? Sao không vẽ hoa tươi đẹp mà lại vẽ hoa héo tàn?"

Lữ hoảng hốt như người bị bắt quả tang đang làm một việc xấu. Chàng luống cuống chống chế:

"Tại tôi không biết vẽ!"

Nhưng trong thâm tâm Lữ biết mình đã không quên được tác phẩm của mình và những cánh hoa này đã theo chân Lữ sang tận đất Hungary!

Chàng nói tiếp:

"Tôi vẽ xấu quá, chỉ có vất đi thôi, đừng mang về làm gì"

Balas không nghe:

"Không, bức tranh này có một chỗ đứng riêng của nó. Nhìn nó tôi sẽ nhớ đến anh như một người bạn"

138

Lữ gật đầu:

"Chúng ta là bạn!"

Ra khỏi quán rượu, trời đã khuya. Lữ cầm theo bức tranh vẽ lần đầu tiên trong đời. Cơn say vẫn còn vương vất đâu đây, Lữ không thấy lạnh. Balas nghêu ngao hát những bài ca bằng ngôn ngữ của anh ta. Giọng Balas hơi trầm, có những nốt nhạc xuống thấp nghe đục. Lữ không hiểu ca từ của bài nhạc nhưng nghe không mấy vui. Bức tranh trong tay chàng nhẹ mà nặng! Làm sao Lữ quên được những gì chàng đã viết? Những điều đó như một thứ nhựa dính vào người chàng, gỡ không ra! Lữ ước gì có bà Hoài đang đi bộ cùng chàng và Balas trong đêm dưới ánh sao cao vút của Hungary lúc này. Và chàng sẽ bảo với bà ta: "Bà phải cảm nghiệm được những gì đang xảy ra cho tôi thì bà mới hiểu được vì sao tôi không dứt bỏ được những điều ám ảnh.."

Chỉ có Lữ, bức tranh vẽ dở dang xấu xí còn mùi sơn ướt và Balas với giọng ca nay rề rề vì mệt mỏi hay vì buồn ngủ?

Họ về ngủ tại một khách sạn nhỏ bên đường. Cả hai chẳng tắm rửa, cứ thế lăn ra ngủ.

*

Sáng hôm sau, Balas và Lữ đi ngang những thành phố nhỏ, đường phố hẹp trải đá, ngang những gác chuông nhà thờ cổ kính như một nhắc nhở của niềm tin tôn giáo. Họ lên thăm pháo đài cổ nơi đã từng chứng kiến những trận chiến giữa Thổ và Hung.

Szentendre là một thành phố được xây dựng trên triền đồi nhìn xuống sông Danube.

Blas kể cho Lữ nghe về thành phố này:

"Thị trấn này chỉ có hơn một ngàn cư dân nhưng văn hóa lại rất đa dạng vì kết hợp của nhiều quốc gia. Anh sẽ thấy những ngôi nhà xây

Bóng tối

kiểu Đức, nhà thờ Chính thống giáo Serbi bên kia. Mấy quán cà phê kiểu Ý. Là một điểm tụ hội mà hài hòa. Tôi thích thành phố này, nhưng dĩ nhiên không muốn sống ở đây. Anh có tin là những câu chuyện lịch sử vẫn còn đọng lại trên những vách tường và những con đường mà mình đã đi qua không?"

Lữ cười:

"Tôi đã bảo, anh có thể thành nhà văn là vậy mà!"

Lữ theo chân Balas đi khắp những nơi di tích lịch sử, ngang những cửa hàng bán đồ lưu niệm, bán tranh. Ở góc phố nào cũng thấy giá vẽ và sơn hay bột màu.

Đêm thứ nhì cả hai cắm lều ngủ trên đồi nhìn xuống sông Danube. Chiếu lều sặc sỡ nhỏ vừa đủ để hai người nằm thoải mái. Chẳng bao giờ ngủ ngoài trời như thế này, Lữ biết mình sẽ mất ngủ.

Ngồi trên đồi, nhìn xuống giòng sông Danube lặng lờ sậm màu nhưng lấp lánh ánh trăng. Một cảm giác yên bình đến cho cả hai người.

"Anh lạnh không?" Balas hỏi "Uống chút gì nóng không?"

"Uống gì bây giờ? Mình ăn uống nhiều quá rồi!"

Balas chợt đứng lên đi ra xe. Lữ tưởng Balas tìm thức uống hay rượu chăng. Nhưng không, anh ta trở lại với cây đàn guitar!

Lữ ngạc nhiên:

"Anh chơi đàn guitar ư?"

Anh ta gật đầu:

"Đây là người bạn thân thiết của tôi. Nó vui cùng với tôi và cũng chia nỗi buồn với tôi"

Trong bóng tối, Balas không nhìn thấy vẻ thích thú trên gương mặt Lữ.

"Anh có chơi đàn gì không?"

Lữ cười:

"Tôi chơi nhiều thứ đàn lắm!" Nói xong Lữ bật cười.

"Vậy à? Anh đánh đàn guitar đi!"

"Tôi nói đùa thôi! Có chơi đàn thì chỉ chơi trong.. tác phẩm của mình chứ thật ra chẳng biết gì hết"

Balas cười ngất:

"Chưa thấy ai nói như anh cả!"

Anh ta ôm đàn vuốt ve như âu yếm rồi đàn. Tiếng đàn thoạt tiên vang lên trong đêm rời rạc như những giọt sương, giọt mưa từ trời rơi xuống. Những nốt nhạc rời, bỏ lửng trôi bềnh bồng như khơi dậy chút cảm xúc, thăm dò đêm thinh lặng. Có lúc cao, lúc trầm, to, nhỏ như thầm thì..

Balas không ngừng ở một bản nhạc mà là những bài nhạc nối tiếp nhau liên lỉ. Lữ bị lôi cuốn vào giòng nhạc của Balas như một kẻ bị hớp hồn.

Tiếng đàn, rồi thỉnh thoảng tiếng ca của Balas như mê hoặc Lữ. Những nốt nhạc rót vào tâm hồn Lữ mượt mà nhưng đầy tình tự. Có lúc chàng không biết mình đang ở đâu.. Chỉ có trăng sao, giòng sông trước mặt và tiếng đàn mê hoặc..

Balas ngừng đàn mà Lữ cũng như chưa tỉnh.

"Lạnh rồi! Đi ngủ chứ?"

"Anh bạn chơi hay quá!"

Bóng tối

"Tôi đàn lung tung theo hứng mà thôi. Tôi đã tán vợ tôi với cây đàn này đó!"

"Nếu tôi là đàn bà tôi cũng sẽ xiêu lòng vì tiếng đàn của anh"

Cả hai cùng cất tiếng cười to!

"Anh đi ngủ trước đi. Tôi còn muốn thức.. với Hungary. Đây là chuyến đi đáng nhớ.. không muốn bỏ phí những giờ khắc tỉnh thức để chiêm nghiệm.."

Balas vào lều. Anh ta vặn nhỏ chiếc đèn, nhưng trong đêm tối, ánh đèn vàng vẫn thắp sáng chiếc lều mầu sặc sỡ. Và đêm khuya dường như sâu hơn.

Lữ nằm xuống cỏ, vòng hai tay ra sau gối đầu. Những tiếng rỉ rả của côn trùng trong đêm nghe rất rõ. Mắt chàng không rời bầu trời và trăng sao trên cao kia nhưng tâm hồn như mở rộng với không gian bát ngát. Bất chợt những âm giai trong bản nhạc Vocalise của Sergei Rachmanioff với tiếng đàn violin thiết tha réo rắt mà nhạc sĩ Joshua Bell diễn tả vang lên trong đầu Lữ. Bản nhạc quen thuộc mà Lữ say mê nghe mãi không chán đến thấm đậm trong tim óc. Chàng có cảm tưởng người mình được nhấc lên khỏi mặt đất, bay bổng, bay cao đến gần những ngôi sao. Càng cao, càng xa mặt đất bao nhiêu thì những vì sao trên kia lại càng lùi xa thêm..

Có tiếng động xa xa làm Lữ choàng tỉnh.

Tâm hồn Lữ trống rỗng. Chuyến đi xa này rồi cũng kết thúc trong vài ngày. Chàng hy vọng mình sẽ đổi khác, sẽ như chiếc mắc áo tự do cởi ra đi khỏi mình để mang đến hơi ấm cho một người khác. Nhưng làm sao chàng quên được Đoàn và tiểu thuyết của mình? Những lần viết kịch bản, truyện phim, chàng viết dễ dàng và không vướng mắc gì. Những nhân vật của chàng, câu chuyện của Lữ được người ta dựng lên thành phim ảnh. Những nhân vật bước ra khỏi kịch bản, câu chuyện thành người thật, chuyện thật và Lữ đã mau chóng rũ bỏ những câu chuyện, những con người đó dễ dàng như uống cạn một ly nước, không để lại dấu tích và cảm xúc gì. Chàng phủi tay!

Nhưng trong tiểu thuyết của Lữ, chúng không phải là kịch bản, chúng thuộc về chàng. Trừ phi tiểu thuyết của Lữ được mua để làm phim? Điều này có xảy ra hay không? Hiện tại chàng muốn giữ hết cho mình như thể chàng sống chết với những nhân vật mình tạo dựng. Chàng chưa nói hết được với bà Hoài!

Tại sao suy nghĩ điều gì đi nữa rồi Lữ vẫn trở về với người cố vấn tâm lý tên Hoài. Lữ không nghĩ nguyên nhân chính là chàng muốn chia sẻ với một ai khác về tiểu thuyết của mình. Chàng viết xuống dễ dàng nhưng bộc lộ bằng lời nói thì khó khăn!

Đêm đã chín và Lữ cũng cần ngủ. Chàng chui vào lều. Nằm cạnh một người đàn ông trong chiếc lều nhỏ cho một cảm giác kỳ dị! Giấc ngủ đến với Lữ lúc nào chàng cũng không biết. Những mộng mị theo nhau rời rạc trong giấc ngủ…

*

Balas và Lữ bị đánh thức bởi những tiếng kêu quang quác của những con thiên nga đen.

Balas hỏi Lữ:

"Ngủ được không?"

Lữ gật đầu.

Dậy, thu dọn lều.

Lữ hỏi Balas:

"Mình vòng về chứ?"

"Anh chán rồi ư?"

"Tôi tưởng anh phải về đi làm?"

Bóng tối

Balas gật đầu:

"Tôi cũng không nghỉ lâu được"

"Đi như vậy cũng quá đủ" Lữ nói "Về lại Budapest đi, tôi có thể lang thang một mình trong thành phố được"

"Anh cứ đi chơi một mình. Khi muốn về gọi tôi!"

"Có lý!"

*

Đêm cuối cùng ở Budapest, Balas đưa Lữ đến những Ruin pubs của thành phố này. Đó là những quán bar mọc lên từ những ngôi nhà hoang tàn.

Balas giải thích cho Lữ nghe về nguồn gốc kỳ lạ của những Ruin pubs tại Budapest:

"Sau khi chế độ cộng sản sụp đổ, những khu Do Thái với những nhà cửa bỏ trống hay những khu nhà máy bỏ hoang được những người trẻ tìm cách đầu tư và trang trí thành những quán rượu. Rồi anh sẽ thấy Ruin pubs ra sao. Những người trẻ thích tụ họp ở đây. Họ đã làm thay đổi không khí nơi này"

Quả thật như lời Balas mô tả, những Ruin pubs ở đây rất đặc biệt với lối trang trí rất nghệ thuật. Những vật dụng toàn lấy từ những đồ tái chế của bao thời đại. Trong những cái cũ hoang tàn người ta dựng nên những nét đương đại với hồn mới. Người ta trình diễn nhạc ở những khoảng sân trống. Chính những sinh hoạt này đã lấp đi những ký ức đau buồn của quá khứ đen tối.

Lữ rất thích không khí nơi đây.

"Anh thích chỗ này không? Có tất cả chừng 15 Ruin pubs ở khu vực này"

"Rất đặc biệt. Tôi sẽ nhớ đến xứ sở anh vì nhiều nơi anh đã đưa tôi đi qua với những đặc điểm như vậy kèm theo với giòng lịch sử"

Balas gật gù:

"Tôi vui khi thấy anh nói như vậy"

"Có dịp sang Mỹ gọi tôi, tôi sẽ đưa anh chị đi chơi"

Balas nhún vai:

"Tụi tôi thích đi chơi lắm nhưng anh biết tiền bạc phải dư giả lắm thì đi chơi mới thích"

"Anh nói như một người già!"

Cả hai cùng cười lớn trước sự ví von của Lữ.

Lữ bảo:

"Tôi nói đúng chứ, người trẻ như anh chị đi chơi đâu kể chi. Còn tuổi trẻ còn sức lực, ăn nhằm gì"

"Nói như vậy nhưng không phải vậy. Công việc ở đây không dễ dàng như anh tưởng đâu"

Lữ chẳng nói gì. Cả hai đã qua những giờ phút vui vẻ và thoải mái trong đêm đó.

*

Sáng sớm hôm sau Balas đánh thức Lữ dậy. Vợ anh ta đã sửa soạn bữa điểm tâm thịnh soạn kiểu Hungary đãi người khách Mỹ gốc Việt.

Khi kéo va-li ra cửa, Lữ nhìn thấy bức tranh xấu xí nguệch ngoạc của mình treo ở một góc phòng khách. Lữ kêu lên:

"Tranh xấu quá, treo làm gì? Khách đến người ta cười cho!"

Etilka nhoẻn miệng cười:

Bóng tối

"Đẹp và đặc biệt. Anh là người khách đặc biệt của gia đình chúng tôi. Chúng tôi sẽ nhớ anh"

Lữ thấy cay cay mắt vì chàng biết vợ Balas đã nói với tấm lòng của cô ấy.

Balas đưa Lữ ra phi trường. Chàng đã trả cho Balas gấp đôi số tiền mấy ngày anh ta làm hướng dẫn viên du lịch cho Lữ.

Lữ vỗ vai Balas:

"Cám ơn anh bạn đã cho tôi những ngày thật ý nghĩa"

Balas cười, bắt tay Lữ nói:

"Anh đừng mang tôi vào tiểu thuyết của anh nhé!"

Cả Lữ và Balas cùng cười to. Lữ nói:

"Anh đã có số điện thoại và email của tôi. Mình giữ liên lạc. Có dịp sang Mỹ nhớ gọi tôi"

"Chúc anh mọi sự may mắn!"

Lữ giơ tay từ giã. Sau mấy ngày bên cạnh Balas chàng cũng thấy nao nao trong lòng khi quay lưng đi.

Chương 13

Lữ bỏ túi xách xuống định tìm chìa khóa mở cửa, nhưng nhớ phải ra lấy thư. Sau mấy ngày đi xa chắc hộp thư cũng đầy. Căn nhà chàng thuê là nhà cổ nên hộp thư vẫn đặt trước nhà. Kẹp xấp thư và những giấy quảng cáo vào nách, Lữ kéo lê chiếc túi xách. Tiếng bánh xe của chiếc xắc kêu lên lạch xạch rời rã sau chuyến đi. Có lẽ trong chuyến đi xa tới đây Lữ phải mua một va-li kéo mới.

Mở cửa, vào nhà mà như vào nhà ai? Sự tạm bợ trong cuộc sống làm Lữ không cảm thấy sự gắn bó thân quen của một chỗ ở gọi là nhà! Chàng nhún vai, để mặc đống thư từ rơi xuống sàn gỗ. Căn nhà khá lạnh với nhiệt độ bên ngoài xuống xấp xỉ 40. Đầu mùa đông thế là còn ấm!

Lữ bật đèn phòng khách, phòng ngủ. Căn nhà nhỏ 2 phòng như bừng lên sinh khí. Trước giờ Lữ vẫn ở apartment, dọn về ở nhà thuê hợp đồng năm một là một quyết định bốc đồng nhưng quả thật chàng có một không gian riêng tư thoải mái hơn nhiều. Và tiểu thuyết đang viết cũng từ đây mà ra.

Căn nhà cũng phải trên 30 năm tuổi, thứ gì cũng không mới nhưng nhà cổ có những nét hồn riêng của nó, hay vì đâu đây lẫn khuất biết bao kỷ niệm của những người đã đến đây trước Lữ. Điều đầu tiên khi dọn đến cho một người dù là độc thân như chàng, Lữ cũng phải mua ghế mới, giường mới. Bàn cũ OK. Người chủ cũng chịu khó tu sửa nên cũng được. Sân trước sân sau nhiều cây lớn làm tối căn nhà. Lữ chợt nghĩ sự âm u vì những tàng cây lớn ở sân sau phần nào cũng ảnh hưởng đến câu chuyện mình đang viết. Cảnh vật dù sao cũng chi phối Lữ một cách nào đó!

Bóng tối

Túi thức ăn mua vội trên đường từ phi trường về nhà có lẽ sẽ ngon sau mấy ngày ăn uống kiểu Hungary.

Chàng châm lò sưởi. Những ánh lửa bập bùng vàng rồi đỏ đua nhau nhảy múa như đón chào Lữ trở về. Chàng mở nhạc nho nhỏ. Những âm thanh làm đầy căn phòng khách nhỏ thông liền với bếp và phòng ăn.

Còn gì nữa? Một ly rượu vang đỏ làm ấm áp hơn.

Tối nay Lữ không có cảm giác như ăn cho xong bữa mà ăn chậm và thưởng thức, dù chỉ một mình.

Nhưng rồi Lữ mới hiểu lý do vì sao chàng ăn chậm và kéo dài bữa ăn. Sau mấy ngày không đụng tới computer và tránh xa tiểu thuyết nay Lữ thấy.. sợ! Sợ mình lại bị cuốn hút vào và không thoát khỏi! Chàng nên trở lại gặp bà Hoài trước hay đến với tiểu thuyết của mình trước? Khi đặt một câu hỏi như vậy có nghĩa là chàng vẫn chưa tự tin và vẫn cần sự trợ giúp của bà ta. Hay vì một lý do nào khác nữa?

Đêm đó Lữ không mở computer. Chàng đã rất khó ngủ, phần vì giờ giấc thay đổi.

Chương 14

Anne cho Lữ một cái hẹn sớm nhất vì giờ giấc của chàng là nghề tự do.

Cô nàng đón Lữ với nụ cười tươi:

"Anh ngồi chờ chút xíu. Tới phiên anh bây giờ"

Lữ nhếch mép cười không nói lời nào.

Anne nghĩ thầm: "Cái anh chàng này bữa nay sao khó thương, không giống mấy lần trước?". Nàng cắm cúi xuống làm việc, không để ý tới người bệnh nhân tên Lữ nữa.

Khoảng 10 phút sau, cửa phòng Hoài mở. Hoài đưa bà Ella ra ngoài. Nàng nắm tay bà ta rồi ghé tai thầm thì điều gì. Người đàn bà trung niên da màu cứ luôn miệng cám ơn. Trông bà ta đầy vẻ cảm kích.

Hoài liếc nhìn thấy Lữ ở phòng đợi, nàng mỉm cười. Trong phòng đợi không có ai ngoài Lữ.

Nàng không quay vào phòng làm việc mà nói với Lữ:

"Tôi tưởng anh còn đi chơi lâu hơn?"

Lữ chẳng trả lời và cũng chẳng chờ cho Anne nói gì, chàng đứng lên đi về phía Hoài.

Anne mấp máy môi định nói gì nhưng thôi. Cô nàng đưa cho Hoài hồ sơ của Lữ.

Lữ vẫn chọn ngồi ở chỗ quen thuộc.

Hoài hỏi trước:

Bóng tối

"Anh đi chơi vui không? Tôi không nhớ là anh đi đâu?"

Không hiểu sao trong căn phòng này và với sự có mặt của bà ta, Lữ thấy dễ chịu.

"Tôi cũng không nhớ là có nói với bà hay không nữa. Tôi đi Hungary"

"Đi một mình?"

Lữ gật đầu. Chàng sửa thế ngồi cho thoải mái, dựa hẳn đầu vào ghế bành.

"Một chuyến đi thú vị chứ?"

"Tôi đã theo lời khuyên của bà. Tôi đã có những trải nghiệm tốt"

"Anh có muốn kể cho tôi nghe về chuyến đi không?"

"Lúc đi tôi không mang theo laptop.. tôi hoàn toàn rời xa những chuyện viết lách của mình trong những ngày đó.."

Hoài tủm tỉm cười:

"Và anh thấy thế nào?"

"Tôi thấy được nhiều thứ chung quanh mình.."

"Nhưng anh vẫn thấy anh giữa những sự vật, những con người khác chứ?"

"Tôi vẫn là tôi.. nhưng.."

"Nhưng sao? Anh chưa nói hết?"

"Tôi thấy một con người khác ở mình"

"Con người ấy tự do hơn phải không?"

"Bà nói đúng… Cái tôi ấy mở ra giao tiếp với những người khác, có những sự kết nối mới mẻ cho niềm vui."

150

"Anh sang đó ở khách sạn và đi chơi nhiều nơi chứ?"

"Tôi ở trọ nhà một cặp vợ chồng bản xứ còn trẻ. Tôi thuê người chồng đưa tôi đi khắp nơi trong xứ sở anh ta. Bà đi du lịch Hungary lần nào chưa?"

Hoài lắc đầu:

"Tôi chưa đi bao giờ nhưng biết nơi đó có nhiều lịch sử và nền văn hóa lâu đời. Chắc chuyến đi thích thú lắm?"

"Thích lắm và đáng nhớ. Nền văn hóa cổ xưa, nhiều di tích lịch sử ghi đậm nét nhiều trận chiến. Dân tình cũng thân thiện"

Hoài muốn hỏi vì sao Lữ đến đây ngày hôm nay nhưng nàng đợi.

"Trong chuyến đi, có lần tôi nhớ đến bà"

Hoài bật cười nhưng không hỏi vì sao.

"Bà không hỏi tôi tại sao ư?"

Không chờ Hoài lên tiếng, Lữ nói luôn:

"Bởi vì bà và tiểu thuyết của tôi vẫn ở đâu đó nên khó quên.."

"Tôi và tiểu thuyết của anh thì có gì dính líu đến nhau?"

"Khó giải thích.. nhưng quả thật cái đêm ngủ ngoài trời trên một ngọn đồi nhìn xuống sông Danube, tự dưng tôi nhớ đến bà và đã ao ước sự có mặt của bà như lúc này để tôi có thể nói… nói đủ thứ chuyện trên đời này.. vì tôi thấy dễ dàng chia xẻ với.. Hoài"

Dường như Hoài không để ý đến sự thay đổi trong cách gọi của Lữ.

"Tôi nghĩ lúc đó anh thấy cô đơn nên mới có ý nghĩ như vậy"

"Không, anh bạn người Hungary có mặt bên tôi lúc đó. Anh ta đàn tây ban cầm được lắm và đêm đó trời rất trong, nhiều sao.. Đêm hôm

Bóng tối

ấy lạnh nhưng thoáng vì ở trên cao, đồi trống. Tôi còn nhớ cả cái mùi ngai ngái của cỏ ướt, mùi cây cỏ…"

"Vậy thì rất lãng mạn?"

Lữ nhìn Hoài không nói gì. Làm sao chàng có thể giải thích cho Hoài hiểu sự kết nối giữa bà ta và tiểu thuyết của mình. Cũng sẽ có lúc Lữ sẽ nói, nhưng chưa phải là ngày hôm nay.

"Anh muốn kể cho tôi nghe về chuyến đi?"

Lữ sửa thế ngồi:

"Không.. tôi về lại nhà và ngần ngại không biết nên mở máy viết tiếp và sống với tiểu thuyết của mình hay.."

"Hay là sao?"

"Hay là đến gặp bà trước?"

Nàng ngạc nhiên:

"Vì sao?"

Lữ ngần ngừ:

"Tôi không hiểu rồi tôi có bị cuốn hút vào câu chuyện của mình nữa như trước đây không?"

"Anh phải thử. Anh cho tôi cái cảm tưởng là anh sợ sự trở lại với những điều anh đang viết?"

"Đúng! Nhưng bà chỉ nhìn thấy một phần nào sự sợ hãi trong tôi.."

"Điều gì làm anh sợ hãi?"

"Bởi vì.. không đơn giản như bà nghĩ. Tôi đã nói với bà nhân vật của tôi muốn chiếm đoạt tôi và điều khiển tôi như nó muốn"

"Anh muốn chứ không phải nhân vật đó muốn. Anh tạo dựng lên nó, anh cho nó một cái tên, một nhân cách, một cuộc đời, một nếp sống nào đó là vì anh muốn như vậy. Tất cả do anh muốn chứ không phải nhân vật đó muốn"

Lữ yên lặng nhìn Hoài.

"Anh là người điều khiển nó chứ không phải ngược lại. Vấn đề của anh là anh phải nhìn thấy điều đó, tự tin vào mình. Tôi tin chắc anh làm được mà không cần đến tôi"

"Bà tin chắc như vậy?"

Hoài gật đầu.

"Trong những ngày ở Hungary, tôi cố không nghĩ đến tiểu thuyết của mình, nhưng chỉ một vài hình ảnh thoáng qua cũng gợi nhớ đến và.."

"Anh cứ nói như anh muốn nói"

"Khi tôi ngồi xuống viết tiểu thuyết của mình, tôi hoàn toàn không nhớ đến mình nữa, tôi bước vào trong câu chuyện, tôi bị đồng hóa với nhân vật của mình một cách dễ dàng. Tôi say mê.. điên cuồng.."

Hoài nhún vai:

"Cũng có sao đâu? Nhưng tất cả những điên cuồng rồ dại trong đó cũng chỉ nằm trong tiểu thuyết của anh mà thôi"

"Bà đừng quên tôi thường viết kịch bản cho người ta làm phim. Kịch bản được đưa vào thế giới kịch ảnh với những con người có thân xác thực sự. Dù kịch bản phần nào của tôi có bị sửa đổi hay tôi phải viết theo đơn đặt hàng thì những câu chuyện đó vẫn được đưa vào những con người thật. Điều này làm tôi được thỏa mãn. Sau đó tôi phủi tay.. để rồi sau đó lại sang một câu chuyện khác"

"Tiểu thuyết của anh khác với những kịch bản anh viết như thế nào?"

Bóng tối

"Phần lớn những kịch bản tôi viết kiếm sống là theo ý người khác hoặc một nhà sản xuất mua lại bản quyền của một tác giả nhưng khi đem vào phim ảnh thì phải sửa đổi cho phù hợp"

"Nên không phải thuộc về anh?"

"Đúng như vậy. Khi viết kịch bản tôi không có sự.. say mê. Còn tiểu thuyết là của tôi, thuộc về tôi"

"Đồng ý. Nhưng anh vẫn chưa nói rõ điều anh muốn nói?"

Lữ hít một hơi thật mạnh:

"Tôi muốn những nhân vật của tôi trong tiểu thuyết thành những con người thật mà tôi có thể nhìn thấy thực sự"

Hoài cười:

"Dễ lắm! Anh bán lại bản quyền tiểu thuyết của anh cho những mối làm phim mà anh từng làm việc"

"Đâu phải dễ?"

"Anh chưa thử mà?" Hoài vừa nói vừa tủm tỉm cười.

"Bà ngạo tôi?"

"Không, tôi nói thật!"

"Nhưng nếu tôi bị từ chối?"

"Điều này anh phải chấp nhận thôi. Có biết bao nhiêu người viết tiểu thuyết mà đâu phải truyện nào cũng mang lên màn ảnh đâu, mà người ta vẫn tiếp tục viết. Tôi không phải là nhà văn, nhưng qua anh tôi thấy sự say mê trong công việc của anh. Vậy thì có lẽ người ta viết vì yêu thích. Bây giờ anh hãy nghĩ giản dị như vậy là anh viết vì anh thích được viết, được bày tỏ những suy nghĩ của mình, thích sáng tạo nghệ thuật. Nếu anh nghĩ như vậy, tôi tin rằng mọi chuyện sẽ đơn giản. Anh không nên tạo rắc rối cho chính mình"

154

Lữ thở dài thầm: Nói như Hoài thì còn nói làm gì!! Chàng ngồi thừ mặt và bỗng dưng thấy buồn bã.

Buổi gặp gỡ và nói chuyện với Hoài chấm dứt trong sự thất vọng ở Lữ.

Chàng đứng dậy đi ra mà không nghĩ đến chuyện bắt tay từ giã Hoài.

Ra đến ngoài, Lữ đưa thẻ tín dụng trả tiền mà cũng chẳng nói lời nào với cô thư ký của Hoài.

Trời đã có nắng. Ánh nắng nhẹ và dịu làm Lữ thấy dễ chịu hơn. "Mình có tự mang sự rắc rối đến cho chính mình không như Hoài nói?". Để xem.

Chương 15

Hoài ra khỏi văn phòng trước Anne. Nàng nghĩ đến buổi party tối nay ở nhà bạn Nguyên như mọi lần mà không thấy hứng thú. Tất cả chỉ là những sự lập lại nhàm chán mà sao người ta không thấy chán? Những lần hội họp như thế, Hoài mang theo mình những nụ cười giả tạo, trao đổi những câu chuyện về người khác mà nàng cho rằng vô duyên và nhạt nhẽo! Tất cả chỉ để cho chồng nàng hài lòng. Nhiều lúc Hoài tự nhủ không biết mình muốn gì? Làm việc ư? Có lẽ đó là câu trả lời cho nàng. Hoài gắn bó với công việc của mình.. Cuộc đời nàng chỉ có thế thôi sao?

Có tiếng điện thoại reo. Nguyên, chồng nàng!

"Em nghe!"

Giọng Nguyên vui vẻ quá sức:

"Anh nhắc em về sớm, mình đi party tối nay ở nhà Trọng. Anh nghĩ hôm nay chắc vui đấy. Em có khỏe không?"

"Em OK" Hoài trả lời. "Em đang lái xe về nhà đây"

"Mình đưa con gái đến nhà bạn nó party xong mình đi chơi. Sẽ không về muộn vì còn đón con"

Hoài nghĩ thầm: May quá!

"Em nhớ mà anh!"

"Lái xe cẩn thận!"

Bao giờ Nguyên cũng nhắc nhở nàng như thế. Hoài yêu chồng vì biết Nguyên luôn luôn lo lắng cho nàng và gia đình.

Những ánh đèn xe lấp lánh trước mặt bỗng dưng làm nàng liên tưởng đến Lữ, đến câu chuyện về đêm đầy sao của anh ta trên đồi bên giòng sông Danube và tiếng đàn tây ban cầm của người bạn đồng hành với Lữ. Và rồi ước mơ nhỏ nhoi của một con người rất cô đơn trong đêm thinh lặng ấy là cần có người chia sẻ. Lữ quả là một kẻ cô đơn! Chắc vì thế anh ta mới tìm đến thế giới riêng của mình! Nàng nghĩ là mình hiểu được Lữ nhiều hơn anh ta tưởng.

Có ai trong đời không có một lúc nào đó thấy mình lạc lõng cho dù đang được vây bủa chung quanh bằng gia đình, tình yêu, đám đông? Tội nghiệp cho Lữ!

Tiếng bóp còi của chiếc xe phía sau làm Hoài bừng tỉnh. Nàng chạy chậm quá!

Vào đến nhà, Nguyên đã sửa soạn sẵn.

"Anh đang lo cho em vì thấy mãi em chưa về!"

"Kẹt xe quá!"

"Em nghỉ ngơi, anh đưa con đi đến nhà bạn nó trước rồi về lại đón em"

Hoài gật đầu. Nguyên hiểu được những áp lực trong công việc của Hoài. Có đôi lần cả Nguyên và con gái nàng đều muốn Hoài chỉ làm part time để còn dành thì giờ cho gia đình. Nhưng đối với Hoài, công việc này như một thứ đam mê! Nàng nghĩ chẳng bao giờ muốn về hưu, trừ khi bệnh hoạn!

*

Nguyên vui vẻ trong đám đông, như một con cá được thả xuống biển vẫy vùng. Nguyên có tài kể chuyện vui rất duyên dáng, ai ai cũng thích. Chàng đúng là người của mọi người. Sự khác biệt giữa Hoài và Nguyên đã hỗ tương cho nhau. Hai người như hai mảnh với những vết cắt hoàn toàn khác nhau nhưng khi ghép lại thì hoàn toàn khít khao như một trong những điều kỳ diệu xảy ra trong đời này.

Khi Nguyên rạng rỡ trong đám đông thì Hoài lui vào bóng tối yên lặng. Nhưng khi xoắn vào với nhau thì Hoài và Nguyên chỉ là một. Cả hai đều nhận ra những sự khác biệt của nhau và chấp nhận như một lẽ tự nhiên.

Trên đường về nhà Nguyên kể cho Hoài nghe nhiều chuyện của nhiều người nghe được trong buổi party. Nàng lơ đễnh nghe, thỉnh thoảng góp vài câu cho dù nàng tin chắc đến ngày mai Hoài sẽ quên hết những câu chuyện mà Nguyên kể. Mà nhớ làm gì cho.. mệt! Những câu chuyện đó sẽ chìm vào quên lãng cho đến khi có một ai khơi lại!

Chương 16

Lữ ngần ngừ trước chiếc máy quen thuộc đang chờ đợi. Chàng sờ vào máy mà có cảm tưởng như mình đang đụng chạm đến một con người! Lữ bấm nút. Màn hình tối đen chợt nhấp nháy. Chàng đang đánh thức nó. Trong sự chờ đợi từng giây phút, Lữ hồi hộp đưa những ngón tay vuốt nhẹ trên keyboard của máy. Một vài tiếng động từ máy thốt ra như người tỉnh giấc sau một giấc ngủ say.

Chàng tìm phần mình đang viết dở dang trước chuyến đi xa. Ngay trong hành động tìm kiếm, từng cái nhắp "chuột", tim Lữ đập mạnh rung động. Những ngón tay phải chàng như tê đi, Lữ lần mò từng bước một. Như một người đang gỡ bỏ từng mảnh vải trên thân thể người yêu, run rẩy, xúc động và khi tìm thấy điều mình đang chờ đợi tìm kiếm, hạnh phúc chợt vỡ òa.

Đọc lại những điều mình đã viết, nhập vào với nhân vật Đoàn. Và Lữ không dừng lại được nữa.

Mỗi một phút giây trôi qua chìm đắm trong câu chuyện, cứ thế Lữ viết và viết. Nhân vật Đoàn mỗi lúc một sống động, hiện thực, mạnh mẽ. Lữ đã đánh mất chính mình trong Đoàn. Chàng không còn nhớ là mình đang ngồi viết nữa mà chàng thực sự đang hành động, suy tưởng như Đoàn.

Một lúc sau, ngừng tay. Lữ mặc áo jacket ra ngoài, lái xe đến một tiệm bán hoa cách chỗ chàng ở đến gần một giờ. Đây là một tiệm bán hoa chàng chưa đến bao giờ, nhưng có sao đâu! Lữ đặt một bình hoa hồng trắng, thêm vào cành hoa tím, trông rất đẹp và cho địa chỉ người nhận. Đưa lời viết mà chàng đã in sẵn trong mảnh giấy rồi đưa cho cô bán hàng nhờ viết xuống dùm.

Người bán hoa nhíu mày nói:

Bóng tối

"Tại sao ông không viết? Đây là tiếng gì, tôi viết sẽ không đúng"

"Không sao cả, cô chỉ viết những chữ thôi, đừng để ý đến gì khác. Tay tôi đau nên mới nhờ cô"

"Hay là tôi bỏ mảnh giấy in này kèm theo bình hoa?"

"Không! Đừng! Viết tay cho trang trọng"

"Bạn gái ư?"

Lữ cười không nói gì. Đợi cho cô bán hàng viết xong mấy giòng chữ vào tấm thiệp, Lữ lấy lại tờ giấy mà chàng đã viết bỏ vào túi. Chàng trả tiền mặt rồi đi ra.

"Này, ông quên chưa để tên người gửi và địa chỉ!"

Lữ quay lại nói với:

"Chỉ cần đề tên tắt là N. Không cần địa chỉ. Người nhận sẽ biết. Cám ơn"

Ra khỏi tiệm bán hoa, Lữ thấy mình vẫn còn bị khích động. Những thôi thúc trong chàng càng lúc càng mãnh liệt. Chàng như một người bị sóng cuốn đi xa khỏi bờ mặc cho giòng nước lôi đi. Lữ không kháng cự, chống trả. Một khẩu súng nhỏ cần phải có nữa là hoàn chỉnh.

Lữ không thấy hối tiếc. Mọi chuyện sẽ phải xảy ra như thế thôi!

Chương 17

Tú Anh Trương

Người đàn bà trung niên búi tóc cao, ăn mặc giản dị, không trang sức, cũng không trang điểm, nhưng vẫn có một vẻ đẹp nào đó còn sót lại trên toàn thể nhân dáng làm người ta phải chú ý. Bà ta đẩy cửa văn phòng Hoài rất nhẹ nhàng. Như một cái bóng không tiếng động nhưng mùi thơm nhẹ nhàng từ người đàn bà ấy tỏa ra làm Anne chợt ngửng đầu lên. Anne đưa tay đặt lên ngực nói:

"Bà làm tôi hết hồn! Bà đến lúc nào mà tôi không hay"

Bà ta cười mỉm, không thể gọi đấy là một nụ cười:

"Tôi vừa vào. Tôi có hẹn lúc 10 giờ.."

Anne nói ngay:

"Bà Trương phải không nào?"

Cũng vẫn cái nhếch mép kỳ lạ đó, người phụ nữ trả lời với vẻ xa vắng:

"Đúng vậy. Tôi đến hơi sớm. Lần đầu tiên nên tôi phải đi tìm. Tôi không muốn bị trễ hẹn"

Anne nghĩ thầm người bệnh nhân này không vui vẻ nhưng mình cứ cười thôi. Và Anne cười tươi tắn:

"Ai cũng như bà thì hay quá. Bà điền dùm mẫu đơn này nhé để làm hồ sơ. Chỉ có một tờ và không nhiều chi tiết đâu. Những lần sau không cần phải làm gì nữa"

Bóng tối

Tú Anh Trương nhẹ nhàng như lúc mới vào, tìm một chiếc ghế trong góc phòng đợi, ngồi xuống để điền hồ sơ cá nhân. Trái với dáng đi khoan thai từ tốn, nàng viết rất mạnh bạo, rất nhanh, gọn như mục đích của cuộc hẹn với người bác sĩ tâm lý đồng hương này. Nàng hy vọng người bác sĩ này nói tiếng Việt giỏi.

Anne cầm mẫu đơn đã ghi xong liếc qua và nói:

"Bà đợi chút xíu thôi nhé. Chắc chừng 5, 10 phút"

Vừa ngay sau đó, cửa văn phòng lại mở. Không phải bệnh nhân vì văn phòng Hoài chỉ nhận bệnh nhân theo hẹn, mà là.. một người giao hoa!

Anne biết tim mình đập sai nhịp khi nhìn thấy cậu thanh niên cầm bình hoa. Chuyện gì sắp xảy ra nữa đây?

Chàng trai trẻ chừng ngoài 20 tuổi tay cầm một bình hoa màu trắng và tím đưa cho Anne và nói:

"Cô ký nhận dùm"

Anne nói nhỏ như sợ ai nghe thấy nhưng trong thâm tâm Anne mong rằng đây là một sự nhầm lẫn:

"Hoa.. gửi cho ai?"

Cậu ta nhìn danh sách trong tay:

"Bác sĩ Hoài Nguyễn"

Anne nghĩ nhanh trong đầu phải từ chối thôi.

"Bác sĩ Hoài Nguyễn không.. nhận"

Cậu ta có vẻ ngạc nhiên:

"Cô không hỏi xem là ai gửi sao? Cô có phải là Bác sĩ Hoài Nguyễn?"

Anne lắc đầu:

162

"Tôi không phải là Bác Sĩ Nguyễn nhưng tôi được lệnh là không nhận hoa.."

Chàng trai nhún vai:

"Cũng phải xem là ai gửi chứ? Cô hỏi lại boss của cô đi. Tôi chỉ làm công việc của tôi. Cô hiểu dùm, tôi mới làm việc này để có thêm tiền đi học. Tôi mang về thể nào cũng bị chủ đuổi.. Hay là cô nhận nhưng rồi làm gì đó thì làm.."

Tú Anh ngồi đó nghe không sót một chữ. Nàng tự hỏi vì sao bác sĩ Nguyễn không nhận hoa tặng? Nàng hơi tủm tỉm cười cho rằng đây là một kẻ ái mộ nào đó làm phiền.

Vẻ mặt của cậu thanh niền đầy vẻ nài nỉ làm Anne xiêu lòng:

"OK! Nhanh lên!"

Anne ký vào danh sách nhận hoa rồi xua tay:

"Xong rồi! Đi đi không tôi đổi ý!"

Cậu thanh niên banh miệng cười rồi hối hả đi ra.

Anne tìm tấm thiệp gắn vào bình hoa bỏ vào ngăn kéo rồi vội vã để bình hoa dưới gầm bàn.

Nhìn thái độ luống cuống của Anne, Tú Anh lại càng tò mò nhưng không tiện hỏi.

Anne làm việc mà trong đầu chỉ mong cho người bệnh nhân tên Trương vào phòng Hoài nhanh nhanh để nàng xem tấm thiệp người gửi hoa cho Hoài là ai. Nhưng đến 99% là N., một con người bí ẩn nào đó? Không biết N. muốn gì?

Giây phút chờ đợi cũng đã đến. Hoài đưa người bệnh là ông Frank đi ra ngoài phòng đợi. Thái độ của Hoài luôn luôn ân cần làm những

Bóng tối

bệnh nhân rất quý. Không phải vì Hoài khéo léo muốn giữ bệnh nhưng có lẽ bản chất của nàng là như thế.

"Phiền Anne đưa ông Frank ra tận xe nhé"

Ông ta xua tay:

"Đừng quấy rầy Anne! Chân tôi bây giờ tốt lắm rồi. Tôi đi một mình đâu có sao. Những giây phút vừa qua làm tôi khỏe khoắn biết bao! Cám ơn cô Hoài"

Tú Anh nhìn và nghe rồi thầm nghĩ: "Có lẽ quyết định đến đây là đúng!".

Hoài giơ tay nhận hồ sơ Anne đưa. Nàng liếc nhanh rồi nhìn về phía người phụ nữ đang ngồi ở góc phòng:

"Bà Trương? Mời bà!" Vừa nói Hoài vừa đưa tay trong cử chỉ như mời mọc.

Tú Anh đứng lên di theo Hoài. Cánh cửa phòng khép lại.

Ở phòng đợi, Anne vội vã tìm tấm thiệp trong ngăn kéo. Tim nàng đập nhanh. Tay Anne cầm tấm thiệp mà run. Lòng rủa thầm đứa mắc dịch nào đó làm khổ mình!

Vẫn mấy hàng chữ đó, rồi tên người gửi vẫn là N.! Có vài phút đồng hồ trôi qua mà trán và hai bàn tay Anne toát mồ hôi ướt đẫm! Nàng nhắm mắt hít một hơi thật dài rồi thở mạnh như lấy lại bình tĩnh.

Anne tìm một chiếc túi bỏ bình hoa vào cột lại rồi nhanh chóng ra thang máy xuống nhà, đi ra cửa sau ném chiếc túi vào thùng rác sau khi nhìn quanh xem có ai nhìn thấy hành động của mình không.

Trở lại nơi làm việc, Anne thở phào tự nhủ "Thế là xong!". Nhưng chẳng biết thế đã xong chưa?! Nhưng chắc chắn Anne sẽ không nói cho chị Hoài biết về bình hoa này.

*

164

Hoài niềm nở với người khách mới:

"Bà muốn chọn chỗ ngồi nào tùy ý. Chỗ nào bà thấy thoải mái là tốt nhất. Bà có phải chờ lâu không?"

Tú Anh Trương chọn chiếc ghế có dựa đầu và ngồi xuống. Bỏ túi xách ở dưới chân rồi trả lời:

"Tôi đến hơi sớm, nhưng không sao"

Hoài đang suy nghĩ khi nhìn khuôn mặt và dáng vẻ khép kín của bà ta, nhưng nàng quyết định ngồi ở bàn làm việc của mình. Có những người bệnh không thích bị nhìn trực diện hay bị quan sát phản ứng. Có những người họ chỉ muốn sự hiện diện của Hoài ở đây, trong căn phòng này, thật mờ nhạt như thể họ đang tự nói về mình mà không có một ai khác. Lại có người đòi Hoài vặn nhỏ đèn trong phòng. Nàng đã quá quen thuộc..

Ngồi ở bàn làm việc, Hoài ở vị trí đàng sau hay hơi chếch về một bên của bà Anh. Nàng chỉ nhìn thấy phần nghiêng của bà ta. Khoảng cách thì không xa mà không gần, vừa đủ để nghe.

"Bà cần tôi giúp gì cho bà?"

Đó là một phụ nữ Việt Nam nói tiếng Bắc rất thanh tao:

"Tôi không biết bắt đầu từ đâu.."

"Bà có thể bắt đầu bằng kể chuyện hay bà muốn bắt đầu bằng những câu hỏi?"

"Bà đặt câu hỏi đi"

Điều này không dễ.

"Đây có phải là một câu chuyện xảy ra trong hiện tại?"

"Không, không phải mới xảy ra nhưng chỉ cần.. một gợi nhớ tình cờ.."

Bóng tối

"Gợi nhớ đó chắc không phải là một kỷ niệm vui, tôi đoán như vậy?'

"Sao.. cô biết?"

Hoài hơi mỉm cười có bao nhiêu bệnh nhân cùng hỏi nàng một câu hỏi tương tự.

"Nếu đang vui thì bà chẳng muốn đến đây làm gì phải không? Kể cho tôi nghe những điều bà muốn chia sẻ"

"Tôi.. không biết bắt đầu từ đâu.. nhưng ở thế hệ tôi.."

Hoài nhìn nhanh xuống hồ sơ. Tú Anh Trương. Sinh năm 1950. Không còn trẻ, nhưng nhìn bề ngoài bà ta trẻ hơn chừng 5, 6 tuổi.

"Đó là một thế hệ không uyển chuyển và khó khăn, bảo thủ?" Hoài hỏi.

"Tôi lớn lên mặc dù được yêu thương nhưng.."

"Nhưng sao?"

"Nhưng vẫn sợ hãi. Tôi sợ bố tôi mặc dù biết là bố tôi yêu tôi."

"Tại sao?"

"Tôi sợ sự độc đoán, tính gia trưởng của những người đàn ông Việt Nam. Cô còn trẻ, thế hệ của cô khác"

Hoài nói:

"Thế hệ tôi thì không nhưng ba tôi cũng rất độc đoán. Tôi hiểu"

"Sự sợ hãi của tôi.. như sợ hãi của một con cừu trước một con thú khác hung mạnh dữ tợn hơn"

"Đó là điều bình thường. Nhưng bà đã làm gì để chống trả với sự sợ hãi đó?"

"Tôi đã phải lùi"

"Lùi như thế nào? Chấp nhận?"

"Đúng như vậy. Tôi cam chịu và những phản ứng của tôi rất.. tiêu cực"

"Rồi sau này bà lớn lên, trưởng thành có khác đi không?"

"Tôi tự kềm chế sự sợ hãi cũng như tức giận của mình và tôi cho đó là cách chống trả hữu hiệu nhất"

"Có hữu hiệu thật sự như bà nghĩ không?'

"Nếu tôi chấp nhận thì tôi thành công"

"Người chồng của bà cũng độc đoán như vậy không?"

Không thấy bà ta trả lời. Hoài không tin là bà ta khóc. Vẻ mặt lạnh và khép kín của bà ta chắc khó mà có một giọt nước mắt nhỏ ra cho một người lạ là Hoài trong căn phòng này.

"Không phải chỉ chồng tôi không thôi mà cả gia đình chồng tôi. Sự sợ hãi từ tấm bé trong tôi đã làm tôi quen dần với sự chịu đựng"

"Bà đã chấp nhận, đã chịu đựng vậy thì vì sao.."

"Vì sao lại đến đây? Ý bà muốn hỏi tôi như thế? Tôi thấy mình cô đơn quá. Tôi cần một ai để chia sẻ. Không cần để người đó bảo là tôi sai hay đúng khi sống như vậy. Những chất chứa trong tâm hồn đôi lúc dâng lên không làm chảy nước mắt nhưng uất nghẹn và làm tôi nghẹt thở"

"Bởi vì bà không phản kháng. Bà tự nhận chìm mình"

"Tôi đã bị đồng hóa, đã bị thay đổi để thích hợp với những người chung quanh tôi"

"Bà có bao giờ tiếc đã hành động như vậy không?"

Bóng tối

"Tôi chỉ tiếc là đã đánh mất mình. Tôi không còn nhớ con người thật sự của mình ra sao nữa. Tôi sống trong căn nhà của mình mà như người đi ở trọ nhưng không phải trả tiền thuê. Không có gì thuộc về tôi. Những ý thích của riêng tôi đều bị bác bỏ."

"Tại sao bà không phản kháng và làm theo ý riêng của mình?"

"Như tôi đã nói, sự chịu đựng đã ăn rễ thâm sâu, muốn nhổ nó lên không phải là chuyện dễ. Vả lại tôi sợ sự đối đầu để dành giụt phần thắng về mình. Điều này làm.. tôi bị căng thẳng và cho dù được như ý tôi thì cái giá phải trả quá nhiều.. so với sự chịu đựng"

"Bà đã để người khác chèn ép bà. Chính vì bà không phản kháng nên người ta càng lấn lướt."

"Bà có nghĩ điều gì cũng là thói quen không? Ngay cả sự chịu đựng?"

"Phần nào. Nhưng thụ động quá cũng không tốt"

"Tôi đã đi hơn hai phần ba đời người. Sự chịu đựng trong tôi đem lại sự êm ả"

"Đó chỉ là một sự êm ả giả tạo vì sâu thẳm trong tâm hồn bà vẫn giận dữ. Bà chỉ đem sự phản kháng đó để đối chọi với chính mình mà không dùng để đối chọi với người khác. Bà tự làm khổ và dằn vặt mình những hai lần. Điều này vô lý!"

"Đã quá muộn cho những thay đổi!"

"Ngoài chuyện đánh mất chính mình bà còn tiếc điều gì nữa không?"

"Tiếc là mình đã không tự lập được. Tiếc là mình đã sinh ra không đúng thời. Tôi nhìn thấy con cái tôi, chúng hạnh phúc quá. Chúng tự do hơn tôi nhiều"

"Các con bà có biết như vậy không? Có biết bà phải chịu đựng không?"

"Chúng biết và chúng rất thương tôi. Có thể chúng cũng thương hại cho mẹ chúng nữa!"

"Bà có bạn không?"

"Lúc trẻ dễ kết bạn. Lập gia đình lớn lên khó kết bạn. Hay cũng tự tính một phần."

"Sự cô độc đôi khi là một chọn lựa"

"Thật sao?"

"Bà nên kết bạn, có thêm niềm vui. Một khi bà đã chấp nhận như vậy trong bao nhiêu năm thì tại sao không nhìn về phía trước với sự lạc quan hơn hay hài lòng với những gì bà đang có"

"Tôi thấy mình chỉ là người khách trọ ở thế gian này. Mọi sự đều tạm bợ và chẳng có ý nghĩa gì"

"Đó là một thái độ rất bi quan và không có lợi cho sức khỏe"

Bà Trương phì cười. Lần đầu tiên thấy bà ta cười một cách thoải mái như vậy. Nhưng Hoài có biết đâu ở hai khóe mắt của bà ta có ngấn lệ.

"Hình như tôi chẳng thiết gì cả. Một giấc ngủ ngon có lẽ là điều tuyệt vời nhất"

"Khi bà kể cho tôi nghe những điều này bà có thấy dễ chịu không?"

"Dễ chịu chứ! Ước gì tôi có thể nhìn thấy tôi của những ngày còn trẻ. Tôi không còn nhớ mình ra sao nữa. Tôi thay đổi nhiều quá và cũng quá mệt mỏi"

"Tôi nghĩ con người cũ của bà vẫn ở trong bà, tại vì bà không đi tìm nó thôi. Con người đó đang ngủ yên, chỉ cần bà đánh thức, lay dậy là bà sẽ gặp lại nó"

"Gặp để làm gì?"

Bóng tối

Hoài cười nhẹ:

"Để thấy là bà không đánh mất chính mình như bà tưởng. Bà biết không người ta thay đổi theo với thời gian mà không nhận biết vì đó là những diễn biến từ từ."

Bà Tú Anh không nói gì. Hoài hỏi:

"Chắc bà đã về hưu?"

"Đúng vậy. Lúc bận rộn với công việc.."

"Bận rộn làm bà bớt những suy nghĩ bi quan?"

Bà ta gật đầu. Hoài tiếp:

"Tôi nghĩ bà chỉ cần một người bạn.."

"Một người bạn hiểu được mình không phải dễ tìm. Nhưng như tôi với.. cô, có lẽ bản tính của tôi, con người của tôi.. không biết phải nói thế nào.."

"Nãy giờ nói với tôi bà thấy ra sao?'

Tú Anh gật đầu:

"Tôi thấy thoải mái hơn, tôi nói được những điều tôi muốn nói"

"Vì vậy tôi mới nói là bà cần có một người bạn, hay một người thân mà bà có thể nói chuyện. Bà có gần gũi với con cái không?"

"Tôi không muốn mang những vấn đề của mình đến với con cái"

Hoài cười nhẹ và nghĩ thầm: "Thành thử ra nhưng người này mới cần đến đây."

"Bà có nghĩ là tôi xem cái tôi

của mình quan trọng quá không?"

"Đó là lẽ tự nhiên, ai cũng vậy cả. Nhiều hay ít tùy tâm tính mỗi người. Nhưng nếu bà không để ý đến chính mình nhiều tôi nghĩ bà sẽ đỡ bị khó chịu hơn"

Bà Tú Anh yên lặng. Hoài không hiểu là bà ta đồng ý với nàng hay không. Cả hai người cùng im lặng trong vài phút. Hoài là người nối lại câu chuyện trước:

"Tiếc nuối về những gì đã qua không làm thay đổi được hiện tại. Cuộc sống vật chất của bà như ý chứ?"

"Không có gì để phàn nàn"

Hoài nghĩ thầm vậy thì có gì để phải nói. Người phụ nữ này chỉ cần gặp Hoài một lần là đủ.

Có lẽ bà Tú Anh cũng nghĩ như Hoài. Lần đầu tiên từ khi bước chân vào đây, bà ta mới xoay người nhìn thẳng vào mặt Hoài và nói:

"Cám ơn bà đã lắng nghe"

"Tôi mong bà sẽ.. vui với những ngày trước mặt. Những gì không được như ý đã qua, cũng chỉ như một cái phủi tay"

Bà Tú Anh đứng dậy:

"Cám ơn bà"

Hoài đứng dậy tiễn bà ta ra ngoài. Đây là một người bệnh nhân đến một lần và không cần trở lại, nàng tin chắc như vậy.

Chương 18

Kyra

Đã có bao nhiêu người đến đây để chia sẻ với Hoài, có những người đến đôi ba lần, có người tới lui cả năm trời liền rồi mất tăm. Kẻ chỉ đến một lần rồi cũng biến. Những cái tên thoáng qua như những cái bóng chồng chất lên nhau. Nhưng cũng có những người và câu chuyện của họ Hoài không thể quên. Ngày hôm nay Kyra là trường hợp điển hình ghi khắc dấu. Cái tên lạ và câu chuyện của cô ta...

Kyra Johnson là một phụ nữ da trắng ngoài 40 tuổi. Khi cầm hồ sơ và đọc tên người bệnh nhân, Hoài đã nghĩ mình sẽ nhớ cái tên này. Dễ nhớ nhưng khó quên.

Kyra chỉ mỉm cười khi Hoài chào đón. Những câu nói thông thường Hoài vẫn nói với những người bệnh nhân mới ngày hôm nay lại được lập lại.

Hoài ngồi vào bàn viết của mình.

Kyra đứng đó như chờ đợi một chọn lựa. Cô ta nhìn quanh phòng rồi cởi áo khoác vắt lên thành chiếc ghế cách xa Hoài nhiều nhất. Chiếc áo đầm tím nhạt u nhã và mái tóc vàng mầu cát làm toàn thân Kyra sáng hẳn lên trong căn phòng ấm áp. Với khoảng cách Hoài không nhìn thấy rõ mặt cô ta cho lắm. Nhưng vóc dáng mảnh mai cho một hình ảnh thanh thoát và.. xa vắng.

Cô ta ngồi xuống và xoay chiếc ghế về phía Hoài.

Kyra là người mở đầu trước. Điều này làm Hoài hơi ngạc nhiên.

"Có một người quen giới thiệu tôi đến.. bà"

Hoài hơi mỉm cười trả lời:

172

"Tôi có thể làm gì giúp cô?"

"Tôi cũng không chắc là bà có thể giúp được tôi hay không vì con người tôi.. đã như vậy rồi, không thể thay đổi. Nhưng có thể bà sẽ giúp tôi theo một cách nào đó. Tôi hy vọng như vậy"

Hầu như tất cả những ai đến đây đều có ý nghĩ như vậy, Hoài nghĩ thầm nhưng không nói ra.

Có lẽ Kyra không muốn mất nhiều thì giờ, cô ta vào đề ngay:

"Cách đây 3 năm tôi bị tai nạn và bị chấn thương đầu. Ai cũng nghĩ là tôi sẽ không qua khỏi. Tôi mê man cả 20 ngày. Cha mẹ tôi đã sửa soạn mọi sự vì nghĩ rằng.. tôi sẽ không bao giờ tỉnh lại. Nhưng rồi tôi tỉnh dậy, không chết nhưng tôi thành một con người khác.."

"Một con người khác là sao?" Hoài nhỏ nhẹ hỏi Kyra.

"Tôi không quên được điều gì cả. Điều gì tôi nhìn thấy là ghim trong óc tôi. Bộ óc tôi như một chiếc máy chụp hình bấm nút lia lịa và thu nhận.. bất tận… "

"Hyperthymesia. Đó là trường hợp của cô. Rất hiếm có những người có khả năng như thế"

"Bà biết rõ về tình trạng này?"

Hoài gật đầu:

"Tôi còn nhớ trường hợp bệnh lý này đầu tiên được ghi nhận ở một người bệnh tên Solomon Shereshevsky. Một bác sĩ tâm lý người Nga là Alexander Luria là người khám phá ra trường hợp hy hữu đó. Một cô gái khác tên Jill Price cũng bị lâm vào tình trạng này nhưng đối với cô ta đây không phải là một khả năng xuất chúng mà là một gánh nặng khủng khiếp vì không chế ngự được và làm cô ta luôn luôn mệt nhoài với tất cả những hình ảnh và âm thanh liên tục quấy rầy. Người thiếu nữ này không còn biết mình đang sống trong hiện tại hay quá khứ nữa. Điều lạ lùng là khả năng ghi nhận và nhớ siêu việt như

Bóng tối

vậy nhưng không giúp cô ta hữu hiệu trong việc học hành! Rất nhiều điều mà khoa học không giải thích được về những trường hợp bệnh lý như thế".

Kyra gật đầu:

"Bà có gặp người nào như tôi không?"

"Chưa bao giờ. Như tôi đã nói là những người có khả năng như vậy rất hiếm. Nhưng điều này làm cô khó chịu lắm ư?"

"Bởi vì có nhắm mắt thì vẫn nhìn thấy"

"Bên cạnh cái lợi nào thì cũng có những cái.. bất lợi. Nhưng cô chỉ nhìn và nhớ những điều hay khuôn mặt sự việc sau tai nạn đó thôi chứ?" Hoài nói nhưng nàng biết Kyra đến đây không phải vì thế.

"Đúng vậy. Tôi cũng đã tập quen dần với con người mới của mình. Nhưng một ngày kia có điều lạ khác xảy ra.."

"Cô cứ nói"

"Tôi nhìn thấy được sự bất hạnh của người khác.."

"Vậy là cô có sự cảm thông mạnh mẽ"

"Không, không phải sự là cảm thông như bà nghĩ"

Hoài nhíu mày hỏi lại:

"Cô nói rõ hơn được không? Cô nhìn thấy được sự không may của người khác cho dù họ che dấu"

"Không! Tệ hơn nữa.."

Hoài yên lặng chờ đợi.

"Tôi như một tiên tri."

Hoài suy nghĩ và hỏi lại Kyra:

174

"Cô nhìn thấy được sự không may của người khác?"

"Tôi phải để trong ngoặc kép "sự không may sẽ xảy ra" cho người đó"

Hoài sững sờ.

Làm như những điều thú nhận đó đối với Kyra là quá sức nàng.

"Nhưng rồi.. có xảy ra đúng như vậy không?"

Kyra gật đầu thay cho câu trả lời.

"Điều này là một khả năng bất thường khác mà cô không thể làm gì khác hơn là chấp nhận. Tôi chưa nghe nói như vậy bao giờ. Nhưng điều này có xảy ra thường không và đối với những người cô quen biết hay cả những người xa lạ? Tôi nghĩ cô phải tìm đến bác sĩ chuyên môn để giúp cô"

"Họ sẽ nghĩ tôi điên hay hoang tưởng."

Hoài muốn nói với Kyra là nàng cũng chẳng thể giúp cô ta được.

Kyra trả lời câu hỏi trước đó của Hoài:

"Điều này mới xảy ra cho tôi gần đây. Tôi đã gặp 2 lần như vậy trong năm vừa qua. Những điều này đã xảy ra cho họ hàng của tôi"

"Cô kể rõ được không?"

"Năm ngoái.. khi cô em họ của tôi lập gia đình với người yêu của nó, mặc dù bị gia đình chống đối nhưng cô em họ tôi cương quyết lấy anh ta"

"Vì sao gia đình chống đối?"

"Anh ta là thành phần bất lương, giao du với những bọn băng đảng"

"Rồi họ có lấy nhau không?"

175

Bóng tối

"Có.. và thảm kịch xảy ra.."

"Cô nhìn thấy trước thảm kịch sẽ xảy ra?"

"Đúng vậy!"

"Có thể không phải là cô nhìn thấy trước điều đó sẽ xảy ra nhưng với một người chồng không lương thiện thì điều gì cũng có thể xảy ra. Tôi có thể nói như vậy"

Kyra lắc đầu:

"Không giản dị là một suy nghĩ hay suy luận như bà nói. Sau khi họ lấy nhau chừng vài tháng, cô em họ tôi rất hạnh phúc với chọn lựa của mình. Tôi cũng mừng cho cô ấy. Đó là ngày.. thứ ba trong tuần của tháng 10, tôi đến thăm Elena –tên cô em họ tôi- chồng cô ta không có nhà. Tụi tôi trò chuyện vui vẻ. Elena lúc đó đang mang thai đứa con đầu lòng, 2 tháng 10 ngày. Chưa bao giờ thấy Elena hạnh phúc như vậy. Cô em họ tôi nói đến những chuyện tương lai, đổi nhà khác rộng rãi hơn. Elena kể về người chồng với giọng âu yếm và thương yêu lắm…"

Kể đến đây Kyra bỗng ngừng lại.

Hoài kiên nhẫn chờ đợi.

Một lúc sau Kyra kể tiếp:

"Chiều, tôi từ giã Elena và hẹn gặp lại cô ấy vào Giáng Sinh. Trên đường về, khi lái xe qua khỏi một khu đồng trống, điều kỳ lạ đó xảy ra.. Tự dưng trước mặt tôi thay vì là cánh đồng trống lại là hình ảnh Elena bị tai nạn xe. Chiếc xe của cô ta móp hết đầu xe. Elena bị kẹt trong đó.. Không có một ai khác, ngoài cô ta và cái thai trong bụng"

"Phản ứng cô ra sao khi nhìn thấy hình ảnh đó?"

"Tôi sợ và hoang mang.. nhưng không nói với ai cả"

"Bao lâu sau đó thì điều này đã thành sự thật?"

176

"Không lâu. Hai tuần sau.."

"Elena cũng bị tai nạn xe như cô đã "nhìn" thấy?"

Kyra gật đầu.

"Nhiều khi chỉ là một sự ngẫu nhiên hay trùng hợp"

"Không. Đó là sự thật."

"Tai nạn là một điều không tránh được"

"Đúng. Nhưng tôi có cảm tưởng nếu mình nói ra trước với Elena thì tai nạn đã không xảy ra.."

"Không thể nói như vậy được. Chuyện gì xảy ra thì sẽ xảy ra. Nhưng lúc cô nhìn thấy hình ảnh đó khi đang lái xe trên đường về, cô có nghĩ là nó sẽ xảy ra hay không? Nhưng cứ nghĩ lại đi, cô có thể nào nói ra với Elena không? Cô em họ sẽ tức giận, không tin mà còn giận cô nữa. Có ai muốn biết những điều xấu sẽ xảy đến cho mình đâu phải không? Không nên buộc trách nhiệm cho mình? Cô chẳng có trách nhiệm gì trước cái chết của Elena cả"

Kyra suy nghĩ:

"Tôi nói với bà là tôi hoang mang và sợ hãi. Tin hay không ư? Tôi không hiểu nữa. Những khả năng bất thường đã làm tôi khổ sở lắm rồi. Nay thêm điều này nữa.."

"Còn chuyện thứ hai?"

"Xảy ra sau cái chết của Elena không lâu. Một tháng 14 ngày. Chưa đủ để tôi quên cái chết của Elena."

Kyra chợt đứng lên lại gần Hoài, ngồi xuống chiếc ghế đối diện.

Lúc này Hoài mới nhìn rõ khuôn mặt Kyra. Cô ta có khuôn mặt dài, thon, hơi nhỏ. Đôi mắt mở to, đáng tin cậy. Lông mi không chải mascara, mầu nhạt như mái tóc vàng. Tròng mắt cô ta có màu xanh lục lẫn với nâu. Sống mũi cao, thanh nhưng sắc trên đôi môi tô son phớt hồng. Một khuôn mặt mờ nhạt như trong một giấc mộng.

Kyra nhìn Hoài không ngần ngại. Phải chăng đây là một sự tin cậy?

"Lần thứ nhì.. cũng kinh khủng như cái chết của Elena. Cô Ruth là em của cha tôi. Bà ấy không lấy chồng, chưa bao giờ lấy chồng mà cũng chẳng có người yêu bao giờ. Điều này không có nghĩa là cô Ruth khô khan. Cô ấy là một người rất tình cảm. Cô yêu gia đình họ hàng. Cô Ruth khó tính nhưng thương người. Trong nhà tôi ai cũng quý cô vì thấy cô cô độc, đơn chiếc. Không ai có thể nghĩ là cô có thể làm hại đến một con vật, chứ đừng nói đến con người.

Tôi ít khi đến thăm cô. Giản dị vì tuổi già làm tôi kinh sợ mặc dù tôi quý cô. Ngày đó tình cờ tìm những tấm ảnh cũ gia đình để gom lại thành một tập hình đặc biệt để tặng cho cha mẹ tôi nhân ngày Giáng Sinh sắp đến... Đến bây giờ kể lại cho bà nghe, tôi vẫn còn sợ hãi và tự hứa với mình là sẽ không bao giờ nhìn lại những ảnh cũ, nhất là những ảnh đen trắng.."

Hoài yên lặng nghe và theo dõi nét mặt của Kyra. Trông cô ta có vẻ bối rối và lo âu. Đôi lông mày của Kyra nhíu lại chính giữa. Lúc đó Hoài mới nhìn thấy một đường rãnh giữa hai lông mày Kyra, phải nhìn kỹ mới thấy.

"Lúc tôi đang chọn những tấm ảnh xưa, khi thấy ảnh của cô Ruth lúc trẻ –tôi biết vì đã từng nghe cha tôi giải thích về tấm ảnh này- tôi thấy buồn cười vì trông cô có vẻ ngớ ngẩn thế nào. Bỗng dưng như có một tấm ảnh khác đặt lên trên tấm ảnh cũ. Tấm ảnh mới là hình ảnh cô Ruth năm ngoái khi cô 80 tuổi. Nhưng không chỉ là một tấm ảnh mà là cả một.. đoạn phim.. Tôi chắc chắn mình không nằm mơ, không tưởng tượng bởi vì như bà đã biết với những khả năng kỳ quái của bộ óc tôi thì.. những gì đầu óc tôi ghi nhận cũng khác thường cả.

Đoạn phim ngắn nhưng rõ ràng.. Tôi nhìn thấy tội ác.. hay đó chỉ là một sự tự vệ.. Bà có thấy giữa hai điều này là một lần ranh rất mong manh không?

Người làm vườn của cô Ruth là một người da mầu đã làm lâu năm. Cứ 2 tuần anh ta đến giúp cô tôi một lần. Hình ảnh mà tôi nhìn thấy là cô Ruth.. bắn chết Dough –người làm vườn-. Cô bắn không phải một phát đạn.. mà nhiều phát súng. Trong đoạn phim đó tôi thấy và nghe anh ta kêu lên van nài xin tha mạng.. nhưng không thấy cô Ruth ngừng tay. Tôi nhớ mặt cô đanh lại. Một người già nhăn nheo xấu xí nay dữ tợn.. trông thật kinh khủng. Chỉ có thế.."

"Và.. đã xảy ra như vậy?"

Kyra gật đầu. Mặt cô ta nhợt đi.

"Có biết lý do vì sao?"

".. Cô Ruth kể rằng tưởng đó là trộm nên.."

"Làm sao Kyra có thể nói là những điều cô nhìn thấy trước đó mới là đúng còn những điều bà Ruth nói là.. sai?"

"Tôi.. không biết những điều tôi nhìn thấy là đúng hay sai nữa nhưng.. sau khi sự việc xảy ra, cô Ruth không bị rắc rối gì về pháp lý cả, Dough.. thì đã chết.. Tôi thấy làm sao… Tôi không biết phải giải thích như thế nào cho bà hiểu.."

"Cô nghĩ là bà cô Ruth giết anh chàng làm vườn không phải vì tự vệ mà là cố sát?"

Kyra gật đầu:

"Đúng như vậy. Sự thật về cái chết của anh ta sẽ không bao giờ được phơi bày. Tôi như một nhân chứng duy nhất bị bịt miệng! Khổ nỗi tôi muốn quên, nhưng cái gì đã vào óc tôi thì không quên được"

"Cô thấy tội lỗi vì không nói ra được?"

Bóng tối

"Phải.."

"Cứ cho như là những điều cô nhìn thấy như một giấc mơ vì không có thật. Cô không thể nào chứng minh sự việc xảy ra như thế. Chẳng ai tin cô. Người ta tin một bà lão ở một mình và phải tự vệ. Có thể người làm vườn nảy lòng tham hay có ý đồ bất chính. Điều này chỉ có 2 người biết: đó là bà Ruth và anh làm vườn. Anh ta chết rồi và sự thật cũng theo anh ta xuống lòng đất. Người phải đối diện với chuyện này là bà Ruth chứ không phải cô, đúng không?"

Kyra ngẩn ngơ nhìn Hoài. Đó là câu trả lời của nàng sao? Một cách nào đó, câu nói của Hoài như gỡ phần nào những thắc mắc bấy lâu nay.

Hoài nói tiếp:

"Còn chuyện trong tương lai cô có còn gặp những hiện tượng lạ lùng như vậy nữa không thì tôi nghĩ sẽ không có câu trả lời."

Kyra yên lặng nhìn vào sau lưng Hoài. Cô ta nhìn nhưng không nhìn.

Cô ta đứng lên tìm áo khoác. Khi đi ra, Hoài nói nhỏ nhẹ:

"Tôi mong là đã giúp cô được phần nào"

Kyra gật đầu. Quay sang bắt tay Hoài. Cái bắt tay ấm áp. Lúc này Kyra mới nhìn gần mặt Hoài. Vừa lúc ấy.. làm như người bác sĩ tâm lý chợt biến hình.. Không tươi cười với Kyra nhưng đó là một khuôn mặt khác của bà ta. Một khuôn mặt sợ hãi.. trong một căn phòng đẹp, trên giường ngủ rắc đầy cánh hoa. Vẻ sợ hãi thất thần của bà ta làm cho Kyra hoang mang.. Những cánh hoa đẹp và khuôn mặt đầy vẻ khủng hoảng là hai sự đối chọi.. Điều gì đã xảy ra cho bà ta? Bà ta nằm trên chiếc giường rắc đầy cánh hoa, hai tay và chân bị trói bằng nơ đỏ... Rồi bà ta chợt há to miệng như muốn hét nhưng không thấy có âm thanh nào phát ra.. Và.. như một cuốn phim bị cắt ngang. Hết! Chỉ còn lại.. là hiện tại.. Kyra đang đối diện và từ giã người bác

180

sĩ tâm lý lần đầu tiên gặp trong đời mình. Chuyện gì sẽ xảy ra cho bà ta? Kyra chợt rùng mình và sợ hãi.

Hoài thấy Kyra nắm tay mình quá lâu nên nhẹ nhàng rút tay ra. Nàng hơi ngỡ ngàng thấy vẻ khác lạ trên mặt Kyra. Nhưng chỉ thoáng qua rồi cô ta quay lưng, đi ra ngoài.

Ra đến bên ngoài, Kyra đi như một người đang sống trong giấc mộng. Ngay cả khi cô thư ký đưa bill, nàng cũng chẳng nhìn. Kyra mở ví lấy thẻ tín dụng đưa cho cô gái. Tất cả những hành động đó của nàng như bị ai sai khiến, làm và không suy nghĩ. Nàng nhớ cô thư ký nói gì rồi không thấy Kyra trả lời, cô ta lắc đầu đưa bút chỉ chỗ ký và trả lại thẻ tín dụng cho Kyra. Nàng cất thẻ lại vào ví và đi ra khỏi văn phòng như một kẻ mất hồn!

Đứng bấm nút thang máy. Khi nghe tiếng chuông kêu nhẹ và cửa thang máy mở ra, Kyra không vào và quay trở lại đi về hướng văn phòng người bác sĩ tâm lý.

Đến trước cửa định đẩy vào rồi như chợt tỉnh, Kyra quay ra đứng dựa vào tường. Những lời nói của người bác sĩ tâm lý còn vang trong tai Kyra:

"Cứ cho như là những điều cô nhìn thấy như một giấc mơ vì không có thật. Cô không thể nào chứng minh sự việc xảy ra như thế. Chẳng ai tin cô."

Chẳng ai tin mình.. và nếu nàng có nói với bà ta về hình ảnh của bà ta như vậy.. thì bà ấy cũng không tin.. Bà ấy đã giải thích cho Kyra là "chuyện gì xảy ra thì sẽ xảy ra".

Mình phải làm gì? Chẳng làm gì cả! Chẳng ai tin và chẳng ai muốn nghe về một chuyện bất hạnh sắp xảy đến cho người đó.

Kyra lững thững đi về phía thang máy và bấm nút chờ.

Bóng tối

Những con số của các tầng lầu nhấp nháy đổi như những cái chớp mắt.

Kyra thầm ước phải chi mình chỉ "nhìn thấy trước" những hạnh phúc của người khác thay vì là những chuyện kinh khủng. Ước gì mình có thể thay đổi những tình huống xấu của người khác thành những điều tốt đẹp? Ước gì cuộc đời chỉ toàn là những bình yên. Ước gì.. ước gì..

Chương 19

Lữ

Ở bàn viết, nhìn qua khung cửa sổ gồm 4 ô vuông kiểu xưa, vườn sau nhà thuê cũng bị cắt thành 4 ô vuông vắn. Lúc mới đến ở Lữ rất khó chịu nhưng rồi quen và lại có ý nghĩ hóm hỉnh là 4 ô vuông của hình ảnh bên ngoài là 4 "phần đời" của khu vườn. Phần trên cao bên trái cho thấy những chùm lá còn xanh non, đấy là tương lai. Phần trên bên phải của ô cửa sổ thoáng hơn có chút mảnh trời mà ngày đẹp trời không mây sẽ có màu xanh, đôi khi là xanh và có vân trắng. Những ngày ấy đây là tương lai vô định không với tới được. Ngày âm u xám xịt, phần này mang nặng viễn tưởng u buồn mông lung. Lướt xuống ô bên dưới bên phải, mắt chạm vào những tàn lá già đưa tay ra chỗ có nắng hong mình tìm chút ấm áp cuộc đời và đợi ngày rơi rụng. Ô cửa sổ còn lại bên trái lúc nào cũng xậm màu. Mầu góc khuất cuộc đời nằm dưới thấp với thân cây xù xì nâu nâu loang lổ với nhiều mảnh vỏ chợt muốn long ra khỏi thân cây. Vài cành lá già nua xanh đục vẫn còn bám vào thân cây. Nhiều cành lá đưa mình sát với cửa kính như tìm chút thân quen, gần gũi. Và rồi Lữ cũng thấy và đón nhận một sự quen thuộc nào đó, tình cờ chứ không tìm kiếm.

Nhìn xuống màn hình computer và những trang chữ dầy đặc Lữ thấy đây mới là cuộc đời của mình. Chàng đã đem ánh mắt, nụ cười tự tin, mái tóc đen của Hoài vào truyện của mình. Hoài không chỉ ẩn hiện đâu đó trong tiểu thuyết của Lữ, Hoài đã trở thành tâm điểm của câu chuyện. Lữ tin rằng trong lần hẹn ngày mai, chàng sẽ nhìn Hoài với cặp mắt khác vì Hoài ở ngoài đời cũng như Hoài trong những giòng chữ đang nhẩy múa trước mắt Lữ chỉ là một.

Bóng tối

Lữ đứng lên, rời bàn viết khi những ước muốn để tất cả ngoài đời và tiểu thuyết trở thành một đang như muốn bứt phá mọi ngăn cách. Lữ gọi điện thoại xin hẹn gặp Hoài sớm hơn thay vì ngày mai.

Giọng cô thư ký quen thuộc bên kia đầu dây vui vẻ như thường lệ. Khi nghe Lữ hỏi một cuộc hẹn sớm hơn, Anne đáp ngay:

"Không có chỗ nào trống anh à, phải chờ ngày mai thôi"

Giọng Lữ đầy vẻ thất vọng:

"Thôi đành vậy!"

Anne lại hỏi:

"Anh mới gặp bác sĩ mà?"

Lữ không trả lời chỉ cám ơn rồi cúp máy.

Chàng vào phòng ngủ, nhìn chiếc giường và hình dung mặt giường phủ đầy cánh hoa.

Ý nghĩ này từ đâu nhỉ? Dĩ nhiên là trong tiểu thuyết của Lữ với nhân vật Đoàn. Nhưng Đoàn từ đâu mà ra? Lữ có câu trả lời.

Năm 2008, một lần có dịp ghé ngang New York, tình cờ đến khu Chelsea ở Manhattan lang thang ở đó cả buổi. Nơi đây tụ tập nhiều phòng triển lãm cho giới Tân Hội Họa. Đến chiều, Lữ tắp vào một phòng triển lãm của một tên tuổi chàng chưa bao giờ biết đến: Gregory Crewdson.

Đó không phải là một phòng triển lãm thanh lịch hay sang trọng mà như là một warehouse thì đúng hơn. Đúng là một warehouse trần trụi, nền xi măng thô nhám loang lổ với những vách tường cao vượt bực, phải cao cỡ hơn hai tầng lầu. Người ta có thể nhìn thấy phần trong thô kệch của mái nhà vì không có trần. Những bức ảnh chụp rất lớn với chiều cao từ mặt đất lên đến sát gần mái. Lữ đã bị hút hồn phần vì kích thước vĩ đại của những bức hình, nhưng chính vẫn là vì những hình ảnh đập vào mắt chàng.

Lữ đã tiến lại gần bức ảnh đầu tiên. Người phụ nữ trong bức ảnh lớn bằng kích thước người thật hay có thể lớn hơn chút đỉnh. Mọi chi tiết trong bức ảnh, nền thảm đến vết bẩn trên mặt thảm rõ mồn một. Chàng có cảm tưởng mình có thể bước vào bên trong bức ảnh dễ dàng và có thể ngửi thấy mùi hoa hồng đỏ tỏa ra rơi đầy trên giường, dưới đất, chung quanh người phụ nữ mặc áo ngủ hở đôi vai trần với khuôn mặt thất thần.

Bức ảnh chụp thật sắc nét và kỳ lạ. Căn phòng ngủ tối. Những cửa sổ có màn mỏng che kín hơi sáng vì vài chiếc đèn chụp để ở góc phòng hắt lên chút le lói vàng vọt. Người phụ nữ ngồi trên giường ngủ. Sau lưng sát vách tường có tấm gương lớn. Đây chắc chắn không thể là một bức ảnh được chụp tình cờ. Một bức hình u ám, buồn bã và cũng đầy sợ hãi làm như có một điều gì kinh khủng vừa xảy ra trong căn phòng ngủ đó. Một gốc cây hoa hồng bị nhổ lên hay bứng lên không biết, nhưng nằm trơ trụi trên mặt giường. Người ta có thể trải cánh hoa trên giường nhưng không ai vứt một cây hoa hồng tróc gốc trên giường. Người phụ nữ nhỏ nhắn ngồi cúi đầu, mái tóc dài vừa phải không chải, nâu nâu vàng. Điều gì đã xảy ra trong căn phòng ngủ này? Và điều gì đã xảy ra cho người đàn bà đó?

Lữ đã đứng trước bức ảnh này rất lâu như để ghi nhớ mọi chi tiết trong hình rồi mới đi lượn sang những bức ảnh khác. Nhiều bức ảnh chụp khác nhau nhưng đều với tầm cỡ vĩ đại. Cả warehouse tràn ngập những bức ảnh như thế.

Ra đến gần cửa ra vào Lữ tìm một brochure về tác giả. Nghệ sĩ là một người Mỹ, sinh năm 1962 tại Brooklyn, New York. Rất nổi tiếng và những tác phẩm của ông được trưng bày tại nhiều nơi danh tiếng, không chỉ tại Hoa Kỳ mà còn nhiều nơi trên thế giới. Những tác phẩm của Gregory Crewdson không chỉ là chụp ảnh theo nghĩa thông thường mà còn phải dàn dựng, xếp đặt với đầy đủ bố cục và phối hợp để tạo thành một câu chuyện gợi ý nếu người thưởng ngoạn muốn đẩy óc tưởng tượng đi xa hơn. Người ta đã gọi những người nghệ sĩ này là staged photographer là vì vậy. Những bức ảnh chụp của tác giả mang tính sáng tạo nghệ thuật lôi cuốn ở một tầm cỡ cao và rất công phu, tốn nhiều thì giờ, công sức, tiền bạc cũng như nhân lực. Có thể nói đây gần như là một sản phẩm của Holywood!

Trong bao nhiêu bức ảnh triển lãm lúc đó, bức ảnh người phụ nữ ngồi trên giường, chung quanh vương vãi bao cánh hoa đã đi vào tâm khảm của Lữ và nay đang khuấy động tâm can chàng. Tiểu thuyết của Lữ ra đời vì vậy.

Nhưng Lữ không bao giờ ngờ bức ảnh chụp của Gregory Crewdson lại trở thành một ám ảnh. Lúc đầu chàng chỉ nghĩ bức ảnh để lại một ấn tượng mạnh mà thôi, nhưng không ngờ nó ăn sâu trong đầu Lữ và không chịu phai nhòa.

Nghĩ đến đây chàng lại nhớ đến lời của bà Hoài. Nhưng với Lữ làm sao tiểu thuyết chỉ là tiểu thuyết được?

Thoạt đầu khi mới viết, câu chuyện chỉ là hư cấu và đầy tưởng tượng nhưng càng đi sâu vào càng bị lôi cuốn trói buộc làm Lữ thấy.. ngần ngại. Vì thế chàng mới tìm đến một người cố vấn tâm lý. Đến gặp Hoài chỉ có mỗi mục đích đó. Nhưng Hoài đã thay đổi tất cả. Từ một người cố vấn tâm lý, Hoài đã đi vào trong tiểu thuyết của Lữ. Thay vì được giải thoát như Lữ mong muốn, gặp Hoài chàng lại càng bị trói chặt hơn. Hoài không đẹp, nhan sắc chỉ bình thường nhưng lối nói chuyện, cách diễn tả và con người của Hoài rất bắt mắt. Lữ càng viết càng thấy bị thu hút, càng thấy mình bất lực. Và nhân vật của chàng trong tiểu thuyết đã bước ra khỏi câu chuyện không có thật để trở thành những con người bằng xương bằng thịt ... Tất cả đang chờ Lữ làm cho trở thành sự thật...

Chương 20

Sáng hôm sau Lữ đi mua rất nhiều hoa hồng, đủ thứ màu. Chàng thay vải giường mới cũng thật đẹp. Lữ bứt hết những cánh hoa hồng rồi rải lên giường ngủ. Hình như những điều này Lữ cũng đã viết xuống trong câu truyện của mình.

Đến trưa Lữ order đồ ăn từ một tiệm Ý không xa chỗ chàng ở là mấy. Lữ đi lấy thức ăn, bỏ vào tủ lạnh với niềm vui rộn ràng khó tả.

Lúc ra xe, Lữ lại trở lại vào trong nhà, vào phòng ngủ, kéo ngăn kéo tìm khẩu súng Beretta 9. Nhìn thấy khẩu súng nhỏ nằm đó nhưng cầm khẩu súng lên mang đi không phải dễ dàng như chàng tưởng. Khẩu súng nhỏ nằm đó bất động, đen ngòm và lạnh lẽo nhưng Lữ cho rằng chính cái màu đen và cứng nhắc đó là một sự thách thức. Nhưng rồi chàng cũng phải quyết định, cầm khẩu súng lên, nhét vào lưng quần. Ra xe, Lữ nghĩ sao lại dấu khẩu súng dưới tấm thảm để chân. Lữ hy vọng mình sẽ không phải dùng đến nó.

Cái hẹn gặp Hoài vào lúc 4 giờ. Lữ đến sớm hơn 10 phút. Ngồi ở phòng đợi, chàng không nhìn thấy bình hoa mới gửi. Hay là trong phòng làm việc của Hoài?

Sự nôn nóng trong Lữ càng lúc càng gia tăng. Chàng cứ đổi hết thế ngồi này đến thế ngồi khác.

Những điều này Anne đều thấy cả. Nàng cầm hồ sơ Lữ và đến gõ cửa phòng Hoài.

Hoài mở cửa nói với Anne:

"Có bệnh nhân hả em?"

Anne gật đầu. Nàng quay lại nói với Lữ;

Bóng tối

"Mời anh!"

Lữ đứng phắt dậy. Đi ngang chỗ Anne ngồi, Lữ nheo mắt ngầm cám ơn. Anne hơi nhoẻn miệng cười.

Hoài có vẻ hơi ngạc nhiên khi nhìn thấy Lữ. Nàng không nghĩ là Lữ trở lại sớm như vậy.

Lữ vào phòng và đi thẳng vào chỗ ngồi quen thuộc. Anh ta luôn luôn ngồi đúng chỗ, không thay đổi.

"Chắc bà ngạc nhiên khi tôi trở lại sớm như vậy?"

"Khi nào anh cảm thấy cần thì cứ đến"

Khi nói như thế Hoài cũng hơi thắc mắc, nhưng nàng có cảm tưởng Lữ cần có người lắng nghe.

Dĩ nhiên Lữ không thể nói cho Hoài hiểu vì sao chàng cần đến đây ngay. Chàng chỉ muốn mọi sự diễn tiến dồn dập để chàng không thể ngừng lại. Bất cứ một chậm trễ nào có thể làm chàng không dám hành động như đã muốn.

"Tôi.. tôi không biết phải.."

"Không biết phải nói gì ư? Anh không biết tại sao anh muốn đến đây? Tôi không tin như vậy".

Không có điều gì mà không qua khỏi đôi mắt sắc bén của bà ta, Lữ nghĩ thầm như vậy.

"Chắc.. đầu óc tôi hơi lung tung.."

"Anh đã trở lại viết truyện tiếp chưa?"

Như người bị bắt quả tang đang vụng trộm, Lữ hơi luống cuống:

"Có.. tôi tiếp tục viết"

"Có thấy khó khăn không?"

"Không.."

"Anh có thấy thích thú không?"

Lữ thở dài, yên lặng một chút rồi mới trả lời Hoài:

"Thích thú vô cùng. Đây là một sự trở lại.. tuyệt vời. Chúng tôi là một"

Hoài nhíu mày nhìn Lữ. Hôm nay anh ta không cạo râu, trông Lữ không chỉnh tề, không giống những lần trước. Ngay cả sau chuyến đi Hungary cũng không làm Lữ thay đổi bao nhiêu, nhưng lần này trông Lữ có vẻ khác nhiều.

"Anh nói "chúng tôi"? Chúng tôi là ai? Là anh và ai?"

".. Rất nhiều người.. tôi và nhân vật.. và nhiều người chung quanh tôi.."

Hoài thấy ngay Lữ đang gặp khủng hoảng. Nàng nói nhỏ nhẹ:

"Điều gì làm anh thích thú trong câu truyện anh viết? Kể cho tôi nghe về câu truyện đó. Anh không muốn chia sẻ với tôi ư?"

Lữ phân vân nhưng chàng nghĩ đã đến lúc:

"Tôi muốn chia sẻ với bà bởi vì.. bà đã làm thay đổi câu chuyện của tôi"

Hoài ngạc nhiên:

"Tại sao?"

Lữ yên lặng một lúc:

"Từ khi đến đây.. nhiều lần.. "

Chàng bỏ lửng vì thấy khó nói.

Hoài hỏi tới:

Bóng tối

"Từ khi đến đây nhiều lần, rồi sao nữa? Anh chưa nói hết những điều anh muốn nói"

"Nhân vật nữ trong câu truyện của tôi đã mang nhiều nét giống bà"

"Giống nhau là chuyện thường"

"Không, không phải là chuyện ngẫu nhiên"

Hoài hơi bối rối nhưng nàng giấu kín và hỏi lại Lữ:

"Anh chọn như thế?"

"Tôi chưa bao giờ gặp một sự thu hút và lôi cuốn nhiều như vậy và rồi.. bà đã đi vào tiểu thuyết của tôi.. như một sự chọn lựa của chính tôi hay.. của một định mệnh nào đó.."

Hoài hơi mỉm cười:

"Anh tin vào định mệnh ư?"

"Bà có tin như vậy không?"

Lúc nào người bệnh nhân này cũng đặt câu hỏi ngược lại với mình?

"Chưa bao giờ"

"Chưa bao giờ đồng nghĩa với có thể, là sẽ.."

"Kể cho tôi nghe về câu chuyện của anh"

Lữ không trả lời.

Hoài tìm cách cho cuộc nói chuyện vui vẻ và cởi mở hơn:

"Tôi nhớ lần đầu tiên đến đây, anh có kể là anh viết truyện rùng rợn" Nói xong Hoài cười như trêu chọc.

"Lúc đầu tôi viết theo chiều hướng đó nhưng bà làm thay đổi câu chuyện của tôi"

"Sao anh cứ đổ cho tôi? Thay đổi là do anh chứ?"

Lữ nghiêm trang nói:

"Không, đúng như vậy. Bà không tin là bà đã đi vào tiểu thuyết của tôi hay sao?"

Hoài nhìn Lữ không nói gì. Ánh mắt nàng là ánh mắt dò hỏi, nếu không muốn nói là khuyến khích cho Lữ nói tiếp.

"Thoạt tiên nhân vật nữ trong câu chuyện của tôi là một người khác.. nhưng rồi con người yếu đuối đó đã bị bà đánh gục.."

Hoài tiếp lời Lữ:

"Ý anh muốn nói là nhân vật nữ mới giống tôi đã làm nhân vật trước đó lu mờ?"

"Đúng, đúng như thế."

Hoài tò mò:

"Còn những nhân vật chính khác nữa chứ? Nhân vật nam của anh ra sao?"

"Đoàn là nhân vật nam của tôi"

"Đây là nhân vật mà anh đã gọi là "nó"? Nó chiếm đoạt anh như anh đã kể trước đây?"

Lữ gật đầu.

"Đây là một chuyện tình?"

"Phải.."

"Có phải là bi kịch? Vì nếu là một chuyện tình êm ả thì sẽ chẳng ảnh hưởng tới anh bao nhiêu, đúng không?"

Bóng tối

Lữ không trả lời ngay. Có lẽ chàng nên chỉ kể như vậy thôi. Rồi Lữ
sẽ nói nhiều nữa sau này. Chàng không muốn trả lời câu hỏi của
Hoài. Và như cơn bão đã dồn dập kéo đến, Lữ bật nói ngay:

"Tôi muốn lập lại lời mời ăn tối... Hoài nhận lời nhé?"

Hoài không biết phản ứng thế nào vì bất ngờ.

"Hoài nhận lời nhé.. một lần thôi!"

Nàng sững sờ. "Một lần thôi". Có 3 chữ giản dị mà sao làm Hoài thấy
chới với. Nàng chưa kịp từ chối thẳng thừng như lần trước thì Lữ đã
đứng dậy đi ra khỏi phòng. Anh ta đi ra rất nhanh như sợ nghe câu
trả lời của Hoài.

Cửa phòng đóng lại mà Hoài vẫn chưa hoàn hồn. Hai bàn tay nàng
lạnh ngắt. Không, cả người nàng lạnh toát. Sợ hãi? Không, Hoài
không thấy sợ. Xúc động? Chắc có, nhưng là những cảm xúc lẫn lộn
làm nàng hoang mang. Nàng không thể ngờ 3 chữ "một lần thôi" đầy
vẻ van nài của Lữ lại làm Hoài xao xuyến đến như vậy! Nàng không
còn nhìn thấy Lữ như một bệnh nhân như mọi bệnh nhân khác. Lữ
đã đứng ở một vị trí riêng và tách rời liên quan nghề nghiệp giữa
Hoài và anh ta. Vì đâu mà Hoài lại suy nghĩ như vậy?

Hay vì Lữ đã mang mình vào tiểu thuyết của anh ta?

Những xáo động trong nàng chấp chới như những cánh bướm màu
sắc, chao đảo và làm Hoài thấy bất an. Nàng sợ cho chính mình..
hay linh cảm một điều gì bất thường sắp xảy đến?

Hoài đã ngồi yên lặng với những ý nghĩ ngổn ngang.

Đã lâu, lâu lắm, nàng không có những cảm xúc như hiện tại. Chính
Hoài cũng không hiểu vì sao.. hay nàng không muốn tìm hiểu và để
mặc cho cuộc đời dẫn dắt mình. Tự bản chất nàng không phải là một
con người như vậy. Nàng cũng tính toán, suy nghĩ, nhưng trên tất cả
Hoài sợ phiêu lưu, sợ những chi phối viễn vông của tình cảm dẫn dắt

nàng đến những quyết định sai lầm. Thà là mất một cơ hội còn hơn là nhầm lẫn để phải ân hận.

Những ý nghĩ khác nhau, đối chọi nhau như chúng đang dành giật Hoài. Nàng không còn thấy an vui như trước. Điều gì đang xảy ra cho mình, Hoài tự hỏi?

*

Bên ngoài, Lữ đưa thẻ tín dụng cho Anne. Cô nàng khẽ hỏi:

"Anh sao? Khỏe không?"

Lữ mỉm cười thay cho câu trả lời.

Thấy vậy Anne cũng không hỏi gì thêm. Nhưng khi đưa trả lại thẻ tín dụng cho Lữ, Anne nói như thường nói với tất cả mọi người bệnh nhân của Hoài:

"Anh có muốn ghi ngày hẹn luôn không hay gọi sau?"

"Tôi sẽ gọi sau. Cám ơn.."

Lữ cất thẻ tín dụng, cầm biên nhận rồi vội vã đẩy cửa đi ra.

Bên ngoài Donovan cũng nhanh chóng đi vào. Hai người suýt đụng nhau. Thay vì nói lời xin lỗi, cả hai chỉ thoáng nhìn nhau và khẽ nhếch mép cười thay cho lời nói.

Donova đến bàn của Anne và ghi tên.

"Anh đến sớm hả? Hôm nay nghỉ sao?" Anne nói.

"Tôi về sớm.. Vả lại hôm nay đã là ngày thứ sáu."

Anne tươi nét mặt:

"Một tuần lễ qua nhanh quá!"

"Ngày mai cũng là ngày cô nghỉ phải không?"

Bóng tối

"Thứ bảy văn phòng nghỉ. Anh ngồi đợi chút xíu nghe"

Donovan gật đầu. Chàng tìm một tờ báo lật qua loa trong lúc chờ đợi.

Khi Anne gõ cửa phòng, Hoài mới sực tỉnh. Dường như nàng vừa trải qua một cơn mộng.. dữ!!

Nàng đứng lên ra mở cửa phòng. Anne đưa tập hồ sơ. Hoài liếc nhìn. Donovan!

"Chào bà.."

Hoài tươi nét mặt nói với Donovan, người bệnh nhân mà nàng rất ưa thích:

"Khỏe chứ?"

Donovan theo chân Hoài vào phòng. Anh ta ngồi xuống đối diện với Hoài.

"Bà có ngạc nhiên khi tôi trở lại sớm quá không?"

"Tôi hy vọng anh có tin vui?"

Mặt Donovan rạng rỡ hẳn lên:

"Sao bà biết?"

"Tôi đoán và.. tôi cũng hy vọng như vậy"

"Tôi.. tôi muốn chia sẻ với bà một niềm vui.."

Hoài cười tươi:

"Anh là người duy nhất đến đây chia sẻ niềm vui với tôi. Thông thường những người khác chỉ đến để kể về những nỗi buồn hay khó khăn của họ. Chắc anh là người duy nhất không làm như thế"

Cả hai cùng bật cười. Nhưng Donovan vẫn chưa nói gì. Hoài phải gợi chuyện:

"Sao? Anh muốn để tôi đoán phải không?"

Donovan cười:

"Đúng! Bà đoán xem"

"Anh có bạn gái?"

Donovan gật đầu.

Hoài rất vui khi nói với anh ta:

"Tôi mừng cho Donovan. Tôi nghĩ anh không cần đến đây nữa. Và tôi cũng mong rằng người thiếu nữ đó đang mang đến hạnh phúc cho anh và sẽ tiếp tục nuôi dưỡng hạnh phúc cùng anh nhé Donovan. Anh có muốn kể cho tôi nghe về cô ấy không?"

"Tôi.. cám ơn bà. Nếu không có những lời khuyên của bà.. có lẽ tôi sẽ khó mà cởi mở giao tiếp được với người khác phái.."

"Cô ấy phải xinh đẹp lắm?"

"Dưới mắt tôi.."

Hoài bật cười:

"Khi người ta yêu thì cái gì cũng đẹp, cũng hay cả"

Donovan nghiêm mặt khi nói với Hoài:

"Tôi không bao giờ nghĩ rằng mình có thể yêu ai"

"Anh có thấy là trước giờ anh bi quan quá không? Cuộc đời đâu đến nỗi nào đâu phải không? Nhiều khi vì chính anh mở lòng mình để đón nhận đấy. Khép kín và tự cô lập mình chỉ làm mình thui chột đi, mất mát nhiều thêm mà thôi, đúng không?"

Bóng tối

"Bà nói không sai"

Hoài mỉm cười nhìn anh ta:

"Tôi đang chờ nghe anh chia sẻ niềm vui của anh đây"

"Tôi phải bắt đầu như thế nào nhỉ?.."

"Anh quen cô ấy ở đâu?"

"Tôi quen Kim Anh tình cờ ở một quán cà phê. Kim Anh vô ý đánh đổ ly nước vào người tôi.. Tụi tôi quen nhau vì thế.."

Hoài cười lớn:

"Và cô ấy phải xin lỗi anh, rồi anh mới nhận ra cô gái này dễ thương quá không thể bực mình vì bị ướt áo được"

"Bà không có mặt ở đó mà sao bà biết hết mọi chuyện?"

"Cuộc đời có những sự tình cờ như thế. Nếu cuộc đời mang đến cho anh những đau khổ hay dẫn vặt thì ngược lại cuộc đời cũng cho ta nhiều niềm vui. Đó là một sự bù trừ"

"Kim Anh là một thiếu nữ Á châu. Nàng nhỏ nhắn, dịu dàng và hơi thụ động. Nhưng chính những đặc điểm đó làm tôi.." Donovan không biết phải diễn tả như thế nào.

"Làm anh không thấy bị đe dọa?"

Donovan búng tay:

"Phải. Tại sao tôi không nghĩ ra điều đó nhỉ? Đúng như vậy. Bên cạnh Kim Anh tôi rất thoải mái và bình yên. Tôi không có cảm giác mình mất đi thứ gì cả. Tôi vẫn thấy mình chủ động trong tình yêu. Tình yêu với Kim Anh không làm tôi thay đổi.."

Hoài thầm nghĩ anh chàng này thật cố chấp!

"Ai cũng có cái hay cái dở. Nếu có thể thay đổi để hay hơn thì có sao đâu?" Nhưng Hoài đổi hướng câu chuyện ngay vì không muốn làm cho tự ái của Donvan bị tổn thương. Anh ta đến đây để chia sẻ niềm hạnh phúc mới mẻ với Hoài chứ không phải để nàng phân tích hay phê bình.

Hoài vui vẻ nhìn Donovan:

"Tôi nhìn thấy được hạnh phúc trong anh đó Donovan"

Mặt anh ta bừng sáng hẳn lên:

"Tôi vui, vui lắm. Tôi như người tháo bỏ được một vật gì nặng lâu nay đè trên người mình. Nhưng điều tôi thú vị nhất là vì chính tôi là người tháo ra được. Tôi đã gỡ.. ra được những băn khoăn đè nặng trên mình. Có lẽ niềm vui đó còn lớn mạnh hơn tình yêu mà Kim Anh mang lại cho tôi. Bà có thấy kỳ lạ không?"

"Hoàn toàn hợp lý. Chính vì thế tôi mới nói rằng anh không cần tôi giúp nữa là vậy đó"

Mặc dù nói với Donovan như thế nhưng Hoài nghĩ sự thay đổi ở anh ta là do thiếu nữ tên Kim Anh.

"Tôi hơi tò mò một chút. Kim Anh là thiếu nữ gốc Á châu nhưng thuộc xứ sở nào?"

"Việt Nam.. Kim Anh sinh trưởng ở Việt Nam nhưng lớn lên ở đây. Cô ta không bị ảnh hưởng với nếp sống tây phương cho lắm."

Nghe Donovan nói Hoài hình dung một thiếu nữ Việt Nam thùy my.

"Bà có nghĩ khi tôi có tình cảm với một thiếu nữ Việt là ở đâu đó trong tâm hồn.. tôi vẫn.. bị trói buộc với người đã sinh ra tôi?"

"Nếu anh nghĩ như thế thì cũng có sao đâu? Ai chẳng gắn bó với cha mẹ anh em mình. Huyết nhục mà. Khi anh yêu cô Kim Anh là vì cô ta, nhớ như vậy. Yêu là yêu, đừng phân tích. Mẹ của anh có một chỗ

Bóng tối

đứng riêng. Tôi không nghĩ anh yêu Kim Anh vì cô ta có những điểm giống mẹ anh. Vả lại anh xa mẹ anh từ lúc còn nhỏ lắm. Một đứa trẻ khó có thể suy diễn về mẹ nó."

"Tôi thấy bà nói đúng!"

"Anh đã vượt qua khỏi những khó khăn, thành kiến vì quá khứ đau buồn. Ngày hôm nay trước mặt tôi là một Donovan khác, một con người mới. Những gì thuộc về quá khứ hãy để yên trong dĩ vãng. Anh không thể thay đổi được quá khứ nhưng Donovan có thể thay đổi được tương lai. Kim Anh, cô bạn gái của anh và biết đâu chuyện tình này sẽ đưa đến những diễn tiến tốt đẹp, hôn nhân, gia đình, con cái, bổn phận và trách nhiệm. Nhiều thứ đang chờ đợi trước mặt, hơi đâu mà nhìn lại sau lưng làm chi, đúng không?"

Donovan cười:

"Bà luôn luôn đúng!"

Hoài dịu dàng nhìn Donovan:

"Hãy vui hưởng những gì đang có vì làm sao biết được chuyện gì xảy ra ngày mai?"

Donovan tiếp lời Hoài:

"Để ngày mai lo cho ngày mai!"

Sau đó, Hoài và Donovan chuyện trò thoải mái như hai người bạn thân thiết, một chưa già lắm và một còn rất trẻ.

*

Lữ đi vội ra xe. Chàng lấy khẩu Beretta dắt vào sau lưng, ngồi trong xe chờ đợi. Buổi chiều cuối thu, trời u ám cả ngày, chiều hửng nắng đôi chút rồi nắng tắt rất nhanh. Lữ không biết những giờ phút sắp đến ra sao. Chàng không cần biết đến hậu quả. Ước muốn nhìn thấy Hoài trong căn nhà của mình, trò chuyện suốt đêm dường như càng lúc càng mãnh liệt. Lữ nhìn đồng hồ. Sắp đến lúc văn phòng Hoài đóng cửa.

Chàng nhìn thấy người thanh niên trẻ lúc nãy ra khỏi tòa nhà. Nhiều lần theo dõi, bao giờ cô thư ký Anne cũng ra về trước Hoài. Nếu hôm nay vì một lý do nào đó Anne về sau thì sao? Tất cả những điều Lữ sắp thực hiện như là một giấc mơ nếu không muốn nói là hoang tưởng! Nhưng chắc chắn một điều, Lữ không còn kiểm soát được mình. Chàng muốn phó thác mình và Hoài cho định mệnh..

*

Anne thu xếp để về. Chiều thứ sáu nào Anne cũng làm như chần chờ chưa muốn về nhưng thật ra Anne chỉ muốn ra khỏi văn phòng, chỗ làm càng sớm càng tốt. Để làm gì? Chẳng có hẹn với ai, chẳng có ai chờ đợi Anne, nhưng có lẽ những ngày nghỉ đang chờ Anne.

Anne gõ cửa phòng Hoài, thò đầu vào nói:

"Em về trước. Chị muốn em khóa cửa hay chị đi về luôn?"

Hoài đang viết hồ sơ, dừng tay ngẩng lên nhìn Anne:

"Em về trước đi. Khóa cửa văn phòng cho chị. Chừng 5, 10 phút nữa chị cũng đi về. Viết xong hồ sơ này đã"

"Chúc chị cuối tuần vui vẻ"

"Anne cũng vậy nhé!"

Khi đã xong mọi việc, Hoài ngồi thừ người. Lời mời của Lữ vẫn còn lảng vảng đâu đó. Nàng thấy bực bội khi không thể nào xua đuổi Lữ và lời mời của anh ta ra khỏi tâm trí mình được.

Hoài thở dài, lắc đầu đứng lên lấy áo khoác, ví và chìa khóa để ra về.

Nàng đi một vòng xem có quên gì không. Đến bàn làm việc của Anne, Hoài dừng chân tìm giấy viết dặn Anne vài việc. Tình cờ nàng

Bóng tối

nhìn thấy mấy tấm thiệp nhỏ kẹp gần đó. Hoài tò mò lấy ra xem. Ba tấm thiệp nhỏ, những tấm thiệp xinh xinh chúc mừng hay lời nhắn.. gắn vào bình hoa. Vẫn những lời đó, tên người gửi.. Nhưng tại sao là 3? Có 2 bình hoa thôi chứ? Hay vì Anne không muốn cho Hoài biết? Nàng nhìn ngày gửi. Tấm thiệp thứ 3 mới đây! Nhưng rồi không hiểu sao Hoài cầm cả 3 tấm thiệp đó cất vào ví.

Hoài thấy hơi choáng váng, không phải vì mệt nhưng.. hơi sợ!

Nàng vội vã đi ra khỏi văn phòng. Tay Hoài hơi run khi khóa cửa.

Mọi khi giờ này hành lang vẫn vắng vẻ nhưng hôm nay Hoài có cảm giác tất cả mọi người trong tòa nhà đã đi về hết và nàng là người cuối cùng.

Tiếng gót giày của nàng nện khẽ trên sàn bóng loáng nghe rõ mồn một như từng tiếng đếm.. của một sự bắt trắc nào đó đang rình rập.

Khi gần đến thang máy, một bóng người đàn ông từ trong thang máy bước ra. Lữ! Hoài chợt thấy mừng rỡ vì ít nhất không phải chỉ có mình nàng trong tòa nhà.

Hoài hơi mỉm cười khi nói:

"Anh quên gì ư, sao trở lại?"

Nàng không để ý đến gương mặt khác thường của Lữ.

"Không.. tôi để quên.. quả tim của mình.."

Đang sợ vì tấm thiệp tặng hoa thứ 3, nay nghe Lữ nói, Hoài không biết phải nói gì nhưng cũng đùa:

".. Thật sao?"

Lữ nghiêm trang:

"Tôi nói thật mà Hoài không tin?"

Mình gặp rắc rối rồi đây! Hoài nghĩ thầm nhưng chân vẫn bước về phía thang máy. Lữ theo sau. Đến cửa thang máy, Hoài đưa tay bấm.

Chiếc thang máy nhấp nháy đèn. Cửa thang máy mở. Hoài vào bên trong trước. Lữ cũng theo sau. Trong thang máy chỉ có Hoài và Lữ.

Cửa thang máy đóng lại. Hai người đứng cách nhau không xa. Hoài có cảm giác hơi nóng từ Lữ tỏa ra ngột ngạt. Chiếc thang máy chạy chậm một cách kỳ lạ!

Lữ chợt lên tiếng. Giọng anh ta run rẩy như xúc động:

"Mời Hoài ăn tối với tôi. Một lần thôi.."

Vẫn lời mời đó. Nhưng Hoài không thấy xao xuyến như lúc trước. Nàng trả lời ngay:

"Anh biết tôi không thể nhận lời.."

"Vì sao?"

"Tại sao.. chuyện mời tôi ăn tối với anh quan trọng như vậy?"

"Chỉ một lần thôi.. Hoài!"

Hoài thở dài hơi bực bội:

"Rất tiếc tôi không nhận lời anh được."

Lữ nhìn điểm đỏ của thang máy đang ở lầu cuối cùng, chàng tiến đến sát người Hoài, tay phải vòng ra sau lưng rút súng. Lữ ấn nhẹ mũi súng vào người Hoài nhưng đủ để cho nàng thấy hành động của mình.

Cửa thang máy tự động mở ra. Bên ngoài không có một ai. Ngày thứ sáu ai cũng nôn nóng về sớm. Hoài nghĩ là mình sẽ ngất xỉu. Nhưng không. Hai chân nàng như tê cứng. Lữ đi sát vào người Hoài. Thoạt trông tưởng như cặp nhân tình và người đàn bà cứ dúi người vào tình nhân. Nhưng thực sự hai chân Hoài như muốn khuỵu xuống. Miệng nàng hơi hé mở nhưng không có lời nào thoát ra.

Lữ ghé sát vào tai Hoài thầm thì:

"Đừng sợ. Tôi chỉ muốn mời Hoài ăn tối. Tôi không bao giờ làm hại Hoài. Khi tôi nói tôi đã để quên con tim của tôi trong văn phòng Hoài.. tôi nói thật.. không đùa".

Nàng muốn vùng vẫy, hét to kêu cứu nhưng Hoài không làm được. Cả người nàng và hàm tê cứng vì sợ và căng thẳng, Hai người đi sát vào nhau ra xe Lữ. Hoài bất lực nhìn chung quanh nàng. Chỉ có bóng tối và thinh lặng. Nàng nghĩ đến chồng mình, đến con gái. Chỉ có sự can đảm mới giải thoát được nàng. Phải kiên nhẫn, đừng chống cự. Hoài không thể ngờ là người bệnh nhân tên Lữ này.. điên như vậy! Hơn lúc nào hết Hoài lại nhớ đến Nguyên, đến con gái và những lời phiền trách vì công việc của nàng..

Họ đi ra bằng cửa sau. Khi đi ra ngoài Lữ nhìn quanh quất. Không một bóng người. Chung quanh tối và vắng lặng như đồng lõa.

Xe Lữ là chiếc xe duy nhất đậu ở một góc khuất đàng sau. Chàng mở cửa xe đẩy nhẹ Hoài ngồi vào ghế đàng trước. Lữ lấy trong túi ra một sợi dây nhung trói hai tay Hoài và nhỏ nhẹ nói:

"Tôi xin lỗi phải làm như vậy. Tôi năn nỉ Hoài mà không được. Dây nhung rất êm không làm Hoài đau tay."

Hoài biết mình có la lên cũng vô ích.

Lữ không chỉ buộc hai tay Hoài bằng dây nhung mà còn cả hai chân nàng. Xong, chàng buộc dây an toàn cho Hoài. Khi làm những động tác đó chàng không tránh khỏi ghé sát vào người nàng. Mùi nước hoa và mùi hơi người thoang thoảng làm Lữ ngây ngất.

Khi Lữ đẩy Hoài vào trong xe, nàng nói mà giọng lạc đi:

"Được.. được rồi.. thì đi ăn.."

Mặc dù mặt nàng vẫn còn tê vì sợ hãi nhưng Hoài tự nhắc nhở mình phải can đảm tìm cách xoay chuyển tình thế. Nàng nói nhỏ nhẹ:

"Mời đi ăn.. mà làm như áp giải thế này? Tôi đã nhận lời rồi cơ mà?"

Lữ không trả lời. Chàng đóng cửa xe rồi mở cửa sau tìm túi xách. Lữ đã để sẵn một lượng chloroform rất khiêm tốn trong một cái chai nhỏ. Chàng đổ vào miếng bông gòn. Lữ không muốn dùng nhiều quá, chỉ dùng mức tối thiểu.

Từ băng ghế sau Lữ choàng tay lên phía trước, ụp miếng bông gòn vào mặt Hoài. Nàng dẫy dụa kêu lên:

"Anh làm gì vậy?"

Nhưng Hoài hiểu ngay. Tay chân nàng tê cứng vì hoảng hốt. Nàng muốn la lên nhưng không có một âm thanh nào thoát ra khỏi miệng Hoài. Trước mặt, chung quanh nàng tối. Kế tiếp chuyện gì sẽ xảy ra? Trán nàng vã mồ hôi. Làm như nỗi sợ hãi đang hình thành nên những giọt nước bé li ti toát ra khỏi những chân tóc, những lỗ chân lông khắp châu thân. Hoài lạnh run!

Lữ ngồi vào xe, cạnh Hoài và khóa cửa lại. Chiếc xe lùi lại, từ từ ra phía trước. Bên ngoài đường chính giòng xe đang nối đuôi nhau chạy qua. Hoài muốn la lên cầu cứu nhưng biết đó chỉ là ước muốn.

Lữ khẽ nghiêng đầu nhìn sang Hoài. Chỉ 1 phút nữa thôi! Lời chỉ dẫn nói như thế khi Lữ order trên Ebay.

Hoài thấy người mình như bay bổng, nhẹ tênh.. và nàng không biết gì nữa..

Bóng tối tràn ngập như đồng lõa..

Nhìn sang Hoài. Lữ thấy nàng ngả đầu sang một bên rất êm. Có tiếng chuông điện thoại. Không phải của Lữ. Của Hoài? Tiếng chuông kêu nhiều lần mà Hoài vẫn ngủ. Cứ để cho chuông reo. Lữ lái xe ra sân trước chờ để rẽ ra đường chính.

Bóng tối

*

Donovan vẫn ngồi trong xe chưa đi về vì thỉnh thoảng có cái thú lái xe theo sau Hoài về nhà. Mặt trước của tòa nhà có đèn, thêm đèn đường nên khi chiếc xe của Lữ chạy ngang qua chỗ Donovan đậu xe, chàng nhìn thấy Hoài ngồi trong xe với một người đàn ông không rõ mặt. Có lẽ là chồng bà ta? Donovan tò mò. Vả lại đã có ý định đi theo bà Hoài nên Donovan vẫn giữ ý định đó. Chắc họ đi ăn tối? Thôi thì đi theo một quãng. Donovan rất quý mến bà Hoài, người đã giúp đỡ và gần gũi với chàng biết bao nhiêu!

Donovan không nhớ là chiếc xe của bà Hoài vẫn đậu trong khuôn viên. Chàng lái xe theo sau ở một khoảng cách khá xa. Chiếc xe không đi vào những đường phố đông đúc có nhiều tiệm ăn mà có vẻ như ra ngoài thành phố. Cũng không đi về hướng nhà bà Hoài vì Donovan quá quen thuộc với con đường đó. Họ đi đâu?

*

Chiếc xe lên xa lộ đi về hướng bắc. Con đường hun hút trước mặt như miệng con quái thú khổng lồ đang chờ đón Lữ và những ước muốn kỳ dị không phải của chàng mà của Đoàn. Lữ lái xe nhưng Đoàn đang điều khiển.

Lữ không hề biết xe của một ai khác đang chạy theo sau.

Lên xa lộ dễ mất theo dấu. Donovan lái xe nhanh hơn để bắt kịp.

Lữ liếc nhìn sang bên cạnh, Hoài đã không còn biết gì nữa. Đầu nàng nghiêng về một bên trông rất an bình.

Tiếng chuông điện thoại của Hoài lại reo. Khi đổi sang lane trái, Lữ quay kính xe ném chiếc điện thoại của Hoài ra ngoài.

Chạy một quãng, xe vào exit. Donovan đi theo mà không để ý bảng tên đường. Chiếc xe chở bà Hoài rẽ phải vào một khu nhà ở. Donovan chạy chậm lại. Chiếc xe rẽ vào sân một ngôi nhà có nhiều cây lớn trước nhà. Cửa garage mở. Chiếc xe chui vào trong mất hút.

Không phải nhà bà Hoài. Người đàn ông này là ai? Tự dưng Donovan tức giận và cũng thất vọng! Những ý tưởng xấu về bà Hoài nhen nhúm trong đầu Donovan. Không có lý do gì để ở đây nữa, chàng tìm đường ra trở lại xa lộ.

Vừa lái xe vừa bực bội. Nhưng chuyện riêng tư của bà ta có dính líu gì đến mình? Càng nghĩ Donovan càng bực với cả chính mình.

Tiếng chuông điện thoại reo. Trên màn hình điện thoại có hình Kim Anh.

"Anh nghe đây. Em khỏe không? Anh tưởng tối nay em bận?"

Giọng Kim Anh trong trẻo vang lên:

"Gia đình em đổi ngày vì nhiều người bận không đến được. Dời lại tuần sau."

Chưa cần nghe Donovan nói tiếp, Kim Anh nhỏ nhẹ:

"Anh đang ở đâu? Nghe như là anh đang lái xe?"

Donovan giật mình:

"Ừ, đang lái xe… Mình đi ăn tối được không?"

"Được chứ"

Donovan nhìn đồng hồ xe:

"Chừng nửa tiếng hay 40 phút nữa anh đón em"

"Bộ anh đang ở xa lắm sao?"

Donovan lấp liếm:

"Không.. anh có vài chuyện phải lo đã,"

Bóng tối

Và Kim Anh đã làm Donovan quên đi những khó chịu vừa qua. Cũng như bà Hoài đã nói chàng không cần đến gặp bà ta nữa. Donovan có cả một cuộc đời trước mặt đang chào đón chàng,

*

Lữ tắt máy xe. Chàng mở cửa bên trong garage thông lên nhà bếp. Trở lại chàng mở toang cửa xe phía bên Hoài. Lữ tháo dây an toàn và vừa lôi vừa xốc Hoài ra. Chàng kéo người Hoài. Cả người nàng dựa hẳn vào Lữ. Vào bên trong, Lữ bồng hẳn Hoài lên.

Cô nàng khá nặng! Lữ tủm tỉm cười.

Đặt nàng xuống giường ngủ đầy cánh hoa hồng. Lữ tháo dây trói ở tay và chân Hoài và cởi giầy cho nàng. Hoài sẽ thoải mái khi tỉnh dậy..

Chàng ngồi ngắm "tác phẩm" của mình bằng xương bằng thịt. Một nỗi xúc động lạ thường dâng lên. Chàng muốn giơ tay chạm khẽ vào người Hoài nhưng lại sợ nàng sẽ tan biến, tan như mây khói. Hoài không đẹp nhưng sao giữa cả một nề.n hoa sặc sỡ thơm ngát, trong ánh sáng vàng ấm áp của căn phòng nàng như.. một điều kỳ diệu đang xảy đến với Lữ. Giây phút này suốt đời chàng không quên. Đó là một nét đẹp thanh cao và êm ả. Người phụ nữ trong bức ảnh của Gregory Crewdson không có được sự trong sáng và bình yên của Hoài. Bức ảnh của Crewdson mang nặng tính u sầu, điên loạn và.. tội ác!

Đoàn đang ngạo Lữ:

"Có như thế mới sôi nổi và lôi cuốn chứ?"

Trong đầu Lữ đáp trả Đoàn:

"Không! Chỉ có quyến rũ, và lãng mạn.."

Đoàn vẫn tiếp tục xen vào:

"Đến lúc này mà còn lãng mạn ư?"

Mặc Bích

Lữ bịt tai không muốn nghe.

Cả giờ đồng hồ trôi qua.

Bóng tối

Chương 21

Nguyên gọi điện thoại cho Hoài mấy lần mà nàng không bắt máy. Chàng nhìn đồng hồ. Đã gần 8 giờ tối! Nguyên bắt đầu lo âu. Đi ra đi vào, lại gọi điện thoại.

Đứng ở chân cầu thang Nguyên gọi con gái:

"Kim!"

Không thấy con bé lên tiếng, Nguyên bực dọc đi lên gác biết là Kim đóng cửa phòng nên không nghe thấy. Đến cửa phòng con gái, chàng đẩy cửa vào không gõ cửa lịch sự như mọi lần.

Kim đang ngồi trước computer. Con bé giật mình quay lại nhăn mặt. Chưa kịp nói gì đã nghe bố nói:

"Mãi chưa thấy mẹ con về. Bố hơi lo vì mẹ con không bắt điện thoại. Bố đến chỗ mẹ con làm việc coi xem sao. Ở nhà nhé. Đừng mở cửa cho ai"

"Chắc mẹ về bây giờ. Nhiều khi mẹ quên không sạc điện vào điện thoại"

Nguyên thở dài:

"Để bố đi xem sao. Ngồi nhà lo âu quá. Nếu mẹ về, con gọi cho bố nhé?"

"OK bố. Để con gọi thử cho mẹ xem sao"

Xuống nhà, lấy xe, lùi ra khỏi garage, Nguyên thầm mong lúc mình lùi xe ra đường cũng là lúc Hoài về. Nhưng đằng sau kính chiếu hậu của xe chỉ là bóng tối, đèn đường và những bóng cây của khu vực chung quanh.

Chàng linh cảm như có chuyện không hay xảy ra cho Hoài mỗi khi nàng về muộn. Sự lo âu kéo dài suốt đường đi đến chỗ Hoài làm việc. Hoài vẫn thường trách chồng hay nghĩ đến những chuyện kinh khủng. Hoài vẫn kêu chồng không phải lo lắng cho nàng vì Hoài có thừa bản lãnh để đối phó với những chuyện không may. Nàng rất bướng bỉnh, nếu không muốn nói là ngoan cố. Nhưng lúc này đây Nguyên mong được nghe tiếng nói của vợ mình, cho dù là một lời cằn nhằn hay khó chịu đến đâu.

Rẽ xe vào sân đậu trước tòa building, Nguyên nhìn thấy chiếc xe của Hoài đậu ở một góc ngay đẳng trước. Cả bãi đậu xe chẳng có xe nào ngoài xe của Hoài. Nguyên thở một hơi dài mừng rỡ.

Ra khỏi xe, Nguyên khóa xe đi vào building. Tầng dưới vắng lặng, không một bóng người. Vào thang máy lên lầu. Ra khỏi thang máy đến cửa phòng Hoài, Nguyên đập cửa phòng và gọi to:

"Hoài! Hoài! Mở cửa cho anh! Nguyên đây!"

Cánh cửa bất động như thách thức.

Nguyên lại đập cửa nữa và gọi to hơn. Chỉ có sự im lặng đáp trả chàng.

Chàng lấy điện thoại gọi Hoài lần nữa. Vẫn không bắt điện thoại. Nguyên gọi về cho Kim. Con gái chàng bắt máy ngay:

"Sao bố? Chưa thấy mẹ về nhà"

Nguyên bắt đầu hơi hoảng nói với con gái:

"Bố đang đứng trước cửa văn phòng mẹ con và đập cửa mà không thấy trả lời. Xe mẹ con đậu dưới nhà. Giờ này không có ai ở đây cả"

"Gọi 911 đi bố! Nhỡ mẹ bị cái gì trong văn phòng thì sao?"

"Để bố gọi cho Anne đã"

Bóng tối

Nguyên gọi điện thoại cho Anne.

Anne chắc bận gì nên cũng không bắt máy. Nguyên để lại lời nhắn và tự nhủ chàng sẽ chờ trong 5 phút rồi sau đó sẽ gọi cấp cứu 911.

Nhưng chỉ 2 phút sau là Nguyên không chờ đợi nổi nên gọi 911. Nếu Hoài có chuyện gì về sức khỏe và một mình trong văn phòng thì 1, 2 phút qua đi cũng thay đổi được..

Chừng 5 phút sau đã nghe thấy tiếng còi xe cứu thương và xe cảnh sát khá rõ. Nguyên khấn thầm là mọi chuyện sẽ yên ổn. Chàng gọi tên Hoài trong đầu mình, trong nhịp đập của trái tim. Nếu điều gì xảy ra cho Hoài, chàng sẽ ra sao? Chưa bao giờ trong đời Nguyên lại cố gắng nghĩ đến những chuyện "không kinh khủng". Chàng thấy khổ sở..

Vài phút sau, cửa thang máy mở, một viên cảnh sát da màu cùng với 2 nhân viên cứu thương tiến ra, đi về phía Nguyên đang đợi.

Nguyên chỉ vào cánh cửa phòng Hoài, nói:

"Đây là văn phòng vợ tôi. Tôi gọi điện thoại nhiều lần mà không thấy trả lời. Xe vợ tôi vẫn đậu trong bãi parking. Đập cửa không thấy ai trả lời.."

"Ông có gọi cho người chủ building chưa?"

"Chưa. Tôi không nghĩ tới.."

"Nếu ông nghĩ là có điều gì nguy hiểm đến tính mạng cho vợ ông thì chúng tôi sẽ phá cửa vào? Những thiệt hại vật chất là chuyện giữa ông và người chủ. Chúng tôi muốn cho nói ông hiểu như vậy. Vì đây không phải là một vụ phạm pháp, ông hiểu chưa? Có điều phiền là sau khi phá cửa thì vấn đề an ninh cho văn phòng không được bảo đảm. Ông có muốn gọi thợ khóa?"

Vừa lúc ấy chuông điện thoại của Nguyên reo vang. Chàng vội vã lụp chụp bấm nút nghe. Anne chứ không phải Hoài!

Bên đầu dây bên kia giọng Anne reo vui:

"Anh Nguyên gọi em hả?"

"Anne.. anh đang ở trước văn phòng chị Hoài. Cửa khóa, gọi Hoài không trả lời.."

"Chắc chị ấy đi về rồi. Hôm nay chị ấy về sau em"

"Không.. xe của Hoài vẫn đậu dưới bãi parking. Em đến đây ngay được không? Không biết có chuyện gì xảy ra cho Hoài. Cảnh sát đang đứng đây.."

Giọng Anne có vẻ thảng thốt khi nói với Nguyên:

"Trời.. Cho em 10 phút.. Chờ em.."

Nguyên nói với viên cảnh sát:

"Cô thư ký của vợ tôi đến đây ngay bây giờ. Cô ấy có chìa khóa. 10 phút thôi.."

Họ gật đầu và hiểu được nỗi lo âu của Nguyên.

"Tôi phải làm sao? Tôi lo cho sự an nguy của vợ tôi. Lỡ vợ tôi bị gì không thể ra mở cửa được thì sao? Hay cứ phá cửa vào đi, rồi giải quyết sau"

Viên cảnh sát gật đầu. Cả 3 người Mỹ to lớn hè nhau xô vào cửa nhưng cánh cửa không suy xuyển.

Họ tiếp tục đập cửa nhưng vô ích.

Nguyên như người ngồi trên đống lửa. Có lúc chàng tưởng mình sẽ phát điên.

Mười phút chờ đợi sao dài dẳng dặc. Là một người chẳng tin vào quỷ thần nhưng lúc này Nguyên như một kẻ đang sắp chết chìm giữa dòng sông cần bám vào bất cứ vật gì.. Và chàng đã khấn thầm với

Bóng tối

Thượng Đế -nếu quả thật có Thượng Đế- cho Hoài được bình yên. Những lúc này Nguyên không nhớ đến những nụ cười hay hạnh phúc mà Hoài đã mang đến cho chàng mà chỉ nhớ đến những cơn giận hờn của Hoài do chàng gây ra và chàng thấy hối hận.. Nguyên muốn nói với vợ mình về điều này, muốn nói lời xin lỗi thực lòng, không phải xin lỗi qua quít cho Hoài khỏi giận. Chàng muốn nói với Hoài nhiều điều mà trước giờ chưa bao giờ nói..

Khi cửa thang máy mở ra và Anne vội vã đi về phía mọi người đang chờ đợi, Nguyên tưởng mình có thể đứng tim ngất xỉu vì không biết chỉ trong vài giây nữa thôi điều gì sẽ xảy ra sau cánh cửa kia? Không! Nói như thế không đúng! Điều gì xảy ra sau cánh cửa kia đã xảy ra. Bây giờ khi cánh cửa văn phòng Hoài mở ra chỉ là câu trả lời cho những khắc khoải triền miên nãy giờ.

Anne nhanh chóng mở cửa văn phòng.

Anne và Nguyên là hai người đầu tiên vào văn phòng.

Nguyên vội vã chạy vào đẩy cửa phòng Hoài. Anne theo sau đưa tay bật đèn. Cả căn phòng vắng lặng đón chờ mọi người.

Hoài không có đây!

Mọi sự ngăn nắp, không chút xáo trộn. Nguyên mở ngăn kéo bàn làm việc của Hoài. Không thấy chìa khóa xe. Hoài đã ra khỏi văn phòng? Nhưng nàng đi đâu? Vì chiếc xe vẫn còn trong sân đậu.

Viên cảnh sát da mầu hỏi Nguyên:

"Vợ ông đã đi ra khỏi văn phòng"

Nguyên gật đầu. Ông ta hỏi Anne:

"Cô là..?"

"Tôi là thư ký của bác sĩ Hoài"

"Cô đi về trước?"

212

"Mọi khi tôi về sau nhưng hôm nay tôi về trước vì bác sĩ Hoài muốn ở lại viết hồ sơ bệnh nhân"

"Ngày hôm nay boss của cô có gì khác lạ không?"

"Không.. không có gì khác cả.."

Nói đến đây Anne chợt nhớ tới những bình hoa. Nàng có nên nói cho người cảnh sát nghe điều này không? Nhưng nghĩ tới chị Hoài và không biết điều gì đã xảy ra, Anne nghĩ là cần phải nói.

Nàng nhìn viên cảnh sát và ngập ngừng. Ông ta thấy ngay ở điệu bộ của Anne nên hỏi:

"Cô muốn bổ túc thêm điều gì không?"

Anne gật đầu, mắt nàng long lanh:

"Gần đây bác sĩ Hoài có nhận được hoa gởi đến.. từ một người mà bác sĩ không biết là ai.."

Nghe Anne nói mà Nguyên tưởng đâu bị ai đấm vào mặt, chàng thấy choáng váng.

Viên cảnh sát ghi xuống những điều Anne vừa nói. Ông ta hỏi tiếp:

"Một lần?"

"Không.. 3 lần. Nhưng 2 lần thì bác sĩ Hoài biết, còn lần thứ 3 thì không.."

"Tại sao?"

"Vì hai lần trước tôi thấy là bác sĩ Hoài không muốn nhận.."

"Nên lần thứ 3 boss cô không biết?"

"Đúng vậy"

"Tại sao cô nhận khi chủ cô không muốn?"

Bóng tối

Anne thút thít khóc khi trả lời:

"Tại.. cậu đưa hoa mới có việc nên năn nỉ tôi nhận kẻo không cậu ấy bị đuổi.."

"Bình hoa ấy đâu?"

"Tôi ném trong thùng rác phía sau bãi đậu xe.."

"Có tên người gửi tặng hoa không?"

"Chỉ đề một chữ N."

"Có thiệp đề tặng không?"

Anne gật đầu:

"Có.. có.. tôi cất trong này"

Anne kéo ngăn kéo tìm nhưng không thấy. Lạ quá, chính nàng cất vào đây..?

"Tôi.. tôi cất trong này sao không thấy nữa..?"

"Bác sĩ này chuyên môn là gì?"

"Bác sĩ tâm lý"

Nguyên luôn luôn có cảm giác bất an với nghề nghiệp của Hoài. Chàng đã nghĩ sẽ có một ngày một đứa điên khùng nào đó gây phiền toái cho Hoài. Hay là.. chẳng lẽ có ai đó theo đuổi Hoài? Tất cả những câu tự trả lời cho những câu hỏi về sự biến mất của Hoài đều làm cho Nguyên phát điên và.. giận dữ. Giận dữ cho những câu hỏi không có câu trả lời, giận dữ vì mình bất lực. Giận dữ vì lo âu cho tính mạng của vợ mình. Giận dữ vì .. nghi ngờ!

"Tôi cần số điện thoại của cô để trong tương lai có thể liên lạc với cô nếu cần thiết"

214

Anne đọc số điện thoại của mình. Trông Anne có vẻ hoảng sợ và bàng hoàng.

Quay sang Nguyên, viên cảnh sát hỏi:

"Gia đình ông có chuyện gì không?"

"Ý ông muốn hỏi là có chuyện gì lục đục hay không, đúng không? Gia đình chúng tôi rất hạnh phúc."

"Đây chỉ là những câu hỏi thông thường mà chúng tôi phải hỏi"

Nguyên ngắt lời viên cảnh sát:

"Tôi hiểu"

"Tôi sẽ liên lạc với người chủ building để tìm hiểu thêm. Chắc chắn tòa nhà này có gắn camera. Sẽ tìm ra sự việc."

"Các ông điều tra ngay chứ?"

"Đang điều tra đây. Chúng tôi hiểu sự lo âu của ông và gia đình"

Viên cảnh sát nghĩ thầm không chừng bà này có hẹn hò với ai mà thôi vì xe vẫn còn đây. Ông ta bắt tay Nguyên:

"Tôi là Jim. Đây là số điện thoại của tôi. Tôi sẽ làm báo cáo. Ông có biết thêm điều gì hữu ích cho cuộc điều tra thì cho biết. Tôi chỉ là người tường trình còn thám tử điều tra sẽ là người khác. Sẽ có người liên lạc với ông"

Ông ta đưa cho Nguyên một tờ đơn để điền vào nhiều chi tiết cần thiết cho cuộc điều tra.

Viên cảnh sát tên Jim và hai nhân viên cứu thương bắt tay từ giã Nguyên và Anne.

Quay sang Anne, Jim nói:

Bóng tối

"Nhớ khóa cửa văn phòng"

Tất cả mọi người chờ Anne khóa cửa rồi cùng đi xuống nhà.

Ra trước cửa tòa nhà, viên cảnh sát chỉ trỏ hai con mắt camera gắn trên cao vì tòa nhà có đèn sáng. Ông ta đi vòng ra phía sau. Mọi người đi theo.

Jim rọi đèn pin chung quanh. Rọi về phía thùng rác, ông ta hất hàm hỏi Anne:

"Cô ném bình hoa vào thùng rác kia phải không?"

"Đúng vậy!"

"Mới đây hay lâu rồi?"

"Mới đây"

"Cô có nhớ đích xác là 2 ngày hay 3 ngày hay hôm nay?"

"Hai ngày"

"Như vậy vẫn còn trong thùng rác hay.."

"Hôm nay là ngày công ty thầu rác đến đổ đi rồi" Anne nói ngay.

Viên cảnh sát gật gù không hỏi thêm. Ông ta rọi đèn pin chung quanh phía sau tòa nhà, rồi rọi đèn lên cao. Ông Jim chỉ cho Nguyên:

"Đàng sau không có gắn camera"

Nguyên muốn sụp người xuống khi nghe viên cảnh sát nói.

Ông ta hỏi Nguyên:

"Còn chiếc xe của vợ ông tính sao đây?"

"Tôi sẽ nhờ người đến lấy về. Con gái tôi còn vị thành niên đang ở nhà một mình"

"OK. Chúng ta sẽ liên lạc sau"

Anne nói khẽ với Nguyên:

"Anh về đi anh Nguyên, còn Kim ở nhà. Em.. "

Nhìn gương mặt buồn rầu của Anne, Nguyên trả lời:

"Cám ơn Anne.. "

"Anh lái xe cẩn thận. Em không biết nói sao nữa.."

"Chị Hoài gần đây có gì khác lạ không?"

Câu hỏi của Nguyên làm Anne hiểu ngay:

"Chị ấy không biết ai gửi hoa và có vẻ bực mình lắm nên không muốn nhận. Lẽ ra.."

"Lẽ ra em phải nói cho anh biết"

"Em đâu có dè.. Rồi bây giờ công việc làm sao đây anh?"

"Anh nghĩ thứ hai em vẫn cứ đi làm như thường. Chờ từ bây giờ đến thứ hai xem sao"

"Em thương chị Hoài lắm anh à. Chị ấy rất tốt. Em cầu xin đừng có chuyện gì hung hiểm xảy ra cho chị ấy"

Nguyên gật đầu thay cho câu trả lời.

Cả hai sánh bước đi vòng ra sân trước.

Chiếc xe của Hoài vẫn nằm đó như một câu hỏi chưa có đáp án.

Nguyên lại gần chiếc xe thầm nghĩ: Hay Hoài mệt nằm trong xe? Điều này làm chàng đi như chạy lại gần chiếc xe.

Nhưng cửa xe vẫn khóa. Hoài không có mặt trong xe.

Bóng tối

Nguyên thầm hỏi: "Em ở đâu Hoài?"

Chàng sờ vào chiếc xe như thầm mong một phép lạ nào đó sẽ xảy ra và vợ chàng sẽ hiện ra, bình yên, ôm lấy Nguyên để chàng có thể úp mặt vào tóc nàng và ngửi mùi hương quen thuộc.

Nguyên đứng bên cạnh chiếc xe một lúc rồi mới bỏ đi.

Trên đường lái xe về nhà Nguyên định gọi điện thoại cho con gái nhưng đổi ý. Chàng sẽ nói với Kim khi ở nhà.

Những nóng nẩy hồi hộp những giờ phút trước đây nay đã được thay thế bằng một nỗi u sầu nặng nề làm Nguyên thấy bải hoải. Chàng lái xe như máy, đầu óc rối loạn với hàng bao câu hỏi. Chàng cũng trách vợ mình không kể cho Nguyên nghe về chuyện mấy bình hoa. Nguyên cũng cố nhớ lại mấy ngày trước đây vợ mình có gì khác lạ không.. Nhiều lúc Nguyên thấy mình vô tâm, vô tình.

Về đến nhà, cho xe vào garage, Nguyên nặng nề ra khỏi xe.

Vừa mở cửa vào nhà, Kim chạy ùa xuống định nói gì nhưng chắc nhìn thấy vẻ mặt bố, con bé khựng lại và bỗng khóc òa:

"Mẹ sao rồi bố.."

Những giọt nước mắt thi nhau rơi trên gò má Kim làm Nguyên nghẹn lời.

Chàng ôm lấy con gái thật chặt, cổ họng như bị thắt lại và mắt chàng cay.

Kim đẩy bố ra lập lại câu hỏi ban nãy:

"Mẹ.. mẹ đâu bố?"

Nguyên lắc đầu. Mắt chàng nhìn con gái mà như nhìn Kim qua những làn nước chấp chới. Câu trả lời không dễ dàng chút nào.

Tiếng khóc rấm rứt của Kim làm Nguyên bình tĩnh lại. Chàng nắm tay con gái bóp mạnh như truyền sự cảm thông và thương yêu. Hai bố con đi ra phòng khách. Ánh đèn vàng lúc này ở phòng khách sao trơ trẽn dị thường.

Ngồi xuống ghế sofa, hai bố con níu lấy nhau, người này tựa vào người kia như tìm một chỗ dựa.

Nguyên nói nhỏ:

"Mẹ con.. mất tích! Xe mẹ con vẫn đậu ở đó. Không ai biết chuyện gì đã xảy ra"

Chàng không muốn kể cho con nghe về chuyện mấy bình hoa. Kể làm gì vô ích, chỉ thêm sự xáo trộn và thêm nhiều câu hỏi.

Kim đã bớt khóc, con bé thổn thức hỏi bố:

"Cảnh sát bảo sao hả bố?"

"Họ đang điều tra. Mình chẳng làm gì hơn được là chờ đợi"

Kim hăng hái nói với Nguyên:

"Bố đưa giải thưởng đi để biết đâu có tin gì về mẹ"

Nguyên ngạc nhiên khi thấy Kim còn sáng suốt hơn mình:

"Ừ, bố sẽ làm chuyện đó ngày mai."

"Bố nói sở cảnh sát lập đường dây nóng gọi vô danh không cần nêu tên người gọi cho trường hợp của mẹ"

Nguyên thật ngạc nhiên nhìn Kim:

"Con giỏi thật! Bố không nghĩ ra những chuyện đó. Nhưng bố tin là cảnh sát và nhân viên điều tra sẽ lo liệu cả"

Bóng tối

"Nhưng con nghĩ mình phải đòi hỏi. Bố làm ngay đi bố! Bố gọi điện thoại luôn đi!"

Nguyên lục ví tìm tấm danh thiếp của viên cảnh sát tên Jim và gọi ngay.

"Đây là Jim!"

"Chào ông, tên tôi là Nguyên. Mới đây có gặp ông về vụ vợ tôi mất tích.."

"Tôi nhớ. Ông có tin gì hữu ích cho cuộc điều tra hay sao? Hay vợ ông.."

"Không, không, không thấy vợ tôi đâu cả. Nhưng gia đình chúng tôi muốn thông báo giải thưởng cho ai tìm được vợ tôi hay đưa đến những tin tức để có thể tìm ra vợ tôi.."

"Điều này nên làm. Giải thưởng là bao nhiêu tiền?"

Nguyên đưa mắt nhìn Kim:

"Bao nhiêu tiền cho giải thưởng ư?"

"Đúng vậy!"

Kim nói to:

"Nhiều đi bố thì mới có hiệu quả"

Bên đầu dây bên kia viên cảnh sát hỏi Nguyên:

"Con gái ông à?"

"Phải, đó là con gái tôi. Cháu còn tỉnh táo hơn tôi.. Giải thưởng là hai chục ngàn mỹ kim" – Nguyên cho đại một con số trong khả năng của gia đình.

"Được rồi, chúng tôi sẽ thông báo."

Nguyên nói thêm:

"Đường dây hot line chúng tôi phải yêu cầu hay.."

"Ông đừng lo, chuyện này là việc của chúng tôi. Ông và con ông đừng lo âu thái quá"

"Cám ơn.."

Viên cảnh sát tên Jim cúp máy.

Nguyên nhìn Kim gật đầu như ngầm bảo mọi chuyện đã xong xuôi.

Chàng ngồi thừ trên ghế, tay chân như bại xuội qua bao nhiêu căng thẳng và lo âu. Đầu óc rối bời, Nguyên ngả người ra sau. Chàng như một kẻ bại trận.

Chương 22

Hoài chợt cựa mình. Lữ ngồi thẳng người lên. Cả tâm hồn và thể xác chàng chờ đợi.

Hoài chớp mắt. Nàng có cảm tưởng mình vừa nằm mơ. Hoài nhìn sang bên cạnh. Hình ảnh đầu tiên mà nàng nhận thấy là.. Lữ! Anh ta ngồi ở ghế nhìn về phía Hoài.

Miệng nàng khô. Hình như nàng muốn hét to để thoát ra khỏi giấc mơ, nhưng Hoài chỉ há miệng mà không có tiếng kêu nào thoát ra.

Nàng ngồi dậy nhìn quanh. Những cánh hoa hồng vương vãi chung quanh Hoài. Nàng đã nằm trên giường. Không phải ở nhà mình! Chuyện gì đã xảy ra?

Có lẽ giấc ngủ làm Hoài thấy.. bình yên? Sao bình yên được? Đây là đâu? Nhưng rõ ràng Hoài thấy .. không còn sợ hãi.. Sao kỳ vậy? Chắc ảnh hưởng của.. thuốc? Hoài tin là mình đã bị mê đi khi bị đưa đến đây..

Nhìn Lữ, nàng hỏi:

"Tôi tưởng.. anh mời tôi đi ăn?"

Lữ cười thú vị:

"Đúng, tôi mời Hoài đi ăn chứ sao"

"Đây đâu phải tiệm ăn?"

"Đây là nhà tôi. Mời Hoài ăn ở nhà tôi"

Nàng nhìn Lữ, nhìn xuống tay mình. Chuyện Lữ trói tay mình có thật không? Hoài muốn hỏi Lữ nhưng thôi. Có lẽ tình thế sẽ không tệ hại nếu nàng khéo léo xoay chuyển. Biết đâu Lữ chỉ mời mình ăn tối thật? Nàng phải can đảm và khôn khéo để.. xoay chuyển tình thế..

"Tôi không ngờ anh biết làm bếp"

Lữ cười:

"Tôi không biết làm nhưng ra tiệm mang về, có gì khó đâu"

Hoài bỏ chân xuống đất tìm đôi giầy của mình.

Lữ nhanh nhẩu đứng lên:

"Đợi tôi"

Một phút sau Lữ quay lại, trên tay cầm đôi dép lông đi trong nhà rồi quỳ xuống xỏ vào chân Hoài.

Hoài hất ra:

"Không phải giầy của tôi!"

Lữ hơi cau mày:

"Giầy của Hoài ngoài kia. Đi đôi này trong nhà cho êm chân. Tôi chọn mãi mới mua được"

Câu nói của Lữ làm Hoài lại lo âu. Tất cả mọi sự anh ta đã sắp xếp? Chuyện gì sẽ xảy ra kế tiếp?

"Tôi tự đi giầy được" Hoài dõng dạc nói.

Lữ thở dài đứng lên.

Hoài muốn ra khỏi căn phòng ngủ này càng sớm càng tốt.

"Để xem bữa ăn tối anh mời tôi ra sao" Vừa nói Hoài vừa xỏ chân vào đôi dép lông rất mịn màu trắng. Đầu nàng cũng còn hơi choáng váng. Nàng đứng lên và đi ra khỏi phòng.

Bóng tối

Lữ nuối tiếc những giây phút vừa qua khi Hoài ngủ yên và thinh lặng.

Hoài làm ra vẻ tự nhiên:

"Nhà rộng quá! Anh ở có một mình.."

"Tôi thích nhiều khoảng trống. Những khoảng trống cho mình thở"

Nếu những câu nói này lúc đang ở trong văn phòng và Hoài là người chủ động thì chắc nàng đã bật cười, nhưng trong tình huống này mọi câu nói của nàng đều phải suy tính và giả tạo.

Hoài đi ra phòng khách:

"Anh mua nhà này bao lâu rồi?"

"Tôi thuê"

"À.. "

Phòng khách vừa phải, ít đồ. Hoài không thấy một tấm ảnh chụp nào được bầy hay treo trên tường. Chỉ là một chốn tạm bợ dung thân!

"Hoài đói chưa?"

"Ăn được!"

Nàng trả lời mà không biết bây giờ là mấy giờ. Hoài đã ở đây bao lâu? Túi xách của nàng đâu rồi? Nguyên và con gái chắc đang lo âu. Liệu sau bữa ăn tối Lữ có cho mình về hay là..? Nghĩ đến đó Hoài lại thấy mặt mình hơi tê đi. Nàng đã nghe hàng bao nhiêu chuyện kinh khủng của người khác, của những bệnh nhân, của phim ảnh.. và bây giờ là của mình! Tại sao lúc nào những chuyện không may cũng xảy ra vào buổi tối? Lữ đã sắp xếp cả.

Điện thoại của nàng đâu? Chưa bao giờ Hoài mong được nói với chồng con mình như lúc này.

Tiếng của Lữ làm Hoài bừng tỉnh:

"Mời Hoài sang ăn tối"

Phòng ăn xinh xắn, bàn nhỏ trải khăn trắng. Có bình hoa giữa bàn. Có nến thắp sáng.

"Hoài ngồi. Tôi mang thức ăn ra"

Nàng thấy đói.

Một lúc sau Lữ mang một khay thức ăn Ý đã hâm nóng. Có mì ống với xúc xích hay đồ biển gì đó. Thêm một khay lớn với 2 con tôm hùm đỏ au rất bắt mắt.

Lúc trước Hoài nghĩ không còn thiết gì đến ăn uống nhưng nghĩ lại mình phải tỉnh táo, khỏe mạnh để ứng phó với mọi tình huống xấu.

Tại sao Lữ lại mời ăn tối? Ý định gì?

Lữ hỏi:

"Hoài dùng nước gì? Uống chút rượu vang không?"

"Không. Tôi không uống được rượu. Anh cho tôi nước lạnh"

Hoài nghĩ thầm liệu Lữ có bỏ gì vào thức ăn thức uống không đây? Nàng nói với theo khi thấy Lữ quay đi.

"Anh cho một chai nước là tốt nhất. Tôi uống nhiều".

Làm như Lữ hiểu:

"Yên tâm, tôi không bỏ thuốc độc... Tôi không bao giờ làm hại Hoài cả"

Không giữ được bình tĩnh, Hoài hỏi lại:

"Tại sao? Tại sao?"

Lữ trở lại với chai nước lạnh.

Bóng tối

"Tại sao ư?"

"Đúng vậy?"

"Hoài vẫn hỏi tôi viết gì trong tiểu thuyết"

"Nhưng đây không phải là tiểu thuyết"

"Nhưng dựa vào tiểu thuyết của tôi"

Hoài chợt nhớ đến giường ngủ đầy hoa trong phòng Lữ:

"Anh là N. người gửi 3 bình hoa cho tôi phải không?"

Lữ gật đầu.

"Hoài có thấy cần phải có chút âm nhạc không?"

Nàng không trả lời.

Tiếng nhạc vang lên. Tiếng réo rắt của vĩ cầm. Bản nhạc nàng ưa thích! Vocalise! Vocalise của Sergie Rachmaninoff! Hoài ngồi nghe thẫn thờ.

"Mời Hoài dùng bữa!"

Lữ nói với vẻ ân cần, không còn nét ngang ngược như khi đến văn phòng Hoài. Làm như Lữ đã trở thành một con người khác.

Hoài yên lặng ăn. Mặc dù đói nhưng nàng ăn không ngon. Hoài cố gắng nuốt.

"Ăn được không?'

Hoài gật đầu không nói gì.

Ở trong căn nhà này, căn phòng này, Lữ là người chủ động.

"Hoài có thích nghe nhạc không?"

"Âm nhạc làm.. người ta thấy thoải mái.."

226

Lữ nhếch miệng cười:

"Đúng vậy! Hoài thích loại nhạc nào?"

"Tôi hả? Những loại như bản Vocalise này"

Mắt Lữ sáng lên:

"Hoài biết bài này?"

"Bản thứ 14, bài cuối cùng trong tập nhạc 14 bản tình ca của Sergie Rachmaninoff.."

Lữ tiếp lời Hoài:

"Bản tình ca duy nhất không lời trong tập đó được tác giả sáng tác năm 1915"

"Anh thích bài này?"

"Tôi thích nhất"

"Vì sao?"

"Một bài ca không lời nhưng hàm chứa ngàn vạn lời.."

"Chẳng hạn như?"

"Tôi chưa bao giờ nghe bài hát nào không có một lời ca nhưng lại làm người nghe rung động và thổn thức như vậy"

"Tôi ngạc nhiên. Tôi thích bài này nhưng không thấy "thổn thức", chữ anh dùng. Thổn thức là đổ lệ sao?"

Lữ cười. Nhìn anh ta Hoài không thấy đáng sợ cho lắm. Nàng hy vọng bữa ăn sẽ kết thúc sớm và Lữ đưa nàng về lại. Hay đây chỉ là một sự hy vọng của mình, Hoài thầm nghĩ. Ở trong một căn nhà lạ với một người đàn ông đã ép buộc nàng đến đây.. Điều gì sẽ xảy ra? Mắt Hoài chợt long lanh, không phải vì xúc động mà... vì sợ hãi..

Bóng tối

"Tôi nghe và tôi thấy, tôi cảm nhận được tình yêu trong bài ca không lời này. Đó là một thảm kịch. Những chỗ lên cao và xoắn lấy như một tình yêu đứt đoạn trong đau thương. Tôi hình dung cả cái chết"

"Anh tưởng tượng"

Lữ nghiêm giọng:

"Không! Thật!"

Anh ta chợt mỉm cười, hai mắt sáng rỡ nhìn Hoài:

"Tôi không bao giờ ngờ Hoài cũng thích bản Vocalise. Bản nhạc này không phổ biến nhiều lắm. Chúng ta có nhiều điểm tương đồng. Thật là một bất ngờ thích thú!.."

Hoài thấy ngay mình như một cục nam châm đang hút những mảnh sắt là Lữ. Có lẽ nàng nên nói ít hay không nói gì cả thì hay hơn. Điều gì nàng nói ra cũng bị Lữ vồ vập lấy. Nàng không nên chia sẻ những ý nghĩ hay ý thích của mình. Hoài không muốn ai "đọc" mình.

"Anh vẫn chưa trả lời câu hỏi của tôi?"

"Hoài muốn hỏi tại sao lại có bữa ăn tối này?"

Hoài vừa ăn vừa gật đầu thay cho câu trả lời.

"Hoài có nhớ trong chuyến đi xa tôi có kể là tôi ước ao được có Hoài bên cạnh"

"Bởi vì anh cô độc"

"Một phần. Nhưng chính là vì con người của Hoài. Tôi muốn được san sẻ.. với Hoài về mọi thứ, kể cả con người tôi"

"Anh có thể đến văn phòng tôi khi nào anh cảm thấy cần chia sẻ"

"Ở văn phòng Hoài không phải là điều tôi.. ước mơ."

"Tại sao?"

228

"Ở đó.. có nhiều ngăn cách và Hoài có một vị thế khác. Còn ở đây là một nơi tôi chọn lựa. Tôi muốn mình chủ động mọi sự như.."

"Như trong tiểu thuyết của anh?" Hoài hỏi.

Lữ gật đầu:

"Khi tôi bắt đầu viết tiểu thuyết của mình tôi dựng lên một câu truyện khác. Nhưng khi gặp Hoài, mọi sự đều đảo lộn và tôi viết.."

"Kể cho tôi nghe về tiểu thuyết của anh"

Lữ hơi ngửa người ra phía sau, dựa lưng và kể:

"Nhân vật nam của tôi là Đoàn. Anh ta hơi bị mất thăng bằng về tâm lý mà không rõ nguyên nhân. Đoàn tìm đến một cố vấn tâm lý nhờ giúp đỡ. Nhưng qua nhiều buổi, Đoàn si mê –không biết đó có gọi là tình yêu đích thực hay không- người bác sĩ tâm lý đó. Từ si mê anh ta nghĩ đến chuyện chiếm đoạt cô ta cho riêng mình…"

Kể đến đây, Lữ ngừng lại nhìn mặt Hoài. Đôi mắt anh ta sục sạo làm Hoài nổi da gà. Nàng có cảm tưởng mình đang nín thở và cố giữ bình tĩnh. Hoài cắn chặt răng, hai tay nàng cứng lại, cố kềm sự run rẩy đang lan tỏa khắp châu thân. Có phải Lữ đang tìm cách dọa nàng hay thực sự tiểu thuyết của anh ta như vậy?

Mấy phút trôi qua. Lữ không nhìn Hoài nữa mà kể tiếp:

"Đoàn lập kế hoạch để bắt cóc cô ta. Nhưng anh ta bị giằng co giữa sự chiếm đoạt và sự chinh phục. Chiếm đoạt chỉ là nhất thời nhưng chinh phục sẽ đem lại cho Đoàn một chiến thắng. Hoài có thấy đúng như vậy không?"

Hoài mấp máy đôi môi run run của mình mà không thốt ra được lời nào. Không dây trói, nàng có thể mở tung cửa chạy ra ngoài. Lữ có thể dùng sức mạnh. Chắc chắn anh ta mạnh hơn Hoài nhiều. Nhưng thà chống cự rồi bị thương.. hay bị chết còn hơn ngồi đây và nghe anh ta.. nói.

Bóng tối

Làm như Lữ đọc được những ý nghĩ của Hoài. Anh ta nói:

"Dĩ nhiên Natalie Hoài –nhân vật của tôi- chống cự, phản kháng và thù ghét Đoàn. Điều đó hợp lý và tự nhiên, nhưng như thế thì đâu thành truyện phải không? Theo Hoài thì Đoàn phải làm gì để chinh phục được cô ta?"

Những thức ăn vừa nuốt lúc nãy như muốn trào ra. Hoài muốn đứng phắt dậy chạy ra ngoài nhưng không hiểu vì vẫn còn ảnh hưởng của thuốc –Hoài biết chắc chắn là Lữ đã làm nàng mê đi để đưa đến đây- hay vì sợ hãi đến độ nàng không thể đứng dậy.

"Hoài không muốn ăn nữa sao? Dùng ít trái cây hay bánh nhé?"

Lữ đứng lên rời khỏi bàn ăn để vào bếp.

Đây là cơ hội tốt nhất, Hoài nghĩ thầm. Nàng vừa dợm người đứng lên, đẩy ghế thì Lữ đã nhanh chóng trở lại. Nhưng nàng mừng thầm là nàng cử động như thường được. Trước đó chẳng qua vì xúc động và hoảng sợ mà thôi.

"Ra ngoài phòng khách nhé. Tôi nghĩ ngồi ngoài này gần lò sưởi sẽ thoải mái hơn"

Ra ngoài, Hoài chọn chỗ ngồi gần cửa ra vào hơn.

"Hoài là khách quý, đừng nghĩ đến chuyện bỏ về sớm"

Hoài lấy lại bình tĩnh:

"Giờ này chồng con tôi đang nóng ruột vì không biết tôi ở đâu. Tôi muốn đi về. Ăn tối xong rồi. Anh cho tôi về lại văn phòng. Ví của tôi đâu? Tôi cần gọi điện thoại". Nàng nói một hơi.

"Trên đường về đây điện thoại của Hoài reo nhiều, quấy rầy quá, tôi vất đi rồi. Tôi vất trên xa lộ, mất tiêu rồi"

Hoài muốn khóc nhưng nàng phải dấu sự yếu mềm của mình đi vì Lữ đang là kẻ chiến thắng.

230

"Anh chở tôi về văn phòng. Đã muộn. Tôi sẽ không nói với ai về câu chuyện tối nay. Tôi hứa với anh như vậy. Anh yên tâm"

Lữ như người bị điếc. Anh ta mở nhạc lớn hơn và bảo với Hoài:

"Trong đêm thinh lặng nghe bản Vocalise phải mở lớn mới thấu suốt được từng nốt nhạc tuyệt vời"

Hoài không hiểu điều Lữ vừa nói có đúng như ý anh ta nói hay không hay anh ta định làm điều gì và sợ mình.. la hét nên để nhạc lớn át tiếng?

Chỉ nghĩ đến đó mà mồ hôi Hoài toát ra dầm dề.

"Sao Hoài không ăn bánh vậy?"

Nàng đổi chiến thuật:

"Nãy giờ tôi nghĩ là tôi đang nói chuyện với nhân vật Đoàn chứ không phải nói chuyện với anh. Tôi nói với anh thoải mái hơn vì Lữ là một con người thật. Trở lại với con người của anh đi"

"Trong căn nhà này chỉ có Đoàn"

Hoài thấy năn nỉ không xong, xoay sang kiểu gì cũng không được, chỉ còn cách là liều..

Nàng đứng lên đi về phía closet gần cửa chính.

Lữ nhìn theo nói:

"Không có giầy và áo lạnh của Hoài trong đó đâu. Đừng tìm mất công"

Nàng vẫn tiến đến và mở cửa closet. Không có một thứ gì trong đó thật! Nhưng với đôi dép này nàng vẫn có thể đi ra ngoài được.

Hoài liếc nhanh về phía cửa chính. Lòng nàng trùng xuống khi nhìn thấy một ổ khóa móc vào cửa bên trong. Lữ đã tính cả. Nhưng còn

231

Bóng tối

cửa sau, cửa garage, cửa sổ.. Nàng như con thú bị dồn vào đường cùng..

"Đoàn muốn chinh phục chứ không muốn chiếm đoạt, Hoài đừng sợ"

Không quay lại nhìn Lữ nàng cương quyết nói:

"Chinh phục kiểu này anh chỉ chuốc lấy thất bại"

Lữ không nói gì. Anh ta xoay xoay ly rượu trong tay đang uống dở.

Tiếng réo rắt của bản nhạc Vocalise mà Hoài ưa thích nay trong căn nhà này trở thành bản nhạc mà nàng ghê sợ.

Hoài đi vào trong phòng ăn, rồi bếp. Nàng sục sạo mọi chỗ. Chỗ nào có cửa, chỗ đó có khóa. Cửa garage?

Nàng mở cửa xuống garage và bấm nút. Cánh cửa vĩ đại lặng yên như ngủ.

Hoài chảy nước mắt. Nàng muốn la hét, muốn đập phá. Vào trong bếp, nàng kéo mọi ngăn kéo mà không tìm được con dao nào, dù là dao nhỏ. Vào phòng ngủ, Hoài lục tung những ngăn kéo… Và như một phép mầu.. nàng nhìn thấy khẩu súng! Hoài chụp lấy như vớ được một cái phao trong lúc sắp chết chìm!

Chưa bao giờ cầm súng nhưng Hoài mừng rỡ cầm lên. Nàng vội vã trở ra phòng khách. Lữ vẫn ngồi đó gần lò sưởi, tay cầm ly rượu. Ánh lửa bập bùng của lò sưởi nhảy múa chập chờn như ma. Hoài run rẩy chĩa súng vào Lữ, giọng nàng giận dữ và gay gắt:

"Chở tôi về văn phòng!"

"Nếu tôi nói không thì sao?" Lữ thản nhiên hỏi Hoài.

"Tôi bắn anh!"

"Cứ bóp cò tự nhiên. Tôi quên không nói cho Hoài biết, súng không có đạn. Chưa bao giờ nạp đạn"

Hoài lắp bắp:

"Ngay cả.. lúc anh dí súng vào người tôi?"

"Đúng vậy! Tôi có bắn súng bao giờ đâu?"

"Anh nói láo!"

"Thì cứ bóp cò đi rồi sẽ biết"

"Đừng thách tôi!"

Lữ lắc đầu:

"Thường đàn bà rất dễ tin nhưng Hoài lại không như vậy nhỉ?"

Mắt Hoài như mờ đi. Nàng bóp cò.

Không một tiếng.. nổ..!

Hoài lập lại động tác đó vài lần. Mọi sự xảy ra như một phim hài hước, Hoài là một diễn viên tồi, chỉ có một khán giả duy nhất là Lữ đang tủm tỉm cười. Hoài ngồi thụp xuống ghế và khóc nức nở. Nàng thấy mình ngu xuẩn, trẻ con và gì nữa..?

Nước mắt nàng cứ trào ra. Kế tiếp chuyện gì sẽ xảy ra cho mình? Có bao giờ Hoài.. còn gặp lại chồng và con nữa không? Nàng khấn thầm Đức Mẹ: "Mẹ ơi! Mẹ cứu con!". Nàng nghĩ đến Nguyên. Chồng nàng là một kẻ vô thần. Lúc này anh có nghĩ đến Đấng Tối Cao dựng nên mọi loài và cầu nguyện cho em không Nguyên? Kim ơi! Mẹ nhớ con quá! Mẹ muốn được ôm con..

Điều gì sẽ xảy ra nữa? Những giọt lệ chỉ làm Hoài sợ hãi thêm. Tiếng vĩ cầm như xoáy lấy Hoài, vây bủa nàng. Ở một đoạn tiếng nhạc lên thật cao sắc lạnh như lưỡi dao phớt qua da nàng như thử độ dày của làn da, đo lường mức chịu đựng của Hoài. Nàng rùng mình và nhắm chặt mắt lại. Nỗi sợ hãi không chỉ bao trùm nàng mà còn rúc rỉa mọi ngõ ngách trong người Hoài.

Bóng tối

Tiếng Lữ nhỏ nhẹ vang lên như đưa Hoài trở về thực tại:

"Đừng khóc Hoài.. tôi không bao giờ làm hại Hoài cả.. Đừng sợ!"

Hoài cố gắng thuyết phục Lữ:

"Tất cả những thứ anh dàn dựng chỉ là giả tạo như tiểu thuyết của anh. Những điều này không đi đến đâu mà cũng chẳng mang lại một kết quả nào hay tạo được một sự thỏa mãn nào như anh mong muốn. Anh là Lữ. Đoàn chỉ là một hư cấu, cả nhân vật Natalie Hoài cũng vậy."

"Không, Hoài không hiểu. Những gì đang xảy ra là thật. Sự lôi cuốn của Hoài cũng là thật. Khi nhìn Hoài nằm yên trong giấc ngủ giữa muôn ngàn cánh hoa hồng thơm ngát là thật. Tôi chiêm ngưỡng và xao xuyến trước nét đẹp đó cũng là thật. Những cảm xúc, tình cảm của tôi với Hoài hoàn toàn là thật, không chút nào giả trá, Hoài có hiểu như vậy không?"

Trên gò má vẫn còn chưa khô, ngửng mặt lên, mặt Hoài đanh lại:

"Bởi vì anh muốn những điều đó trở thành sự thật. Nhưng tôi chỉ nhìn thấy toàn là giả tạo. Người ta có thể rung động như xem một cuốn phim có những cảnh làm chạnh lòng hay xao xuyến nhưng chỉ thoáng qua rồi hết. Đó chỉ là những tình cảm bộc phát nhất thời và sẽ tắt nhanh chóng. Chỉ là những bèo bọt không nghĩa lý và giá trị gì. Người ta không sống bằng những giả tạo đó. Ngay cả khi anh quỳ xuống xỏ dép cho tôi, điều đó có làm tôi thích thú gì đâu. Chiếc giường phủ đầy hoa, đẹp đấy như ý anh muốn nhưng để làm gì? Chỉ để anh ngắm. Rồi còn gì nữa? Điều gì bộc phát tự nhiên mới thành tựu còn gán ghép chẳng ăn thua gì.."

Hoài nói và thấy hả hê.

"Hãy trả lại tôi về văn phòng và đời sống của tôi. Tôi không thuộc về đây.."

234

"Ở đó.. tôi là người có vấn đề. Còn ở đây, trong không gian này, tôi và Hoài.. khác! Chúng ta không còn những rào cản nào khác. Chúng ta sống như chúng ta muốn sống."

Hoài đưa Lữ về với thực tại:

"Tôi không muốn đến đây. Anh đã bắt buộc tôi phải đến. Đây là một.. – Hoài định nói hai chữ "cưỡng bức" nhưng nàng ngừng kịp thời. Hai chữ "cưỡng bức" tự nó đã cho một hình ảnh bạo động và dung tục. Nói năng với Lữ phải cẩn thận-. Gia đình tôi đang thắc mắc vì sao tôi chưa về nhà. Điện thoại của tôi đâu?"

Đang hớn hở như đứa trẻ được quà bỗng bị đòi lại, Lữ cau mặt lại:

"Hoài đừng nghĩ đây là một sự bắt buộc. Hãy nghĩ đây là một buổi ăn tối.. êm ả.. Và.. Hoài có cơ hội hiểu tôi nhiều hơn."

"Anh có mời người khác phái nào đến ăn ở nhà anh như vậy bao giờ chưa?"

Mặt Lữ nghiêm trang, nhìn Hoài bằng ánh mắt khác lạ:

"Chưa bao giờ.. và cũng chẳng bao giờ sẽ có.."

"Tại sao?"

"Vì không có một người đàn bà nào như Hoài.. Càng ngày ước muốn được ở gần bên Hoài càng mãnh liệt. Tôi như kẻ bị sóng cuốn xa bờ.. Chỉ có Hoài mới cứu tôi khỏi bị nhận chìm. Tôi.. đã đánh mất tôi trong Hoài… Tôi nói thế nào để Hoài hiểu.."

Hoài không mảy may xúc động trước những lời nói đầy tình cảm bộc lộ của Lữ. Lời mời ăn tối "một lần rồi thôi" của Lữ làm nàng chới với nhưng nay là không, ngàn lần không lay chuyển được nàng. Trước mặt Hoài là một kẻ si mê điên dại và lẫn lộn giữa đời thực và tiểu thuyết do anh ta dựng nên. Nàng thản nhiên nhìn Lữ rồi đứng lên nói với giọng lạnh tanh:

Bóng tối

"Đủ rồi.. tôi đi về"

Lữ như một đứa trẻ vòi đồ chơi mà không được nên cáu giận:

"Không.. tôi chưa để Hoài đi về được"

Hoài nghe chữ "chưa" ở miệng anh ta mà mừng thầm. "Chưa" chứ không phải là "không". Chẳng lẽ lại phải dỗ ngọt? Nghĩ thế và Hoài nói luôn:

"Anh có thể đến văn phòng tôi bất cứ lúc nào. Chúng ta có thể nói chuyện. Và anh không phải trả một chi phí nào cả"

Lữ như một kẻ điếc. Anh ta đi ra phòng khách. Phòng khách và phòng ăn thông thoáng. Hoài nhìn thấy Lữ ngồi ở sofa, chân gác lên bàn, vẫn dáng vẻ bất cần đời. Anh ta vặn nhạc lớn hơn. Những âm thanh tràn ngập cả căn nhà và bài ca Vocalise như một con quái vật biến hình, nó luồn lỏi hết mọi châu thân Hoài như rúc rỉa châm chích. Nàng nghĩ mình sẽ không bao giờ thích bài nhạc của Sergie Rachmaninoff nữa. Nàng sẽ không thụ động ngồi đây và chịu đựng những lời nói điên dại của Lữ và biết đâu Lữ còn những hành động nào khác nữa?

Hoài bỏ dép lông ra, đi chân trần ra ngoài phòng khách. Lữ ngồi ngả đầu vào thành sofa không nhìn Hoài.

Nàng đến mở cửa closet ngay gần cửa ra vào để tìm giầy và ví của mình. Bên trong trống không!

"Hoài đừng tìm chi mất công, không có đâu" Lữ nói.

Mặt nàng nóng bừng lên, mồ hôi vã ra.

Sự giận dữ làm Hoài nghĩ mình có thể ngất xỉu ngay lúc đó. Đầu và hai bên tai nàng lùng bùng như có muôn ngàn tiếng trống đang dội đinh tai nhức óc. Không một giọt nước mắt nào nhỏ ra khỏi khóe mắt. Nàng muốn phát điên trước trò đùa tai quái này mà Lữ là một con quỷ.. sống!

Cuối cùng Lữ lên tiếng:

"Làm gì cho khổ cực như vậy hả Hoài? Tôi có làm gì Hoài đâu? Tôi đã nói như vậy mà Hoài không tin ư? Tôi có thể chết cho Hoài được cơ mà. Cứ xem đây như là một cuộc đời khác của Hoài"

Chắc Lữ sẽ nhốt mình ở đây. Rồi hắn sẽ làm gì mình nữa? Hoài ngồi xuống ghế ở phòng khách và nhắm mắt lại. Nàng cố trấn tĩnh. Nàng nghĩ đến chồng mình, đến con gái. Hoài tự bấu vào da thịt xem đây là thật hay chỉ là một cơn mộng dữ, và nàng sẽ mừng rỡ biết bao khi tỉnh giấc và có Nguyên bên cạnh... Nhưng đó chỉ là niềm mơ ước của Hoài!

Làm sao để đưa Lữ ra khỏi giấc mơ của anh ta? Khi Lữ rời khỏi được nhân vật Đoàn thì lúc đó Hoài sẽ được giải thoát.

Nàng cố trấn tĩnh để suy tính. Khi nóng giận Hoài mất sự chủ động để có thể kềm chế được đối phương là Lữ. Nghĩ như vậy và nàng thấy dễ chịu hơn.

Thấy mặt Hoài dịu lại Lữ mừng rỡ. Khi nói với Hoài là mình có thể chết cho cô ấy, Lữ đã bóc trần con người mình và dâng hiến cho Hoài.

"Tôi nghĩ Hoài nên đi nghỉ sớm. Trong phòng ngủ có đầy đủ mọi thứ cần dùng. Nếu Hoài muốn Hoài có thể khóa cửa phòng ngủ. Tôi không làm gì Hoài đâu. Tôi ngủ trong phòng làm việc. Cứ xem như đây là nhà của Hoài. Chúc Hoài ngủ ngon"

Nói xong Lữ vặn nhỏ nhạc rồi đi thu dọn bàn ăn. Trông anh ta như một cái bóng chập chờn ẩn hiện đi ra đi vào không nói lời nào nữa.

"Mình phải làm gì?" Hoài tự hỏi. Vào phòng ngủ và khóa cửa như Lữ nói xem ra hợp lý nhất. Nàng không muốn nhìn thấy Lữ. Ở yên trong căn phòng ngủ đó rồi tìm cách trốn.

Bóng tối

Khi vặn khóa bên trong, Hoài thấy yên tâm hơn. Nàng xoay xoay lắc lắc nhè nhẹ xem có chắc không.

Hoài vào phòng tắm, nhìn quanh xem phòng tắm có thông sang phòng nào khác không. Nhưng không, đây cũng chỉ là phòng tắm như mọi phòng tắm khác. Bàn chải đánh răng, khăn mặt, kem đánh răng, xà bông, kem dưỡng da.. đủ cả và mới tinh. Nàng có tắm ở nơi này không? Nhỡ ra..?

Ra ngoài phòng ngủ, trên giường có để sẵn áo ngủ cũng mới tinh còn giá tiền!! Vài khăn lông tắm xếp gọn gàng ở chân giường. Ngồi xuống chiếc ghế bành ở góc phòng, nàng co người lại không phải vì lạnh mà.. vì sợ..

Nhớ đến Nguyên, đến Kim, nàng thấy ấm áp hơn. Hoài vặn nhỏ chiếc đèn vàng ở đầu giường ngủ rồi trở lại ngồi thu người trong chiếc ghế bành. Một lát hơi nóng từ người nàng ăn xuống làn vải của chiếc ghế nỉ như ôm ấp lấy nhau, Hoài co hai chân lên sát ngực, đầu ngửa ra sau nhắm mắt. Nàng nhớ đến những giây phút bên Nguyên, chỉ là những thời gian bình thường không có gì đặc biệt nhưng sao tuyệt vời và quý giá như vậy. Hết hình ảnh này nối tiếp với hình ảnh kia.. đưa Hoài vào giấc ngủ nửa tỉnh nửa mê khi đêm đã chìm vào thinh lặng. Có tiếng côn trùng rúc rích đâu đó bên ngoài hay trong giấc ngủ chập chờn của Hoài.

*

Lữ tắt nhạc, tắt đèn, rồi ngồi xuống ghế sofa. Trong phòng khách bây giờ chỉ còn ánh lửa bập bùng của lò sưởi. Ánh lửa vàng đỏ nhảy múa chờn vờn. Tia mắt Lữ không rời những ngọn lửa. Lửa của đêm sâu như hâm nóng mời gọi. Lữ thấy mình hạnh phúc với sự có mặt của Hoài trong ngôi nhà. Hình ảnh Hoài nằm trên giường ngủ lúc nàng chưa tỉnh, chung quanh muôn ngàn cánh hoa hồng sặc sỡ thơm ngát làm tim chàng đập nhanh hơn. Đó là một hình ảnh đẹp nhưng không gợi dục. Làm sao để nàng hiểu tình yêu của mình, của Đoàn, thanh khiết nhưng sâu đậm ra sao.

Ngồi ngả đầu trên ghế, mắt không rời lò sưởi, Lữ ngồi như hóa đá và chìm đắm trong những tưởng tượng mà đầu chàng, tim chàng đang thêu dệt..

Lữ đứng dậy, rón rén đến cửa phòng ngủ, quỳ xuống, áp tai vào cửa rồi nhắm mắt lại. Đằng sau cánh cửa không một tiếng động, không một ánh đèn. Hoài đã ngủ? Chàng nghe thấy tiếng tim mình đập mạnh và ước gì có thể nghe thấy tiếng Hoài thở, có thể áp mặt mình vào mái tóc đen của nàng và nghe thấy tiếng rộn rã mời gọi của.. tình yêu..

Mười, mười lăm phút hay cả giờ trôi qua khi hai chân Lữ tê cứng chàng mới khẽ khàng đứng lên vào phòng làm việc, buông người xuống chiếc sofa bằng da cũ. Đêm đã sẫm mầu, và đêm cũng đã say trong giấc mộng.

*

Không biết thiếp đi được bao lâu, Hoài chợt tỉnh giấc, nàng ngồi nhổm dậy, hai tay ôm lấy ngực, tim đập loạn xạ, mồ hôi vã ra. Thế ngồi co chân đem nàng trở lại thực tại. Hoài vẫn đang bị.. cầm tù..!

Hai chữ "cầm tù" hiện lên trong đầu làm Hoài chợt nhớ đến bố. Nàng không gần với bố như với mẹ. Ngược lại nàng còn xa cách và sợ bố. Nhưng có những chi tiết nhỏ nhặt về bố hay có dính líu đến bố làm nàng nhớ rất lâu..

Trong căn phòng bít bùng xa lạ này Hoài nhớ đến bố như đứa con gái nhỏ trông cậy vào sự chở che bao bọc của cha mẹ. Ngày bố mẹ sang đoàn tụ với Hoài và gia đình, bố mẹ tặng cho Hoài biết bao kỷ niệm từ những chiếc hộp gỗ có khắc hình cha mẹ và hình Hoài lúc bé. Bố mẹ đã thuê người khắc họa công phu trên gỗ bằng bút lửa. Đó là những hình ảnh yêu thương mà bố mẹ Hoài ấp ủ về đứa con gái nhỏ duy nhất.

Bóng tối

Trong ngần ấy món quà, có một con châu chấu tết bằng nan bố đã đưa cho Hoài và nói nhỏ nhẹ: "Bố làm cho con lúc ở trong trại học tập. Lúc đó bố ở trong tổ đan rổ..".

Hoài nhớ mình đã không nói được lời nào, dù là một lời cảm ơn ngắn gọn. Có lẽ câu nói đó bằng ngàn vạn lời yêu thương mà bố nàng có thể nói ra với đứa con gái duy nhất tưởng không bao giờ gặp lại.

Bây giờ ngồi đây, nhớ lại, nàng tiếc. Tiếc vì không thể nói được một câu là: "Con yêu bố!". Tiếc vì không thể bộc lộ được tình cảm đó. Tiếc vì.. không biết nói ra những chữ tình yêu hay làm một cử chỉ yêu thương nào đó đáp lại.

Có lẽ cuộc đời người ta có biết bao lần nuối tiếc..

Nước mắt Hoài cứ thế mà thi nhau chảy ra. Tim nàng như bị bóp chặt, Hoài thấy lồng ngực đau, nàng như muốn chết ngộp trong chính mình.

Giá như bây giờ bố còn sống thì Hoài vẫn không nói được nhưng chắc nàng sẽ khóc như bây giờ đang khóc, để những giọt nước mắt thay Hoài nói hộ.. thứ tình cảm thiêng liêng máu mủ ruột thịt..

*

Khi ánh sáng sớm mai mờ nhạt len lỏi qua những khe hở của mành mành cửa sổ, Hoài chợt tỉnh giấc. Nhìn quanh với nỗi thất vọng, nàng không tin là mình ngủ được. Chung quanh im phắc. Hoài sờ khắp người mình. Không ai đụng đến nàng!

Một lúc tỉnh táo, Hoài ra xoay cửa phòng. Vẫn khóa tốt. Nàng vào phòng tắm. Vòi nước ấm làm Hoài tỉnh hẳn. Những giọt nước ấm li ti vỗ trên khắp châu thân như điệu ru và đánh thức mọi cơ bắp mỏi mệt của Hoài sau một đêm ngủ co ro trên ghế bành. Cùng với cảm giác tỉnh táo, Hoài nghĩ ngay đến chuyện thoát thân. Nhưng nàng phải giả vờ thế nào để Lữ bị lừa. Chính lúc Lữ sơ hở là lúc Hoài thoát được khỏi nơi này. Càng chống đối giận dữ thì Lữ càng canh giữ kỹ lưỡng.

Nhưng đổi thái độ ngay thì y sẽ nghi ky. Phải từ từ. Đây là một cuộc đấu trí mệt mỏi cho Hoài.

Nhưng nếu để Lữ hiểu lầm là Hoài xiêu lòng thì cũng chết!

Có lẽ nàng phải lôi Lữ về với thực tại và trở lại con người của anh ta.

*

Hai, ba ngày trôi qua. Kim vẫn đến trường. Nguyên định xin nghỉ mấy ngày nhưng không làm việc, đầu óc chàng còn bấn loạn hơn. Hai người thám tử phụ trách hồ sơ của Hoài tên Chương là người Việt và người kia là thám tử da trắng tên Aaron cũng gọi Nguyên lên sở cảnh sát 2 lần để lấy thêm chi tiết. Thường khi có người vợ mất tích, nghi can đầu tiên là người chồng. Nguyên cũng thừa hiểu điều này và chấp nhận vì những nghi ngờ đó. Họ còn lấy khẩu cung những họ hàng, bạn bè và em trai Hoài là Hiến để xem vợ chồng Nguyên Hoài có gì xích mích hay cá nhân Nguyên có phải là người chồng tốt hay không.

Đến sở làm mới khổ, Nguyên tưởng được yên thân làm việc nhưng trái lại, kẻ thì an ủi, người thì xăm xoi. Những ánh mắt thương hại có, chế diễu ngầm cũng có. Tại sao người ta có thể nghĩ xấu là Hoài bỏ Nguyên đi theo ai khác? Cũng có lúc, ý xấu đó cũng dấy lên trong đầu Nguyên nhưng đó là một ý tưởng điên rồ của một kẻ đang bị khủng hoảng!

Đến ngày thứ ba vẫn chưa có một manh mối nào về sự mất tích của Hoài.

Nguyên hốc hác đi thấy rõ vì mất ngủ và lo âu.

Về nhà, hai bố con đều buồn rầu nhìn nhau. Những bữa ăn tối nhạt nhẽo yên lặng, chỉ có nỗi lo âu càng ngày càng gia tăng. Có những lúc cả Nguyên và Kim cũng cố gắng che dấu sự buồn bã mà vui vẻ như động viên nhau, nhưng tất cả chỉ là giả tạo.

Bóng tối

Chương 23

Tiếng Kim Anh reo vui làm Donovan thấy hạnh phúc:

"Đi ăn tối thì anh đón em nhé?"

"Dĩ nhiên. Em muốn ăn ở đâu?"

"Tùy anh chọn"

"Bao giờ em cũng tùy anh cả sao? Anh muốn biết em thích gì?"

Kim Anh cười nho nhỏ:

"Vậy thì ăn.. đồ ăn Mỹ"

Donovan ngạc nhiên:

"Anh chưa bao giờ nghĩ là em thích ăn đồ Mỹ. Anh tưởng.."

"Anh tưởng em chỉ thích đồ ăn quốc hồn quốc túy của em là thức ăn Việt Nam sao?"

Donovan cười:

"Ờ.. anh tưởng vậy. Không phải vì anh chứ?"

"Không, không đâu. Em thích thức ăn Mỹ thật mà. Có lẽ vì khác hẳn với những thứ em vẫn ăn hàng ngày.."

Donova cười thú vị.

Cả hai vào một tiệm ăn do một gia đình Mỹ làm chủ. Tiệm vừa phải, lịch sự và giá cả nhẹ nhàng. Thực khách ngồi ăn có vẻ thoải mái.

Trong tiệm có 2, 3 cái tivi treo trên tường của 3 đài khác nhau.

Bóng tối

"Anh có hay ăn ở đây không?"

Donovan lắc đầu:

"Chưa bao giờ"

"Vậy sao anh lại chọn chỗ này?"

"Anh nghe mấy người trong sở giới thiệu"

"Vậy thì anh chọn món cho em luôn đi nhé"

Lúc nào Kim Anh cũng dịu dàng làm Donovan thấy dễ chịu.

Donovan hỏi lại Kim Anh:

"Em thích đồ biển hay gì khác?"

"Chọn cho em đồ biển, cái gì cũng được"

Thức ăn dọn ra nhìn rất mỹ thuật và bắt mắt. Donovan gọi thêm một chai rượu vang.

"Mình anh uống à. Em không uống được rượu"

Kim Anh nói mà hồng đôi má. Donovan nhìn người con gái đang ngồi đối diện với mình mà lòng lao đao. Sự dịu dàng của Kim Anh nhẹ nhàng mà sóng sánh như men rượu. Đây có phải là người sẽ đi hết cuộc đời với mình không? – Chàng tự hỏi.

Những câu chuyện với Kim Anh bao giờ cũng là những đề tài xoay quanh những người quen của cô ấy. Nhưng với lối kể chuyện của Kim Anh, Donovan tìm ra những ý tưởng hay một lối suy nghĩ nào đó hay hay. Nó như những giòng suối róc rách êm tai và dịu dàng thấm sâu vào lòng người.

Khi bữa ăn tối đã xong, trong lúc chờ đợi món tráng miệng, Donovan lơ đễnh nhìn màn hình tivi trước mặt. Bản tin buổi tối địa phương. Chàng định quay đi nhưng vừa lúc ấy trên màn ảnh tivi một khuôn mặt phụ nữ Á đông hiện lên. Donovan nhìn sững như bị thôi miên.

244

Trong tiệm ăn, tivi không để tiếng nhưng có hàng chữ chạy bên dưới. Bản tin buổi tối đang loan tin một nữ bác sĩ tâm lý tại địa phương tên Hoài Nguyễn đã mất tích 3 ngày nay. Gia đình hiện đang trao giải thưởng $20,000 mỹ kim cho ai tìm ra tung tích bà này. Có thể gọi ẩn danh nếu biết chi tiết gì dính líu tới bác sĩ Hoài Nguyễn.

Donovan ngồi như chôn trên ghế, mắt không rời màn hình tivi.

Tiếng Kim Anh nói lao xao chàng nghe không rõ:

"Anh! Anh.. sao vậy? Anh..?'

Một lúc sau khi những bản tin khác kế tiếp liên tục trên màn hình mới làm Donovan bừng tỉnh.

Kim Anh đưa tay sang nắm tay Donovan:

"Anh.. Anh có sao không?"

Donovan nhìn Kim Anh như nhìn ai đó. Buổi tối đi theo sau xe bà Hoài như mới hôm nay.. Điều gì đã xảy ra cho bác sĩ Hoài? Chàng nhớ bà ta đã đi với một người đàn ông. Không, bà Hoài ngồi trong xe với một người đàn ông mà Donovan không nhìn thấy mặt. Bà ta ngả đầu… Chàng đã đi theo xe họ.. đến một ngôi nhà không phải nhà của bà Hoài. Và Donovan đã có ý nghĩ xấu về bà Hoài. Liệu bà Hoài đã đi với.. nhân tình của bà ấy.. hay..?

Những câu hỏi và hình ảnh bà Hoài ngồi trong xe với một người đàn ông cứ chập chờn trước mắt Donovan.

Kim Anh bóp tay Donovan thật chặt làm chàng giật mình.

Donovan nhìn Kim Anh hỏi:

"Sao em..?"

Kim Anh lập lại câu hỏi ban nãy:

"Chuyện gì vậy? Anh có sao không?"

Bóng tối

"Bản tin địa phương.." Donovan chỉ tay.

Kim Anh ngoái lại về hướng Donovan chỉ.

Màn hình tivi lúc đó đã chuyển sang quảng cáo.

"Anh muốn nói gì?"

Donovan không muốn cho ai biết là mình đi bác sĩ trị liệu tâm lý, nhất là Kim Anh. Chàng phải trả lời thế nào đây?

"À.. không anh xem tin tức thấy lạ quá nên.. chú ý.."

"Tin gì lạ mà anh chú ý vậy?" Kim Anh tò mò.

Donovan nói thoái thác:

"Chẳng ăn thua gì tới mình.. chỉ tại bản tin là lạ nên chú ý.."

Nói xong chàng có cảm tưởng như mình vừa thoát được một cuộc tra hỏi.

Donovan tìm cách nói những chuyện khác để khỏa lấp.

Trên đường về nhà Kim Anh, nàng đòi Donovan đưa đi bách bộ một lúc. Hai người tay trong tay đi bộ dưới những hàng cây quanh khu nàng ở. Nàng nói nhiều chuyện mà Donovan chỉ ậm ừ hay cười theo nàng. Đầu óc chàng còn quay trở lại với buổi tối đi theo bà Hoài và người đàn ông lạ về ngôi nhà không phải là ngôi nhà quen thuộc của bà Hoài.

Khi hôn Kim Anh từ giã, Donovan không nhớ nàng đã nói gì với mình.

Thay vì trở về nhà, Donovan lái xe đến building nơi có văn phòng bác sĩ Hoài, nơi mà chàng đã đến biết bao nhiêu lần. Khuôn mặt khả ái cũng như giọng nói của bà Hoài luôn ru ngủ Donovan. Điều gì đã xảy ra buổi tối đó?

Không hiểu sao khi đến nơi, Donovan tìm chỗ đậu xe vào đúng chỗ đêm đó chàng đã đậu và chờ bác sĩ Hoài. Bỗng dưng chàng muốn đi lại đoạn đường đêm đó. Nhưng Donovan không chắc là mình nhớ đường vì chàng chỉ đi theo mà không để ý tên đường hay khu vực nào. Bây giờ đi thì cứ đi như người mù đi trong đêm tối. Tại sao mình phải làm điều này, Donovan tự hỏi? Chàng không muốn can thiệp vào đời sống riêng tư của ai cả, nhất là bà Hoài. Nhưng.. có một cái gì khác thường về buổi tối đó. Bà ta không về nhà. Bản tin cho biết là bác sĩ Hoài mất tích vì chiếc xe của bà ta vẫn đậu trong khuôn viên của khu building này. Nếu bà ta có tình nhân thì ở xứ này, thời đại này, chuyện ly dị dễ dàng chứ đâu cần bỏ đi không một lời giải thích? Chẳng lẽ bà Hoài bị bắt cóc?

Giả thiết này lại càng làm cho Donovan muốn tìm hiểu.

Chàng cho xe đi về hướng như đêm đó. Donovan nhớ phỏng chừng khoảng 10 tới 15 phút rồi mới lên xa lộ. Nhưng trong khoảng lái xe 10 tới 15 phút đó lúc này khuya là một khoảng cách khác với thời gian 10 tới 15 phút của thời khắc tan sở. Đêm đó Donovan hoàn toàn chạy theo vì tò mò mà không để ý tên đường vì lo lạc mất. Thôi thì cứ thử..

Vừa nhìn đồng hồ xe vừa lái xe. Ngã rẽ đầu tiên lên xa lộ cách văn phòng bà Hoài có 8 phút. Cho là giờ tan sở thì có thể tính cỡ 13 phút. Donovan tự cười thầm là mình đang tính tào lao, không một chút cơ sở khoa học nào!

Đến ngã rẽ lên xa lộ thứ hai theo đồng hồ xe Donovan là 15 phút, chàng lên đại xa lộ. Đây là xa lộ Beltway 8 đi về hướng bắc. Lần đó đi khoảng bao nhiêu lâu Donovan không nhớ nữa. Có biết bao nhiêu exit. Nhưng chắc chắn không phải rẽ vào xa lộ 249 đi về phía bắc mà còn đi xa hơn. Chàng nhớ mình đi theo, giữ lane trái một hồi rồi đổi sang lane phải. Bây giờ phải thử! Donovan đổi lane phải vào exit. Chàng đi như người đang đi trong mơ.

247

Bóng tối

Giữa bà Hoài và Donovan có một nối kết đặc biệt về phần chàng. Làm như bác sĩ Hoài là một cầu nối giữa một Donovan hiện tại và một Donovan thuộc về quá khứ mà chàng cứ bị giằng co. Chính bà Hoài là người đã giúp Donovan gỡ bỏ những khúc mắc ẩn ức đó mà chàng không thể thổ lộ với ai. Ngay cả Kim Anh. Chàng có cảm tưởng mình mang ơn bà Hoài. Donovan thầm mong sự bình yên đến cho bà ta. Giả thuyết đi theo người tình chẳng hay ho gì nhưng còn đỡ hơn là giả thuyết bị bắt cóc.

Vào exit trong đêm nhìn chỗ nào cũng như chỗ đó. Có lẽ đi tìm vào ban ngày dễ hơn là ban đêm. Đêm thì gợi nhớ lại đêm đó. Donovan chỉ nhớ là vào exit rồi rẽ trái chạy một lúc vào khu nhà..

Chàng tìm chỗ ngừng xe lại cố nhớ lúc thấy chiếc xe và bà Hoài vào garage nhà đó, rồi Kim Anh gọi điện thoại.. chàng hẹn Kim Anh và quay ra tìm đường về. Chàng đã nói với nàng là 45 phút sẽ gặp nhau. Donovan để đồng hồ và quay về. Đến nhà Kim Anh là 40 phút. Nhưng không thể nói chính xác vì còn tùy thuộc đường thông thoáng hay nhiều xe.

Ngày mai chàng sẽ thử lần nữa. Nhưng giả dụ Donovan tìm thấy đúng ngôi nhà đó thì chàng sẽ làm gì? Báo cảnh sát? Cho dù có đường dây nóng và người cho tin tức không cần nói tên tuổi, nhưng chắc gì là ngôi nhà đó. Và nếu như đó là nhà người tình của bà Hoài thì mọi chuyện thành một trò cười. Nếu như cảnh sát truy ra người cho tin và tìm thấy Donovan thì câu hỏi đầu tiên là vì sao chàng đi theo sau xe chở bà Hoài?

"Mình phải làm gì?"

Về đến nhà, mệt mỏi, nhức đầu Donovan lăn ra ngủ để ngày mai còn đi làm.

Chương 24

Dan là thám tử phụ trách điều tra vụ bác sĩ Hoài mất tích. Là một thám tử lâu năm trong nghề, Dan yêu thích công việc của mình. Có những vụ án trải qua bao nhiêu năm vẫn chưa được giải quyết, hay nhiều năm đã trôi qua mà xác nạn nhân vẫn chưa được tìm thấy hay chỉ là mất tích và thủ phạm cũng biệt tăm. Dan không hẳn là loại người bị ám ảnh bởi một trường hợp nhất định nào đó mà phải tìm cho ra nạn nhân hoặc đã có một xác người nhưng chưa tìm ra được kẻ giết người, nhưng Dan là người không dễ bị thua cuộc.

Trường hợp bác sĩ Hoài bị mất tích, cứ tạm cho là như vậy đi, rơi vào tay Dan sau khi văn phòng điều tra quyết định cần một thám tử lão luyện và nhiều thành tích để giải quyết vụ này. Trên bàn làm việc của người thám tử đã trên 50 tuổi đời có một lô hồ sơ những vụ án được sắp xếp thứ tự theo vần của tên những nạn nhân. Có những hồ sơ mà gương mặt nạn nhân đã đi sâu vào trí nhớ của Dan, từ những nếp nhăn hay lông mày, chiếc mũi, cằm.. v..v.. của từng người đã được viên thám từ săm soi, xem xét tỉ mỉ. Không hẳn để nhớ nhưng dường như để đi tìm một kết nối khó hiểu nào đó. Và ngày hôm nay hồ sơ sơ khởi của bác sĩ Hoài đang nằm trên bàn làm việc của Dan.

Ông ta nhíu mày nhìn mấy tấm hình của người phụ nữ này do gia đình cung cấp. Những người Á Châu trông họ có vẻ gì cũng hơi giống nhau, đó là nhận xét của Dan. Những lần phỏng vấn gia đình cũng như những người thân quen của bà Hoài cũng không đem lại chút ánh sáng nào. Chỉ có những lời khai của cô thư ký là có vẻ mang lại chút phấn khởi.

Viên thám tử rời khỏi bàn làm việc và quyết định trở lại gặp Anne, cô thư ký của bác sĩ Hoài, mà ông tin rằng cô ta sẽ giúp giải quyết được vấn đề.

Bóng tối

Anne đang cúi đầu đọc tiểu thuyết cho qua thì giờ khi văn phòng Hoài vẫn mở cửa cho dù không thực sự làm việc.

Tiếng mở cửa làm Anne ngẩng đầu lên. Thấy viên thám tử trở lại, Anne hơi xụ mặt.

"Chào ông.."

"Chào cô. Khỏe chứ?"

Anne nhún vai thay cho câu trả lời:

"Có tin gì không về bác sĩ Hoài?" Anne hỏi với niềm hy vọng.

Dan lắc đầu:

"Tôi cần cô giúp.. Chúng ta ngồi nói chuyện ở phòng đợi được không?"

"Vâng, vâng.."

Dan vào đề ngay khi ngồi xuống ghế:

"Tôi muốn trở lại đây hỏi cô về những bình hoa.."

Anne nói thêm vào:

"Những bình hoa người ta gửi tặng bác sĩ Hoài"

Viên thám tử gật đầu:

"Cô làm đây lâu rồi, tôi nhớ cô nói với tôi như vậy, nhưng chuyện bác sĩ Hoài nhận được hoa gửi đến có thường không? Ý tôi muốn nói là từ bạn bè hay người thân của bà ta?"

"Không, hoàn toàn không có. Ba bình hoa này là lần đầu tiên bác sĩ Hoài nhận được mà tôi biết"

"Mà bà ta không biết người gửi là ai?"

"Đúng vậy"

"Tôi nhớ cô kể là kèm với bình hoa có tên người gửi là N.?"

"Phải"

"Nội dung đề "những hoa này rồi sẽ tàn"?"

Anne gật đầu thay cho câu trả lời và nàng hơi bực bội vì những câu hỏi này Anne đã trả lời, nay sao lại hỏi lại?

"Bác sĩ Hoài có nói ý nghĩa của câu này là gì không?"

"Không. Chị ấy có vẻ bực mình và đến lần thứ nhì chị ra lệnh cho tôi không nhận hoa nữa"

"Cô có tìm lại những tấm thiệp đó không?"

"Có, tôi tìm kỹ lắm mà không thấy. Trong ngăn kéo này chỉ có tôi và chị Hoài mở mà thôi.. Tôi tìm cả trong thùng rác vì biết đâu chị ấy nhìn thấy, bực mình và ném vào thùng rác, mà cũng không có"

"Cô có nghĩ là bà Hoài lấy mang đi không?"

Anne phân vân khi trả lời:

"Tôi.. không nghĩ vậy vì chị ấy chắc chắn là bực mình thì đem đi đâu làm chi?"

"Ngày hôm đó có đông bệnh nhân không?"

"Cũng vừa phải, bình thường thôi"

"Cô có nhớ bệnh nhân nào khám sau cùng không?"

"Dễ lắm, cứ mở sổ ra là biết ngay. Ông cần những tên người bệnh nhân ngày hôm đó không?"

"Cô có thể cho tôi xem sổ của ngày đó được không?"

"Được chứ. Hồ sơ bệnh nhân thì không được, bác sĩ Hoài vẫn dặn tôi như vậy"

Bóng tối

"Đương nhiên, tôi cũng không có quyền làm như vậy, trừ khi có trát tòa"

"Ông muốn xem cả sổ hẹn hay chỉ ngày hôm đó thôi?"

"Cho tôi xem cả quyển sổ"

Anne đứng dậy đi lấy sổ hẹn và đưa cho viên thám tử.

Ông ta chăm chú xem rất kỹ, lật hết tờ này đến tờ kia. Không chỉ nhìn bằng mắt mà Dan còn dùng ngón tay di chuyển trên những hàng tên bệnh nhân.

Dan ngửng đầu lên nhìn Anne:

"Trong sổ tôi thấy có những bệnh nhân đến đây thường xuyên. Cô có nhớ họ không?"

"Có chứ. Tôi nhớ tên và nhớ mặt họ"

"Những người đến đây trông họ có bất bình thường không?"

Anne phì cười:

"Ông muốn nói là họ.. mát? Không đâu, họ cũng bình thường thôi. Nhiều lúc tôi tự hỏi vì sao họ lại đến đây?"

"Trong cuộc điều tra này, tôi chỉ chú trọng đến nam giới. Cô hiểu ý tôi?"

Anne gật đầu không nói gì.

"Bà Hoài và chồng bà ấy vui vẻ chứ?"

Anne hơi quạu khi trả lời:

"Sao ai cũng hỏi câu hỏi này? Gia đình họ rất êm ấm. Anh Nguyên, chồng chị Hoài là người chồng tốt. Ông không thể nghĩ là chuyện chị ấy biến mất có dính líu gì tới anh Nguyên.."

Dan hơi nhếch mép:

"Không, tôi có nói gì đâu. Tôi chỉ đặt câu hỏi. Câu hỏi này tôi đã hỏi những người thân và bạn bè của bà Hoài. Tựu trung họ cũng nói như cô. Tôi chỉ muốn xác nhận lại mà thôi. Bởi vì bà Hoài ở đây với cô rất nhiều thời gian, lại lâu năm, và cùng là đàn bà với nhau thì.." Ông ta bỏ lửng câu nói ở đó.

Anne hùng hổ nói với viên thám tử:

"Tôi không nghĩ chị ấy bỏ đi hay có ai khác đâu"

""Chúng tôi phải đặt ra nhiều giả thiết và với cuộc điều tra tiến triển thì sẽ loại bỏ dần. Cô đừng khó chịu vì những câu hỏi như thế"

Anne thở dài:

"Ông có tìm ra gì không?"

Dan lắc đầu:

"Vì vậy tôi mới cần cô giúp"

"Trong sổ đây tôi thấy có 5 người bệnh nhân đàn ông đáng chú ý. Một người tên Donovan Brown, người kia tên Mason Johnson, còn người thứ ba là người ngoại quốc, tôi không biết đọc tên người đó ra sao. Tôi đánh vần nhé: P H A M, rồi kế tiếp là L U. Người thứ tư tên gì lại càng khó đọc. Tôi ghi xuống đây… VINH HO. Người thứ năm CUNG DINH. Lý do mà tôi chú ý đến 5 người này vì thứ nhất họ là nam bệnh nhân, thứ hai là họ đến đây luôn luôn, chắc chắn là họ có nhiều vấn đề cần bác sĩ Hoài giúp. Cô có nhớ mặt 5 người đàn ông này không?"

Anne nhanh nhẩu:

"Tôi nhớ họ chứ. Donovan còn trẻ và dễ thương.."

Bóng tối

"Cô có thể nói tỉ mỉ hơn từng người dùm tôi không trong lúc tôi ghi xuống"

"Anh chàng Donovan da trắng nhưng chắc hơi lai, không biết là lai gì, có thể là Á Châu, trông anh ta có vẻ lạ với nét lai này. Tuổi chắc chừng 27, 28 tuổi. Nhìn vào tờ khai lý lịch thì biết chắc nhưng tôi không được phép đưa cho ông. Dễ thương, chắc đi làm văn phòng, ăn mặc đàng hoàng. Lúc đầu mới đến đây anh ta ít nói và có vẻ không vui, nhưng dần tôi thấy anh ta cởi mở hơn và vui vẻ. Dáng người vừa phải, cao trung bình, không mập, có râu quai nón... À.. mắt anh ta màu nâu nâu và sáng lắm. Tôi có cảm tưởng đây là một người mình có thể tin cậy được.."

Dan tủm tỉm cười hỏi lại Anne:

"Căn cứ vào điều gì mà cô cho rằng anh chàng này là người tin cậy được?"

Anne đỏ mặt đáp:

"..Bằng vào trực giác tự nhiên.. của đàn bà.."

Câu trả lời của Anne làm cho cả nàng và viên thám tử đều phá lên cười.

Viên thám tử tủm tỉm cười hỏi tiếp:

"Tiếp tục.."

"Chỉ có vậy thôi"

"Xin lỗi tôi làm cô cụt hứng. Cô cứ thử nhớ xem còn gì nữa không về nhân vật này?"

Anne lắc đầu:

"Họ đến đây rồi vào gặp chị Hoài, lúc ra trả tiền nói năm ba câu với tôi rồi thôi. Tôi chẳng biết gì hơn về họ. Chỉ có chị Hoài.."

"Donovan đến đây bao lâu rồi.. À quên tôi có thể nhìn sổ là biết. Cô không cần trả lời. Có bao giờ lúc đi ra về anh ta có vẻ bực bội hay nổi giận không?"

Anne suy nghĩ:

"Tôi cũng bận nên không để ý, nhưng nếu có và rõ ràng thì tôi cũng phải biết.. Nhưng chắc là không.."

"Có bao giờ bên trong phòng bà Hoài và bệnh nhân cô nghe có tiếng bệnh nhân lớn tiếng hay không?"

"Như tôi nói với ông, những người đến đây trông họ bình thường nên.. Không, tôi không nghe thấy gì cả"

"Chưa bao giờ có chuyện gì đáng tiếc xảy ra?"

"Không, không hề có. Tôi quên không nói với ông là những bệnh nhân họ quý chị Hoài lắm"

"Chuyện bất như ý và nổi nóng cũng thường thôi, ở đâu cũng có"

"Nhưng ở đây thì không, chắc chắn như vậy"

"OK. Bây giờ sang người nam bệnh nhân tên Mason Johnson. Ông ta già hay trẻ như thế nào?"

"Ồ, ông bố già của tôi.." Nói xong Anne cười rúc rích rồi kể tiếp:

"Mason Johnson là một ông hơi già, chừng 60 tuổi ngoài. Da trắng, đúng là da trắng, ốm nhom và cao lềnh khềnh. Khi nào đi về ông ấy cũng thấy cho tôi mấy cục kẹo. Có lần tôi nói dỡn với ông ấy là chắc ông là nha sĩ hay sao mà cứ cho tôi ăn kẹo để tôi bị hư răng. Khi tôi nói vậy là ông ấy cười ngất và nhe hàm răng không mấy đẹp để cho tôi thấy là tôi nói sai. Nhưng tôi chỉ nói đùa cho vui. Mặc dù chị Hoài không dặn nhưng tôi biết là tôi phải làm cho khách hàng vui vẻ, dễ chịu."

Bóng tối

"Có gì đặc biệt về ông bệnh nhân này không?" Dan muốn nói đùa là theo trực giác của Anne nhưng sợ chạm tự ái cô ta nên thôi.

"Tôi thấy bao giờ chị Hoài cũng đưa ông ta ra ngoài. Tôi nghĩ ông ta và chị Hoài có sự quý mến."

Anne lại kể tiếp về người bệnh nhân này:

"Ông ta không nói nhiều lắm nhưng trông hiền hòa. Ăn mặc lúc nào cũng lịch sự, sạch sẽ. Xin lỗi, tôi nói vậy hơi kỳ cục, nhưng thật là như thế. Lúc nào tôi cũng thấy ông ta kẹp tờ báo vào nách, đi đứng thong thả.. Chỉ có vậy thôi.."

"Nhìn trong sổ tôi thấy có một dạo ông ta đến đây luôn luôn nhưng gần đây không thấy phải không?"

"Đúng vậy. Chắc ông ta không cần đến nữa. Ông ta cũng là bệnh nhân lâu năm"

"Cô có nhận xét thêm gì về ông này không?"

Anne lắc đầu:

"Không"

"Bây giờ đến người thứ ba."

"Phạm Lữ là người Việt Nam cũng giống như bác sĩ Hoài. Anh ta cũng vóc dáng trung bình, cỡ chừng năm mươi mấy tuổi. Là người Việt Nam nhưng anh ta như một người Mỹ bản địa. Điệu bộ.. trẻ trung… khó nói.."

"Tại sao cô lại nói như vậy?"

"Tôi không biết diễn tả thế nào nhưng như Donovan tôi nhìn ra ngay anh ta là một người đi làm văn phòng, trông chỉnh tề. Còn người này thì khác... Anh ta có vẻ phóng khoáng.. ăn bận trẻ hơn với tuổi tác và hay nháy mắt như.. tống tình với tôi vậy đó. Nói như vậy thì kỳ cục nhưng đúng là như vậy đó" Nói xong Anne có vẻ hơi ngượng ngùng.

Dan chép miệng:

"Có sao đâu, đàn ông gặp đàn bà đẹp là nhí nháy cũng thường thôi"

Anne thật thà hỏi lại:

"Vậy sao?"

Làm như câu nói của viên thám tử đã cất đi một gánh nặng cho Anne từ bấy lâu nay.

"Cô kể tiếp đi"

"Trông anh ta ra dáng.. như một nghệ sĩ. Anh ta cũng chẳng nói gì với tôi mấy và cũng chưa phải là bệnh nhân lâu đời. Tôi chẳng biết gì hơn về họ"

"OK. Người thứ tư có tên Vinh Ho, cô biết gì về người này?"

"Anh chàng này người Tàu, còn trẻ lắm. Còn là sinh viên. Anh ta chẳng mở miệng gì hết. Thỉnh thoảng mới nói vài câu và đây là bệnh nhân lâu năm của bác sĩ Hoài"

"Lâu là bao lâu?"

"Chắc cũng 2, 3 năm, tôi không nhớ rõ lắm"

"Có gì đặc biệt về người này?"

Anne suy nghĩ:

"Anh ta không giữ đúng hẹn và hay gọi tìm chị Hoài"

"Có làm phiền bác sĩ Hoài không?"

"Hình như cũng có lần mới vào gặp bác sĩ chưa đầy 5 phút rồi đi ra ngay"

"Đi ra mà có vẻ giận dữ không?"

Bóng tối

"Tôi không nhớ rõ nhưng cũng có vẻ khó chịu"

"Trong sổ tôi thấy anh ta vẫn đến đây?"

"Đúng vậy"

"Không bao giờ nói gì với cô sao, ngay cả lời cám ơn"

Anne nhanh nhẩu:

"Bao giờ anh ta cũng cám ơn. Cũng lịch sự vừa phải nhưng.. giống như người không thích bắt chuyện và có vẻ xa cách sao sao đó"

"Còn gì đáng chú ý nữa không?"

"Chỉ có vậy thôi"

"Người thứ năm?"

"À, Cung Dinh! Đây là người bệnh Việt Nam"

"Cô nhận xét anh này thế nào?"

"Cung Dinh là một ông Việt Nam ngoài 40 tuổi, nói tiếng Anh lưu loát, lịch sự nhưng có vẻ kín đáo. Ông ta chỉ nói những câu xã giao với tôi chứ.. không nói đùa dỡn gì. Tôi thấy chẳng có gì đáng nói về người này"

"Tại sao cô nói như vậy?"

"Nhìn thấy ông ta giống như.. mình đụng phải bức tường.. ông hiểu tôi muốn nói gì không?"

Viên thám tử gật đầu.

"Gần đây trong số bệnh nhân của bác sĩ Hoài, tôi muốn giới hạn nam bệnh nhân thôi, có ai có hành động hay lời nói gì khác thường không?"

Anne nhíu mày:

258

"Ý ông muốn hỏi là có ai đi ra khỏi đây mà nóng giận gì không đúng không?"

Dan gật đầu:

"Bất cứ điều gì cô thấy khác lạ"

"Tôi.. không nhớ ra. Nhưng sau này nếu tôi nhớ được điều gì tôi sẽ cho ông hay"

"Bác sĩ Hoài có bao giờ nói chuyện gì với cô ngoài chuyện bảo cô làm cái này cái kia cho bà ta?"

"Tôi làm việc cho chị Hoài lâu nhưng không có nghĩa chị ấy xem tôi như một người bạn thân để chia sẻ điều này điều nọ. Tôi biết gia đình chị Hoài, họ cũng xem tôi như người trong nhà. Nhưng chị Hoài là một người rất kín đáo. Chị ấy có thể nói về người khác nhưng không nói về mình."

"Ngày đó bà Hoài có vẻ gì khác thường không?"

"Không. Ngoại trừ một điều là chị ấy ở lại muộn và sau tôi để viết hồ sơ vì là ngày cuối tuần"

"Chuyện đó có hay xảy ra không?"

"Cũng thỉnh thoảng. Hôm đó nếu tôi ở lại chờ chị ấy thì.."

"Không phải lỗi tại cô. Đừng nghĩ như vậy"

Anne dè dặt hỏi viên thám tử:

"Bộ ông nghĩ là những người bệnh nhân này có dính líu gì sao?"

"Chúng tôi xem xét mọi khía cạnh khi điều tra. Phải chi mà còn mấy tấm thiệp gửi hoa thì hay quá"

Mắt Anne chợt sáng lên:

Bóng tối

"Ông nói tôi mới nhớ một chi tiết này. Lần đầu nhận bình hoa tôi có nói đùa với chị Hoài là bình hoa này chắc do một người nào đó ái mộ chị ấy. Nhưng chị Hoài khẳng định không biết là của ai. Khi nhận bình hoa thứ nhì tôi có hỏi chị Hoài là có nhận bình hoa không thì chị ấy cũng bảo tôi nhận. Nhưng sau đó chị có vẻ bực mình và dặn tôi không nhận hoa nữa nếu có lần kế tiếp. Lần đó tôi đã tự động gọi số phone tiệm bán hoa trên tấm thiệp để hỏi xem ai là người gửi."

Nói đến đây Anne ngừng lại để cố nhớ.

Viên thám tử ngồi thẳng người lên trước chi tiết mới. Ông ta yên lặng chờ đợi, không nói lời nào.

".. Tiệm bán hoa tên Fresh Flowers! Họ cho tôi biết là người đến đặt hoa không phải là người mua hoa nhưng chỉ đi đặt dùm và trả bằng tiền mặt. Tôi nhớ đúng như vậy!" Anne hoan hỉ nói. Đối với Anne dường như chi tiết này sẽ làm cho bí mật về sự mất tích khó hiểu của chị Hoài sẽ được giải đáp.

Dan ghi xuống cuốn sổ tay rồi hỏi Anne:

"Cô còn nhớ thêm gì không?"

"Tôi có nói với chỗ bán hoa là bác sĩ Hoài nhận được 2 lần cùng với người gửi chỉ viết tắt tên là N. Nhưng chỗ đó cho biết đây là lần đầu tiên và còn nói chắc lần đầu gửi từ một tiệm khác".

"Còn lần thứ ba?"

"Thú thật với ông lúc đó tôi cũng hơi quýnh nên vất bình hoa đi ngay. Còn tấm thiệp định để vài hôm sẽ gọi hỏi nhưng bây giờ không tìm thấy nữa.."

"Cám ơn cô Anne nhiều lắm. Những điều cô cho biết hôm nay rất hữu ích cho cuộc điều tra. Nếu cô nhớ ra bất cứ điều gì dù nhỏ nhặt đến đâu cũng cứ gọi cho tôi biết. Gọi bất cứ lúc nào, ngày đêm. Công việc của tôi là như vậy".

*

Ra đến ngoài, Dan lại đi lòng vòng quanh khu văn phòng của bác sĩ Hoài. Ông ta đã xem đi xem lại những hình ảnh thu được của camera đặt đằng trước tòa nhà cho thấy nhiều hình ảnh, nhưng building này có bao nhiêu văn phòng, người ra vào khá nhiều. Ngay cả hình ảnh người giao hoa cũng thấy nhưng Dan nghĩ đây chỉ là người giao hoa cho các nơi mà thôi. Tuy vậy Dan sẽ ghé đến tiệm hoa Fresh Flowers xem sao.

Điện thoại của Dan reo vài tiếng.

"Thám tử Dan nghe đây"

Giọng cô thư ký Anne của bác sĩ Hoài reo vui:

"Tôi nhớ ra một điểm đặc biệt. Những chữ trên tấm thiệp kẹp vào bình hoa viết bằng tiếng Việt Nam"

Dan hoan hỉ:

"Hay quá! Đây là một chi tiết rất hay! Cô không phiền nếu tôi muốn trở lại văn phòng cô nữa chứ? Lần này tôi muốn cô tìm giúp tôi tất cả những bệnh nhân nam giới người Việt mà thôi. Cô giúp tôi điều đó được chứ?"

"Ông trở lại ngay đi. Tôi sẽ tìm sẵn cho ông"

Khi Dan trở lại văn phòng bác sĩ Hoài, Anne đã soạn sẵn một danh sách những bệnh nhân nam giới người Việt.

"Tôi cần địa chỉ những người này"

Anne phân vân:

"Nếu tôi đưa cho ông những chi tiết này thì có sao không?"

"Ý cô muốn nói là cô có bị rắc rối gì hay không?"

Bóng tối

Anne gật đầu thay cho câu trả lời.

Viên thám tử nhìn cô gái, đáp:

"Không, cô không bị phiền hà gì cả vì cô đang giúp cho cuộc điều tra. Càng tìm ra sớm chừng nào hay chừng đó"

Anne lục tìm, thêm vào danh sách địa chỉ và số điện thoại. Tất cả có 10 người và đưa cho viên thám tử.

"Cám ơn. Chào cô nhé. Hy vọng sẽ tìm ra manh mối sớm và tôi không cần trở lại đây làm phiền cô nữa".

"Ông nghĩ là sẽ tìm ra bác sĩ Hoài chứ?"

"Chắc chắn là như vậy".

"Những tên tuổi này và hình ảnh đều có trong hệ thống lưu trữ của cảnh sát" Dan nói thêm và đi ra.

Chương 25

Một ngày, rồi hai ngày trôi qua. Lữ hầu hạ Hoài rất cẩn thận và cố gắng không làm điều gì để nàng phải sợ hãi hay khó chịu.

Đối với Hoài đây là một cuộc chiến cân não. Nàng chưa tìm được kẽ hở nào để thoát khỏi nơi này. Nói chuyện với Lữ thì nàng không muốn. Hai người như hai chiếc bóng trong căn nhà của Lữ. Nàng đã ở đây từ tối thứ sáu, nay sang đến ngày thứ hai. Lữ sẽ cầm tù nàng bao lâu?

Trưa thứ hai, mùi thức ăn thơm lừng dưới bếp làm Hoài thấy đói.

Lữ gõ cửa phòng như ngày hôm qua và nói:

"Hoài ra ăn trưa nhé"

Nàng nghĩ có lẽ nên gợi chuyện với Lữ để tìm cách gỡ những khúc mắc trong đầu của một kẻ mất thăng bằng là anh ta.

Ngoài phòng ăn hôm nay sửa soạn đẹp, có bình hoa và 2 phần bát đĩa. Lữ đọc được ý nghĩ mình sao?

Hoài lên tiếng trước:

"Hôm nay anh trổ tài hay đi mua?"

Lữ tươi nét mặt:

"Tôi làm bếp"

"Anh cũng biết nấu ăn sao?"

"Cứ vào youtube thì cái gì mà không nấu được"

Bóng tối

Lữ kéo ghế cho Hoài ngồi như một tên bồi thực thụ.

Mình phải làm gì để cho Lữ sơ hở và tin rằng mình sắp chịu thua? – Hoài nghĩ thầm.

Nhìn tô canh chua xanh đỏ, có mấy lát cá trắng phau bắt mắt thêm với đĩa gà quay vàng rượm, Hoài ngạc nhiên:

"Anh làm hết mấy món này sao?"

Lữ cười sung sướng:

"Chứ còn ai nữa bây giờ? Hoài ăn và cho điểm"

Tất cả những lời nói và thái độ giả tạo của nàng hiện tại chỉ làm Hoài thêm buồn phiền. Nàng như một người đứng trên sân khấu, son phấn lòe loẹt múa may. Có khi nào mình sẽ đánh mất chính mình không? Câu hỏi tự thảy cho mình như một vết cứa đột ngột trên làn da làm nàng thót mình để nhận ra Hoài đang ở đâu!

"Mời Hoài ăn trưa. Ngồi ăn với Hoài tôi thấy vui lắm."

Hoài ăn và dù buồn rầu nhưng cũng phải nhận là thức ăn rất ngon. Nàng không ngờ Lữ có tài nấu ăn.

Lữ nhìn Hoài chờ đợi:

"Hoài ăn được không?"

Nàng gật gù:

"Anh nấu ăn được lắm, tôi không ngờ"

Lữ như người được ban tặng một ân huệ lớn lao, câu nói của Hoài làm mặt anh ta tươi rói.

Lữ nhìn Hoài với ánh mắt trìu mến:

"Cám ơn Hoài. Những giây phút như hiện tại tôi sẽ trân quý suốt đời mình. Trước giờ tôi viết về hạnh phúc trong tiểu thuyết nhưng lúc này mới cảm nhận được hạnh phúc huyền diệu như thế nào.."

Nàng bắt ngay vào tiểu thuyết của Lữ vì mớ bòng bong nằm ở đây:

"Anh viết đến đâu rồi?"

Lữ có vẻ băn khoăn:

"Từ khi có mặt Hoài ở đây.. tôi không viết được nữa.."

Nàng chộp lấy cơ hội hiếm có này:

"Vậy thì để tôi trở về nhà tôi là anh sẽ tiếp tục viết được nữa"

Lữ nghiêm mặt, anh ta nhìn Hoài với vẻ thành khẩn:

"Tôi đang được hưởng những giây phút thần tiên thực sự, tại sao tôi phải níu lấy những thứ trong tiểu thuyết của mình?"

"Hiện tại anh đang mang những giả tạo đó ra ngoài cuộc đời. Nhưng giả tạo vẫn là giả tạo, chẳng khác gì tiểu thuyết là bao, anh không thấy điều đó sao?"

"Hoài có nhìn thấy sự chân thành của tôi không?"

"Tôi thấy và tôi hiểu. Nhưng anh và những tình cảm của anh vẫn là những níu kéo và dựng lên từ tiểu thuyết của chính anh. Những điều tôi đang nói với anh là thật. Tôi nghĩ hai ngày qua đã quá đủ để cho anh nhận thức mọi việc."

Lữ cau mặt lại:

"Không! Chúng ta đang ăn trưa trong ngôi nhà của tôi với những món ăn do chính tay tôi nấu. Tôi sửa soạn với tất cả tình yêu dành cho Hoài. Tôi sung sướng khi làm, tôi hạnh phúc khi nghĩ đến Hoài.."

Không kềm được nữa, Hoài sẵng giọng:

Bóng tối

"Đó là về phần anh. Tôi không có những ý nghĩ hay tình cảm như thế đối với anh. Tôi có gia đình riêng, tình cảm tôi dành cho chồng, cho con của tôi. Tôi và anh chỉ là hai kẻ xa lạ. Chúng ta đang đi trên 2 con đường khác nhau và ngược chiều nhau. Chúng ta chẳng bao giờ gặp nhau, chỉ là ngược chiều trong tình cờ và thoáng qua. Anh có giữ tôi ở đây thêm bao nhiêu ngày nữa cũng thế thôi, không có gì thay đổi"

Cùng với câu nói đó sự tức giận dồn nén mấy ngày qua như bùng nổ lên. Nàng không còn kềm giữ được nữa. Nói xong Hoài không ăn nữa. Nàng đứng phắt dậy và trở về phòng ngủ, khóa cửa lại.

Lữ ngồi lặng người. Hai tay chàng lạnh ngắt như ngâm trong đá. Những lời nói của Hoài là những nhát dao liên tục đâm vào người chàng. Tại sao nàng lại bảo là giả tạo? Tất cả mọi sự là thật. Những lời nói tàn nhẫn của nàng ngược lại càng làm Lữ muốn giữ Hoài ở đây mãi mãi. Vì Hoài là của mình, thuộc về mình. Lữ muốn hét to như vậy, không chỉ cho Hoài nghe mà còn cho cả thế giới biết đến điều này.

Nhưng sự giận dữ vẫn còn chất đầy trong đầu, trong lồng ngực, Lữ trút hết những đĩa thức ăn vào thùng rác như ném đi những phẫn nộ bực bội.

Có tiếng Đoàn vang lên trong đầu Lữ: "Cứ thụ động như vậy chẳng đi tới đâu. Phụ nữ không thích đàn ông thụ động. Bày tỏ sự chân thành trong tình cảm như vậy đủ rồi. Tình yêu phải là biểu lộ quyết liệt và chiếm hữu.."

Đoàn! Đoàn! Nó là đứa làm cho Lữ không viết được nữa! Không chỉ Hoài mà cả Đoàn đều chiếm hết mọi ý nghĩ tư tưởng mình, Lữ nhắm mắt lại!

*

266

Cũng chiều ngày thứ hai đó chuông cửa nhà Lữ vang lên. Chàng đang ngồi trước computer mà không viết được chữ nào trên màn hình trắng xóa.

Lữ ngẫm nghĩ mình không mua thứ gì để có người phải giao đồ. Bạn bè thì không. Một vài giap tiếp trong công việc chỉ giới hạn. Chẳng ai lui tới với Lữ.

Tiếng chuông vẫn tiếp tục làm Lữ khó chịu nhưng chàng không đứng dậy và dĩ nhiên cũng không muốn mở cửa.

Một lúc sau thì dứt.

Có tiếng xe chạy bên ngoài rồi tất cả trở lại yên tĩnh.

Lữ không hề biết sự có mặt của thám tử Dan khi nãy. Chàng cứ tưởng đây chỉ là một người đi quảng cáo.

Chàng ngồi thừ trước máy.. Phải làm gì để Hoài hiểu mình?

Trong phòng ngủ, Hoài nghe tiếng chuông cửa rất rõ nhưng phòng ngủ nằm phía sau nhìn ra vườn nên nàng không biết ai đến nhà Lữ. Nhưng 5, 10 phút trôi qua mà không nghe tiếng trò chuyện. Ai đến mà Lữ không mở cửa?

Hoài cứ mầy mò mấy ổ khóa ở cửa sổ mà không sao mở được! Nàng lục tìm hết mọi sự trong phòng hy vọng tìm được một vật gì nhọn và nhỏ như chiếc kẹp tóc để có thể bắt chước như trong phim ảnh khi kẻ trộm mở khóa. Mà dù có tìm được, chắc gì nàng có thể mở được khóa?

Nhưng nàng chỉ hoài công!

*

Viên thám tử Dan đánh dấu và ghi vào danh sách mà Anne đã cho ông. Dan ghi: "Không có nhà" ở dưới tên Phạm Lữ.

Bóng tối

Dan sẽ trở lại. Gọi điện thoại cho người này cũng không thấy bắt
máy. Có những 10 người để tìm gặp và điều tra. Nhưng viên thám tử
muốn bắt đầu điều tra bằng những bệnh nhân có mặt ở văn phòng
Hoài ngày hôm mà bà ta mất tích. Chỉ có 2 người bệnh nhân đáng
chú ý ngày hôm đó là PHAM LU và VINH HO. Còn Donovan thì sao?
Không, Dan chỉ chú trọng đến những người Việt Nam nếu quả thật
những tấm thiệp viết bằng ngôn ngữ Việt và những bình hoa có dính
líu đến sự mất tích bí mật của bà bác sĩ Hoài.

Về lại sở cảnh sát, Dan vào bàn giấy của mình xem những tin nhắn
trong lúc ông ta vắng mặt. Không có gì quan trọng.

Chương 26

Xem xong chương trình quen thuộc trên Tivi mỗi tối thứ hai, đồng hồ chỉ 10 giờ. Tiếp nối trên đài truyền hình 11 là tin tức địa phương. Kyra ít khi nào xem tin tức địa phương vì toàn những tin cướp giật, tội ác.. chẳng mang lại ích lợi gì cho người xem. Không lẽ xã hội này chỉ toàn những chuyện như vậy sao?

Hàng chữ Breaking News đỏ chót làm Kyra định tắt tivi nhưng hình ảnh một phụ nữ Á Châu khiến nàng chú ý.

Ơ hay, đây chính là người bác sĩ tâm lý mà Kyra đã đến nhờ cố vấn!

Kyra vặn lớn âm thanh. Đúng là bà ta! Bà ta mất tích một cách bí ẩn!

Ngay lúc đó trong đầu Kyra lại hiện lên hình ảnh bà Hoài với gương mặt đầy sợ hãi nằm trên giường phủ đầy cánh hoa sặc sỡ. Hình ảnh rõ nét như ngay trước mắt Kyra, như ngay trên màn ảnh ti-vi.

Tất cả như một sự lập lại, rõ nét, chỉ không có âm thanh.

Kyra nhớ lần đó mình đã trở lại văn phòng bà Hoài nhưng rồi đổi ý chỉ đứng bên ngoài, không vào. Vì nói gì bây giờ?

Trên màn hình ti-vi, hàng số điện thoại đường dây nóng như in vào mắt Kyra.

"Mình phải làm gì?" Kyra tự hỏi.

Ai mà tin được những điều mình nói. Mà cho dù có tin thì điều này cũng chẳng giúp ích gì được cho cuộc điều tra. Có cả trăm ngàn cái giường, trăm ngàn căn phòng ngủ, chi tiết này thật viễn vông!

Bóng tối

Nhưng cứ suy nghĩ mãi đâm mất ngủ. Kyra ước gì mình có thể "thấy" được về bà Hoài nhiều hơn.

Đến gần sáng, vẫn không ngủ được, Kyra dậy bật đèn. Tờ giấy ghi số điện thoại đường dây nóng liên quan tới vụ mất tích của người phụ nữ Á Châu là bác sĩ Hoài nằm trên bàn đầu giường ngủ như thách thức Kyra.

Mặc dù không cần nêu danh người gọi nhưng cảnh sát sẽ truy ra xem người gọi từ số điện thoại nào. Nhưng tại sao Kyra phải ngại? Mình có làm điều gì sai trái đâu mà ngược lại thì đúng hơn.

Kyra cầm điện thoại lên và bấm số mặc dù bây giờ mới có 4:30 sáng.

Bên đầu dây bên kia có người nghe. Giọng đàn ông mà nói nhỏ như thầm thì:

"Đường dây nóng. Tôi nghe"

Kyra phân vân chưa lên tiếng ngay.

"Hello, tôi nghe đây. Quý vị có nghe rõ không? Quý vị không cần phải nói quý danh, chỉ cho tin tức muốn cho biết"

Kyra hít một hơi thật mạnh vào lồng ngực rồi nói nhỏ:

"Tôi.. nhìn thấy người phụ nữ mất tích tên Hoài nằm trên giường ngủ trải đầy cánh hoa.."

Nói xong, Kyra cúp điện thoại ngay. Nàng có cảm tưởng mình vừa trải qua một cuộc chạy đua việt dã, và vừa đến đích..

Vì Kyra nói thêm gì nữa bây giờ? Người ta sẽ hỏi nàng thấy ở đâu, bao giờ, như thế nào? Và lời giải thích của Kyra chỉ làm.. thêm khó hiểu. Không chừng người ta lại tưởng là nàng điên! Nhưng không nói thêm gì cả, người ta sẽ nghĩ là nàng có mặt ở chỗ đó, nơi có sự hiện diện của bà Hoài.

Nàng thấy hối hận vì đã gọi. Không dưng mang gông vào cổ và bây giờ đâm băn khoăn và lo âu. Không chỉ lo âu cho nạn nhân mà còn lo âu cho bản thân mình vì những phiền nhiễu có thể xảy đến nhiều hơn!

Chưa bao giờ Kyra thấy khổ sở như vậy vì khả năng kỳ quái của mình!

Đến gặp bà bác sĩ Hoài có một lần mà nàng thoải mái và dễ chịu hẳn ra. Thế mà bây giờ lại tự đưa mình vào một hoàn cảnh trớ trêu!

Kyra hình dung cảnh sát sẽ truy ra số điện thoại của nàng, biết địa chỉ nàng, theo dõi nàng.. và biết đâu còn gọi nàng lên sở cảnh sát tra hỏi hay nghi ngờ mình!

Làm cái gì bây giờ? Có nên gọi điện thoại lại lần nữa và phân trần không hay quên đi?

Kyra không muốn phạm lỗi lầm gọi điện thoại lần nữa. Nàng chọn giải pháp quên. Nếu Kyra quên được! Chuyện gì xảy đến sẽ đến thôi!

*

Vừa vào văn phòng có người chỉ lên bàn làm việc của Dan:

"Có tin sốt dẻo!"

"Tin gì mà nói sốt dẻo?"

"Cứ đọc rồi sẽ biết"

Dan nhìn xuống bàn, đọc tờ giấy đề sẵn trên bàn:

"Lúc 4:30 AM sáng nay, đường dây hotline có một phụ nữ gọi nói nhìn thấy phụ nữ mất tích tên Hoài nằm trên giường ngủ phủ đầy cánh hoa".

Hai chữ "cánh hoa" làm Dan chú ý ngay.

Bóng tối

Ông ta quay lại hỏi cảnh sát viên trực:

"Có số điện thoại chứ?"

"Đủ cả đây. Cô gái gọi vào tên là Kyra Thompson. Có địa chỉ nhà đây nữa."

"Tốt! Cho một bản đầy đủ chi tiết cá nhân nếu có thể được!"

Cảnh sát viên còn trẻ săm soi nhìn màn hình computer trong hệ thống của sở cảnh sát rồi in ra đưa cho Dan, cả hình ảnh cô gái tên Kyra Thompson.

Dan suy nghĩ. Một cô gái da trắng? Không phải người Việt. Lạ nhỉ? Nếu có dính líu thì gọi đường dây nóng cho tin làm gì? Mà nếu không dính líu thì vì sao lại nhìn thấy nạn nhân nằm trên giường ngủ?

Nhưng không thể bỏ qua được. Có lẽ đây là một manh mối cần hơn chuyện phỏng vấn những người nam bệnh nhân đang bị Dan nghi ngờ.

Ông ta cầm tờ giấy có in hình cô gái tên Kyra và những chi tiết cần thiết rồi đi ra, không quên ngoái đầu lại nói với viên cảnh sát trẻ trong văn phòng:

"Cám ơn nghe"

Ra ngoài, Dan cầm điện thoại bấm số của cô gái tên Kyra Thompson. Giờ này cô ta đang làm việc trong một công ty bán bảo hiểm. Nếu Kyra bận không trả lời, Dan sẽ nhắn vào máy.

Nhưng chỉ sau 3 tiếng reo, cô gái trả lời:

"Kyra! Ai gọi vậy?"

Dan nói ngay với giọng trầm và rất ấm của ông ta:

"Tôi là thám tử Dan, người phụ trách điều tra vụ mất tích của bác sĩ Hoài"

Kyra giật mình nhưng cũng tiên đoán sẽ xảy ra như vậy. Nàng yên lặng chờ người thám tử nói thêm.

"Cô nghe chứ?.."

"Vâng, tôi nghe.."

"Tôi biết cô đang làm việc, nhưng vì cô gọi vào đường dây nóng về vụ này nên tôi muốn được nói chuyện với cô"

Kyra nhắm mắt lại và suy nghĩ. Đã lỡ rồi thì cứ thế mà theo thôi..

"Được. Tôi có 1 tiếng nghỉ ăn trưa"

Dan hoan hỉ nói ngay:

"Tốt quá. Tôi mời cô đi ăn trưa"

Kyra chép miệng thầm:

"Ở đâu?"

"Cô thích ăn gì?"

"Không thành vấn đề với tôi" Kyra muốn nói thêm rằng nàng chỉ muốn giải quyết nỗi băn khoăn này càng sớm càng tốt.

Có lẽ Dan hiểu như thế dù Kyra không nói thẳng ra.

"Có quán ăn nhỏ, gần chỗ cô làm"

Kyra giật mình. Ông ta biết mình làm ở đâu. Nhưng nàng nghĩ ra ngay. Dĩ nhiên là viên thám tử phải biết. Nghề của họ mà!

"Ông muốn nói tới quán Lupita, quán ăn Mễ?"

"Đúng vậy. Tiện cho cô đỡ mất thì giờ. Cô ăn đồ ăn Mễ được không hay ta gặp tiệm khác?"

Kyra nói nhanh:

Bóng tối

"Được, được, không sao.. Mấy giờ?"

"Tùy cô"

"11 giờ 30. Làm sao tôi tìm được ông?"

"Tôi sẽ tìm cô"

Kyra phân vân nhưng rồi nàng cũng hiểu ngay, từ số điện thoại nàng gọi vào sở cảnh sát, biết bao nhiêu tin tức cá nhân về nàng chắc chắn đều có trong tin tức lưu trữ của sở cảnh sát.

"OK. Tôi sẽ gặp ông giờ đó tại tiệm ăn Lupita"

"OK"

Tắt điện thoại, Kyra hơi lo âu nhưng nàng nghĩ mình đã quyết định đúng cho dù có thêm những phiền não nào khác từ đây mà ra sẽ đến trong tương lai. Bởi vì Kyra cũng không thể làm gì khác hơn được. Sự thể đã như vậy! Có lẽ cái gì cũng là định mệnh đã an bài cả!

*

Dan tới tiệm ăn Lupita từ lúc 11 giờ 15 phút. Ông ta chưa ăn ở đây bao giờ nhưng đến sớm kiếm chỗ ngồi tốt hơn.

Nhân viên trong tiệm Lupita đón khách vui vẻ:

"Chào ông. Có mình ông hay còn ai khác nữa?"

"Cho tôi bàn 2 người. Tôi chờ một người bạn"

"Có ngay"

Người nhân viên phục vụ đưa Dan vào bên trong.

Dan nói:

"Cho tôi bàn nào dễ nhìn thấy người đi vào vì mặc dù tôi hẹn cô ấy ở đây nhưng sợ đông người rồi không thấy.."

274

"Xin lỗi ông, người bạn gái ông tên gì?"

"Kyra. Tên cô ấy là Kyra Thompson"

Anh ta nhanh nhẹn vui vẻ nói:

"Ông yên tâm, tôi sẽ hỏi tên và đưa cô ta vào chỗ ông chọn".

Cùng với thái độ cởi mở thân thiện, anh ta đưa Dan vào một bàn khuất trong góc. Có lẽ anh ta nghĩ đây là một bữa ăn hẹn hò.

"Ông dùng nước gì trong lúc chờ?"

"Cho tôi một ly diet coke, nhiều đá lạnh"

Anh ta gật đầu cười với Dan và để lại thực đơn. Chắc anh ta biết đây là lần đầu tiên người khách này tới đây.

Dan nhìn chung quanh. Tiệm rộng vừa phải, chắc có thể chứa được 100 thực khách là cùng. Mùi thức ăn thơm phức bay tỏa trong tiệm làm Dan thấy đói.

Chừng 10 phút sau, anh tiếp viên bên ngoài đưa Kyra đến bàn của Dan.

Trông cô ta không khác trong hình là bao. Kyra rất cao, mảnh khảnh, da trắng, khoảng chừng 40 tuổi.

Dan đứng lên bắt tay Kyra. Một cái bắt tay nhẹ, hờ, xã giao.

"Cô có thể gọi tôi là Dan"

Kyra hơi nhếch miệng cười.

Đây là một người kín đáo, thám tử Dan nghĩ thầm.

Ông đưa thực đơn cho Kyra chọn món ăn.

"Cô có đến đây thường không trong giờ nghỉ trưa?"

Bóng tối

"Thỉnh thoảng thôi"

"Tôi biết cô không có nhiều thì giờ, vậy chúng ta bắt đầu ngay nhé"

Kyra gật đầu. Trông cô ta có vẻ hơi căng thẳng.

"Cô có thể cho tôi biết là cô nhìn thấy bác sĩ Hoài nằm trên giường ngủ đầy cánh hoa ở đâu không và vì sao mà cô nhìn thấy?"

"Để tôi kể từ đầu thì ông mới hiểu được.. "

Dan gật đầu kiên nhẫn chờ đợi.

"Tôi là một bệnh nhân của bác sĩ Hoài.."

Dan không để ý đến tên những người bệnh nhân là phụ nữ nên hoàn toàn không nhớ là đã thấy tên Kyra..

"Tôi đến gặp bà ta có 1 lần. Tôi muốn kể cho ông nghe chi tiết lý do tôi đến gặp bác sĩ Hoài.."

"Tôi nghe"

"Sau một tai nạn, đầu tôi bị chấn thương.. Từ đó tôi có một khả năng khác thường.. Bất cứ thứ gì tôi nhìn thấy qua một lần là tôi nhớ như in vào đầu. Tôi nhớ rất tỉ mỉ và không sao quên được. Đây không phải là bệnh.. nhưng nó làm tôi khổ sở vì có nhiều thứ mình muốn quên.. ông hiểu không?"

Viên thám tử gật đầu, không nói gì.

"Một thời gian ngắn sau đó.. tôi lại có thể nhìn thấy được.. những chuyện sắp xảy ra.."

Nghe đến đây Dan thở dài thầm. Điệu này không đi đến đâu mà lại còn gặp người tâm thần!

"Có thể ông cho là tôi không bình thường. Đúng! Tôi không bình thường với khả năng kỳ dị đó. Nhưng vì vậy mà tôi tìm đến bác sĩ Hoài.."

276

"Bà ta có giúp được cô không?"

Kyra gật đầu:

"Có.."

"Chuyện cô nhìn thấy bác sĩ Hoài nằm trên giường đầy cánh hoa là khi nào, ở đâu?"

"Tôi.. không biết là ở đâu.."

"Tôi không hiểu lắm. Cô giải thích rõ ràng hơn được không?"

"Như tôi đã nói với ông, có thể ông không tin tôi, nhưng sự thật là như vậy. Để tôi kể thêm thì ông mới hiểu được.. Năm ngoái cô em họ tôi lập gia đình rồi có bầu. Chúng tôi gặp gỡ trong một dịp kia, khi từ giã cô ấy.. bỗng dưng thay vì nhìn thấy cô em họ đang đứng trước mặt, tôi lại nhìn thấy cảnh tượng cô ấy bị tai nạn xe.. Hai tuần sau cô ta bị tai nạn xe hơi thật.. và qua đời…"

Dan định nói đây chỉ là một sự trùng hợp nhưng ông ta yên lặng nhìn người phụ nữ trước mặt. Đôi mắt cô ta xanh lục có ánh nâu. Gương mặt thon và hiền lành. Dan không nghĩ là cô ta dựng chuyện.

"Cô có kể cho bác sĩ Hoài nghe câu chuyện đó như cô kể cho tôi nghe không?"

"Có, tôi có kể.."

"Chỉ có 1 lần như thế về chuyện "cô nhìn thấy chuyện tương lai" hay nhiều lần cho nhiều người khác?"

"Nhiều lần…"

"Và trường hợp bà bác sĩ Hoài cũng ở trong tình trạng như thế?"

"Đúng!"

"Lúc nào?"

Bóng tối

"Khi bác sĩ Hoài tiễn tôi ra cửa.."

"Cô có nói với bà ta không?"

Kyra lắc đầu.

"Tại sao không kể?"

"Vì tôi nghĩ bà ấy sẽ không tin. Vả lại chẳng ai muốn nghe hay muốn biết về một chuyện tương lai không tốt đẹp phải không ông?"

"Cô nhìn thấy như thế nào về bà ta?"

"Ông tin những điều tôi kể?" Kyra có vẻ ngạc nhiên khi hỏi viên thám tử.

Dan trả lời lấp lửng:

"Trong việc điều tra, chúng tôi không bỏ sót một tin tức nào. Nhiều khi có những chi tiết tưởng nhỏ nhặt nhưng thật ra rất ích lợi"

Kyra có vẻ phấn khởi khi nói tiếp:

"Lúc từ giã bác sĩ Hoài, tôi chợt nhìn thấy hình ảnh bà ta nằm trên giường ngủ trải đầy cánh hoa đủ màu sắc. Trông mặt bà ta sợ hãi lắm. Tay chân bà Hoài bị trói bằng nơ đỏ. Bà ta hé miệng như muốn hét.."

Dan chờ không thấy Kyra nói thêm gì nữa nên hỏi:

"Rồi sau đó?"

"Chỉ có vậy thôi.."

Dan không hỏi thêm khi người bồi mang thức ăn ra.

Hai người ăn trong im lặng.

Một lúc khi ăn đã gần xong, Kyra e dè hỏi viên thám tử:

"Ông nghĩ sao?"

Dan nuốt hết thức ăn trong miệng rồi mới trả lời:

"Tôi đang suy nghĩ và tìm cách nối những điểm và những chi tiết để đi đến kết quả tìm kiếm khả quan hơn"

"Như vậy việc tôi gọi đến cũng tốt thôi phải không?"

Viên thám tử gật đầu, tiếp tục dùng bữa trưa.

Kyra hỏi tiếp, có lẽ vì tò mò:

"Nếu đúng như tôi nhìn thấy sự việc trước, ông có nghĩ là bà bác sĩ Hoài bị bắt cóc không?"

Dan nhíu mày hỏi lại Kyra:

"Tại sao cô nói như thế?"

"Bởi vì bà ta bị trói mà lại hoảng sợ"

Dan nhún vai không trả lời. Cũng không hẳn là ông ta không tin những điều Kyra vừa kể, mà cũng chẳng phải là tin những điều nghe rất mơ hồ từ miệng cô ta nhưng những cánh hoa và những bình hoa gởi đến tặng bác sĩ Hoài là những nối kết khá hiển nhiên. Chuyện những bình hoa gởi đến cho bác sĩ Hoài chỉ có gia đình bà ta và cô thư ký cũng như Dan biết mà thôi. Kyra đâu biết những chuyện ấy? Và rồi mọi sự lại vẫn trở về với những bình hoa bí ẩn?

Hai người không nói thêm gì nữa vì cũng tới giờ Kyra phải trở lại chỗ làm việc.

Lúc đứng lên, cái bắt tay từ giã chặt hơn, không ơ hờ như lúc đầu.

Dan nói thêm khi đưa số điện thoại của mình cho Kyra:

"Nếu có chuyện gì khác, cô có thể gọi thẳng cho tôi, không cần qua đường dây nóng"

Kyra gật đầu, hơi mỉm cười.

Bóng tối

"Chào cô và cám ơn cô nhé"

"Cám ơn về bữa ăn trưa. Chào ông.. Dan"

"Chào cô"

Chương 27

Thám tử Dan mở danh sách những bệnh nhân nam giới người Việt của bác sĩ Hoài mà Anne đã đưa cho. Tất cả có 10 người. Chỉ có Phạm Lữ và Cung Dinh là đáng chú ý vì thời gian gần đây đến gặp Bác Sĩ Hoài nhiều lần. Vinh Ho là người Tàu. Còn 7 người Việt Nam kia lâu lắm không đến. Ngày cuối cùng bà Hoài còn làm việc, chỉ có mình Phạm Lữ là bệnh nhân ngày đó. Dan đã đến địa chỉ của Phạm Lữ nhưng anh ta không có nhà. Gọi điện thoại nhiều lần và để tin nhắn cũng không thấy trả lời hay gọi lại. Có một cái gì khúc mắc ở đây?

Dan đã ghé tiệm bán hoa nhưng không có kết quả gì. Mặc dù có tiền thưởng nhưng không có ai gọi vào ngoại trừ người đàn bà tên Kyra. Bác sĩ Hoài "mất tích" –tạm gọi như vậy đi- được 5 ngày. Cơ hội sống sót của bà ta cũng mỏng manh. Không phải bắt cóc đòi tiền chuộc vì gia đình không hề nghe ai gọi. Thù hằn không có, đây là điều gia đình bà ta xác nhận nhiều lần. Bà Hoài bỏ đi với một mối tình nào đó là điều không bao giờ xảy ra, đấy là theo lời của những người thân và người quen của bác sĩ Hoài.

Trong ngày thứ sáu đó có thêm một cái tên được lập lại nhiều trong danh sách bệnh nhân là Donovan. Thám tử Dan tự hỏi "Mình có nên điều tra anh này hay không? Vì có thể những bình hoa và sự mất tích của bác sĩ Hoài chẳng dính dáng gì đến nhau.

Dan nghĩ như vậy và gọi số điện thoại văn phòng bác sĩ Hoài.

Đầu dây bên kia Anne trả lời. Dan nói ngay:

"Thám tử Dan đây. Anne khỏe không?"

"Dạ khỏe lắm.. Có tin tức gì không?"

Bóng tối

"Cũng vẫn đang trong vòng điều tra. Cô có thể cho tôi xin số điện thoại của người bệnh nhân tên Donovan không?"

"Nhưng anh ta không phải là người Việt Nam?"

Thay vì trả lời câu hỏi của Anne, thám tử Dan chỉ nói gọn:

"Tôi muốn hỏi anh ta một vài điều. Anne cho tôi cả địa chỉ luôn nhé"

"Vâng, đợi chút xíu.."

Chỉ không đến 1 phút sau, Anne đọc cho viên thám tử những chi tiết ông ta cần.

"Cám ơn Anne nhé"

Nói xong, viên thám tử cúp máy ngay, không để Anne hỏi thêm điều gì.

Dan hơi liếc mắt nhìn đồng hồ treo trên tường rồi bấm số điện thoại của Donovan.

Chỉ sau 2 tiếng chuông reo, anh ta bắt máy:

"Hello!"

Viên thám tử từ tốn trả lời:

"Chào anh Donovan. Tôi là thám tử Dan. Tôi phụ trách điều tra vụ một người nữ bác sĩ Việt Nam tên Hoài Nguyễn được cho là mất tích một cách bí ẩn. Tôi chỉ muốn hỏi anh vài điều vì anh là bệnh nhân của bà ta và anh là một trong những bệnh nhân cuối cùng trong ngày có gặp bác sĩ Hoài.."

Donovan nghĩ tim mình đập sai nhịp khi nghe viên thám tử tên Dan gọi đến và giải thích. Chàng hơi khựng lại rồi mới trả lời:

"Đúng.. tôi là bệnh nhân của bác sĩ Hoài.. Ông cần hỏi gì?"

Donovan định hỏi là giới chức trách có tìm ra manh mối gì không nhưng quả thật chàng hơi mất bình tĩnh.

Viên thám tử nói ngay:

"Tôi có thể đến gặp anh được không? Trong giờ anh nghỉ trưa chẳng hạn hay chúng ta có thể gặp nhau vào buổi chiều khi anh đi làm về?"

Donovan không thể chờ đến buổi chiều. Cũng may chỉ qua điện thoại nên viên thám tử không nhìn thấy vẻ nôn nóng của Donovan.

"Buổi trưa nay được."

"Tốt, tôi không muốn làm phiền anh trong giờ làm việc. Anh có muốn chúng ta vừa ăn trưa vừa nói chuyện cho đỡ mất thì giờ không?"

"Được. Tôi nghỉ ăn trưa 1 tiếng. Chúng ta gặp nhau ở đâu?"

"Ngay trong cafeteria dưới nhà nhé"

Donovan hơi ngỡ ngàng nhưng nhanh chóng nhận lời:

"12 giờ được không?"

"OK. Mình gặp nhau ở đó. Tôi sẽ tìm anh vì anh không biết tôi.."

"OK.."

Donovan trả lời và tắt máy. Dĩ nhiên khi viên thám tử có số điện thoại mình thì đương nhiên là có mọi chi tiết về anh.

Hình ảnh người nữ bác sĩ tâm lý hiện lên trong đầu chàng. Donovan mong bà ta sẽ bình yên trở về. Từ hôm đó chàng cũng không trở lại tìm con đường hôm ấy nhưng không có nghĩa là Donovan đã quên.

Chàng nhìn đồng hồ. Nửa tiếng nữa thôi là 12 giờ trưa.

Cái hẹn gặp viên thám tử khiến Donovan làm việc không được thoải mái lắm. Chàng cứ nhấp nhổm nhìn giờ và đầu óc cứ xoay quanh

Bóng tối

xem liệu viên thám tử sẽ hỏi gì mà tại sao lại tìm đến Donovan. Liệu chàng có bị liệt kê vào trong danh sách bị tình nghi?

*

Dan tắt điện thoại. Đứng lên rời khỏi văn phòng. Dan muốn đến sớm hơn giờ hẹn. Ông ta không quên mang cái cặp da trong có đựng nhiều giấy tờ cần thiết. Và cả một máy thu thanh nhỏ để khi cần thiết thì sẽ thu. Gặp gỡ bên ngoài và qua câu chuyện đối đáp, viên thám tử với tuổi nghề cao có thể nhận ra người đó nói dối hay nói thật.

Cafeteria trong building nơi Donovan làm việc cũng nhỏ và vắng. Có lẽ chẳng ai thích ăn trưa ở đây.

Người bồi đưa thực đơn và chờ lấy order nhưng viên thám tử bảo còn chờ người quen.

Nhìn thực đơn, không nhiều chọn lựa và giá cũng hơi mắc.

Viên thám tử đảo mắt nhanh nhìn quanh nhưng chú tâm vào cửa ra vào vì như Dan đã nói với Donovan là ông ta sẽ tìm anh ta.

Dan đứng lên khi nhìn thấy Donovan. Ông ta giơ tay ra hiệu.

Người thanh niên nhanh nhẹn đi về bàn của Dan. Trông anh ta giống hệt trong ảnh.

Viên thám tử giơ tay ra trước. Hai người bắt tay nhau.

Đôi mắt nâu nhưng trong sáng của Donovan làm viên thám tử nhớ tới lời nhận xét của Anne "đây là một người tin cậy được". Điều này làm Dan hơi mỉm cười. Nhưng Donovan không hiểu nên cũng cười, cởi mở hơn.

Anh có thường ăn ở đây không?" Dan bắt đầu câu chuyện.

Donovan lắc đầu:

"Lần đầu tiên. Tôi thích đi ra ngoài hơn. Ăn trưa ở đây có cảm tưởng như mình vẫn ở trong chỗ làm việc"

Dan cười lớn.

Cả hai gọi thức ăn. Viên thám tử chỉ ăn một bát súp.

Donovan hỏi:

"Ông ăn ít vậy thôi sao?"

"Bữa trưa tôi không ăn nhiều. Ăn no không làm việc được, chỉ muốn đi ngủ thôi"

Donovan hỏi viên thám tử:

"Đã có manh mối gì trong vụ này chưa?"

Dan gật gù:

"Cũng có mà cũng không"

Đây là câu trả lời mà cũng không phải là câu trả lời.

Vào đề ngay, Dan hỏi Donovan:

"Tôi được biết anh là bệnh nhân cuối cùng của bà bác sĩ Hoài ngày hôm đó?"

"Chắc vậy."

"Anh không nhớ rõ?"

"Tôi không để ý sau tôi có ai khác nữa không. Cô thư ký của bà bác sĩ Hoài sẽ cho ông câu trả lời chính xác hơn, đúng không?'

Dan gật gù hỏi tiếp:

"Anh là bệnh nhân lâu năm của bác sĩ Hoài?"

Bóng tối

"Có thể nói như vậy.. chừng vài tháng chứ không phải nhiều năm"

"Ngày đó bà ta có vẻ gì khác lạ không?"

"Không.. tôi nghĩ là không. Thường khi đến bác sĩ, bệnh nhân chỉ quan tâm đến vấn đề của mình hơn là để ý đến người bác sĩ.."

"Bác sĩ Hoài là người như thế nào, theo anh?"

Câu hỏi của viên thám tử làm Donovan phải suy nghĩ. Chàng không thể nào để lộ ra chuyện lái xe đi theo bác sĩ Hoài được cho dù thâm tâm chàng muốn giúp tìm ra câu hỏi về sự mất tích của bà ta. Donovan đã muốn quên đi câu chuyện này vì chàng bị giằng co giữa quyết định dấu kín hay đến sở cảnh sát và khai ra. Họ sẽ đặït câu hỏi vì sao Donovan di theo bà bác sĩ Hoài? Vì sao biết đây không phải là nhà bà ta? Vì sao và muôn ngàn vì sao..?

"Tôi rất thích người bác sĩ này. Bà ta.. đã giúp được tôi trong nhiều vấn đề khó khăn. Bác sĩ Hoài thực sự quan tâm giúp bệnh nhân"

"Khám bệnh xong thì anh đi đâu ngày hôm đó?"

Donovan như người đang đi trên cánh đồng chôn đầy mìn, chỉ sơ sẩy là tan xác.

"Tôi về nhà"

"Không đi chơi ngày cuối tuần sao? Anh có bạn gái không?"

Donovan chụp lấy ngay câu trả lời:

"Có, tối đó tôi đi ăn với bạn gái của tôi là Kim Anh"

"Lúc mấy giờ?"

Donovan nhún vai:

"Chẳng để ý.."

286

Nói như vậy nhưng Donovan nhớ là khuya vì sau khi thất vọng thấy bà Hoài đi vào ngôi nhà lạ, chàng trở về và Kim Anh gọi điện thoại. Nhưng thôi, câu trả lời càng ngắn gọn càng đỡ rắc rối.

"Không hẹn giờ sao?"

"Tụi tôi chẳng có giờ giấc gì" Vừa trả lời Donovan thầm mong viên thám tử đừng hỏi về Kim Anh và đòi đưa số điện thoại của nàng để kiểm chứng.

Dan có cảm tưởng Donovan dấu diếm một điều gì, không muốn cho mình biết. Viên thám tử phải tìm cho ra.

"Chắc anh biết trong cuộc điều tra, nếu nói sai sự thật là một cái tội có thể bị truy tố đấy"

Donovan gật đầu làm tỉnh:

"Tôi biết chứ. Mà có gì phải nói sai. Tôi chỉ là một người bệnh nhân của bác sĩ Hoài như những bệnh nhân khác mà thôi"

"Thường anh đến khám bệnh thì đậu xe đằng trước toà nhà hay ở bãi đậu xe đàng sau?"

"Tôi luôn luôn đậu xe đàng trước. Chưa bao giờ lái xe ra đàng sau"

"Lúc anh ra về có thấy gì lạ không?"

"Tôi chẳng để ý".

Viên thám tử nghĩ ngay đến chuyện xem lại trong hệ thống dữ liệu ở sở xem Donovan lái xe gì, màu gì. Và nếu anh ta đậu xe ở bãi đậu xe đàng trước thì có thể tìm thấy dễ dàng vì tòa nhà đàng trước có gắn máy thu hình. Đây là cách tốt nhất để kiểm chứng xem Donovan nói thật hay nói dối.

Bóng tối

Viên thám tử vừa ăn vừa đổi đề tài nói sang những chuyện vớ vẩn thời sự. Dan nghĩ sẽ tìm hiểu thêm sau khi xác định xem Donovan nói thật hay nói dối.

Khi người hầu bàn đưa bill, mạnh ai nấy trả. Lương thám tử của Dan không đủ để chi trả cho những chuyện như thế này.

Đứng lên từ giã. Dan bắt tay Donovan:

"Cám ơn anh. Cần gì tôi sẽ liên lạc sau. Hoặc nếu anh nhớ ra điều gì hữu ích cho cuộc điều tra thì cứ gọi cho tôi. Đây là danh thiếp có tên và số điện thoại của tôi. Anh có thể gọi tôi bất cứ lúc nào, ngày và đêm. Càng tìm ra sớm càng tốt"

Donovan bâng khuâng gật đầu.

Viên thám tử về lại văn phòng tìm thêm những chi tiết về chiếc xe của Donovan. Anh ta sở hữu một chiếc xe Honda accord màu xám, bảng số xe có 7 số và chữ. Dan chụp hình xe và bảng số trên màn hình computer.

Rời khỏi nhiệm sở, viên thám tử lái xe đến địa chỉ văn phòng bác sĩ Hoài.

Dan nói chuyện với người phụ trách an ninh building để xem lại cuộn băng thu ngày đó. Nhưng họ từ chối và hẹn viên thám tử trở lại ngày hôm sau để ông ta sẽ có riêng một cuộn băng vì chuyên viên vắng mặt hôm nay.

Viên thám tử thở dài nhưng đành chịu thua. Người phụ nữ này mất tích hay.. đã chết?

Chương 28

Thêm 2 ngày trôi qua, Lữ vẫn làm bếp với những thực phẩm dự trữ nhưng không còn những bữa ăn "chung" như mấy ngày đầu tiên. Lữ để sẵn thức ăn trên bàn hay cất vào tủ lạnh cho Hoài.

Hai ngày chàng không nhìn thấy Hoài. Có chăng nữa chỉ là thoáng qua. Sự có mặt của Hoài trong ngôi nhà nay không còn hào hứng như lúc đầu tiên, thay vào đó là một sự ngột ngạt cho Lữ. Hoài ở trong phòng ngủ khóa kín và yên lặng.

Ngồi trước computer, màn hình trắng xóa vẫn đang chờ đợi Lữ vào một cuộc chơi.

Chàng mân mê bàn phím, cái nhắp chuột.. như nghe ngóng, chờ đợi, tìm kiếm một nối kết vô hình nào đó. Lữ thầm nghĩ: "Mình phải thoát ra khỏi những ngột ngạt, tù túng này.. phải chắp cánh.. phải bay.. phải thở.. phải sống.. cho trọn vẹn.."

Mười phút, hai mươi phút trôi qua, và không biết bao lâu nữa cho đến khi màn hình computer chợt sáng hơn. Lữ nhìn ra ngoài sân sau qua những ô cửa sổ cũ kỹ, buổi chiều trời u uất nhiều mây. Không gian nặng nề trĩu trên những cành cây sát vào cửa sổ như chia sẻ tâm tình với Lữ. Thoắt từ đâu một vệt nắng vàng bừng lên rọi sáng một góc sân. Cái màu vàng mới óng ánh, ngọt ngào và đằm thắm biết bao như một diệu kỳ mời gọi.. và xuyên thấu qua tâm hồn Lữ dục giã..

Những con chữ ùa ra trên màn hình computer, hối hả chen lấn với hình ảnh Hoài sống động, nóng rực và lẳng lơ như Lữ mong muốn.

"Ánh lửa bập bùng của lò sưởi đốt lên một mầu vàng đỏ ấm áp nhẩy múa trên nửa gương mặt Hoài khi nàng nằm nghiêng. Vài sợi tóc vương trên má. Môi nàng hé mở như một nụ hoa. Mắt Hoài nhắm nghiền. Riềm mi đen hơi rung động. Lữ áp mặt vào cổ nàng, chậm rãi hít thở mùi hương nồng nàn của riêng Hoài. Toàn thân Lữ xao xuyến với từng phần trên cơ thể chàng đang bừng lên. Chung quanh, mọi sự bỗng tan biến, chỉ còn Hoài và Lữ thấm từng hơi thở với nhau.

Những tìm kiếm trên đôi bàn tay của Lữ cũng trân quý và không vội vã, tưởng chừng như chỉ một cử động mạnh bạo cũng sẽ làm Hoài tan vỡ. Chàng muốn kéo dài những xúc cảm của mình và Hoài thành thiên thu.

Thân hình Hoài quấn chặt lấy Lữ, mắt nàng vẫn nhắm nghiền. Những tiếng kêu khe khẽ của Hoài như những cơn gió thổi bùng thêm lên ngọn lửa đang được đốt bởi tình yêu, dâng hiến cho một hòa nhập đích thực.

Khi cả người Hoài mềm hẳn đi, nàng lơi vòng tay nhưng những ngón tay vẫn đậu hờ trên lưng Lữ. Chàng có cảm tưởng cả hai biến vào nhau. Mái tóc kia, bờ môi, vòng tay, hơi thở ấy đều thuộc về Lữ. Chàng nhốt Hoài trong chiếc lồng son, chăm chút và yêu thương biết chừng nào. Không ai có thể lấy mất Hoài của Lữ".

Lữ miệt mài trên những giòng chữ, người chàng nóng bừng, sôi nổi với hạnh phúc. Những giòng chữ tuôn ra dễ dàng, không ngừng theo với những.. điên cuồng trong cảm xúc. Bản nhạc Vocalise vẫn réo rắt cuốn lấy Lữ, không rời!

Đâu đó trong đầu chàng tiếng Đoàn vang lên đắc thắng: "Phải như thế chứ! Hãy ra khỏi tiểu thuyết để biến thành sự thật!"

Không biết là Đoàn hay Lữ đang bị nhận chìm với những hình ảnh hoan lạc của một tình yêu mà Lữ mong mỏi..

Tiếng chuông điện thoại reo vang nghe rất rõ trong đêm khuya thinh lặng làm Lữ giật mình. Chàng bấm nút "save" và buông tay thẫn thờ..

Lữ nhấc điện thoại:

"Nghe đây!"

"Nè, có hợp đồng mới!" Tiếng David vui vẻ nói.

Lữ tỉnh hẳn:

"OK. Gởi đi!"

"Không, lần này phải tới, có vài chỗ cần sửa đổi và anh phải ký hợp đồng trước mặt Gary"

Lữ nhăn mặt:

"Mọi khi có vậy đâu?"

"Nhưng lần này khác"

"Khác là sao? Cũng làm phim chứ?"

"Dĩ nhiên nhưng phải sửa nhiều. Anh phải ký thỏa thuận với Gary là người làm phim và tác giả sách"

"Tôi phải viết theo ai?"

"Cả hai"

Lữ thở dài:

"Làm sao cả hai được? Trừ khi hai người cùng một ý"

"Anh phải viết lại như Gary muốn nhưng sau đó phải đưa cho tác giả sách duyệt lại"

"Trả được khá không?"

"Đương nhiên. Anh có được trả khá thì tôi mới được chút cháo chứ"

"Như mọi lần anh phải có mặt cùng với tôi nhé."

Bóng tối

"Đừng lo. Tôi biết anh không muốn nói chuyện tiền bạc"

"OK. Bao giờ?"

"Ngày mai"

Lữ ngần ngừ:

"Cần gấp sao?"

Bên kia đầu dây, David nói có vẻ ngạc nhiên:

"Sao vậy? Tôi tưởng anh vồ lấy chứ?"

Lữ nói quanh co:

"Tại đang bận một chút"

"Anh không nhận ngay, đứa khác nhận à. Sao bữa nay anh kỳ vậy? Có chuyện gì sao?"

Hơi bực dọc nhưng Lữ dằn lại:

"OK. Mấy giờ ngày mai?"

"10 giờ 30 sáng. Đó là giờ hẹn tốt đấy. Buổi sáng mọi người còn tỉnh táo dễ chịu, mọi thương lượng sẽ dễ dàng. Tin tôi đi"

"Được rồi"

"Tôi muốn anh đến sớm chừng 15 phút. Có vài điều tôi cần dặn anh trước khi mình gặp Gary và tên kia"

"Ai vậy?"

Đến phiên David ngạc nhiên:

"Anh hỏi ai là ai?"

"Tác giả?"

292

"Tôi cũng không biết. Nhưng chắc cũng là tác giả nặng ký nên mới rắc rối"

"Vậy nếu là tác giả tên tuổi thì phần mình cũng khác hả?"

"Khỏi nói. Vì vậy tôi muốn anh đến sớm một chút".

"OK. Mai gặp".

Buông điện thoại xuống, Lữ ngồi thừ người. Những giây phút hạnh phúc vừa qua chợt tan biến. Trước mặt chàng chỉ toàn những giòng chữ..

Từ hôm có mặt Hoài ở đây, Lữ không hề đi ra khỏi nhà, ngoại trừ ra lấy thư. Ngày mai đi công việc là chuyện bất đắc dĩ, nhưng Lữ phải đi, chàng cần tiền để sống. Rời xa Hoài là điều Lữ không muốn.

Chàng tắt máy computer. Lữ ra ngoài phòng khách bật nhạc nho nhỏ. Nhìn đồng hồ trong điện thoại. 10 giờ tối. Lữ thầm nghĩ: "Mình được qua những giây phút thần tiên với Hoài.. lâu thế sao?".

Lữ mở tủ lạnh. Thức ăn còn nguyên. Hoài không đụng đến.Chỉ có đĩa trái cây là vơi. Lữ xót xa. Làm sao bây giờ?

Ngày mai trước khi đi Lữ sẽ làm thức ăn sẵn để trên bàn và sẽ viết giấy năn nỉ Hoài ăn.

Lữ thấy mình không thể nghĩ gì khác ngoài những chuyện liên quan đến Hoài. Nàng đã chiếm đoạt mình! Không hiểu Hoài có biết vậy không?

Nằm dài ngoài phòng khách sau khi uống một ly rượu nhỏ. Lữ đốt lò sưởi. Mọi sự như vậy, chỉ thiếu Hoài..

Đêm đó Lữ ngủ ngoài phòng khách.

Khi những tiếng động bên ngoài lúc tảng sáng làm Lữ thức dậy cũng là lúc chàng nhìn thoáng thấy Hoài cầm ly nước đi vào phòng.

Bóng tối

Hình ảnh thoáng qua của nàng làm Lữ giao động. Tại sao vậy? Một người đàn bà không còn trẻ, nhiều tuổi hơn mình vài tuổi mà sao có sức thu hút lạ kỳ như thế? Làm như cả con người Hoài là một cục nam châm trong khi Lữ là một cục sắt nhỏ không sao thoát được. Hoài trong tiểu thuyết của chàng chắc không sao bằng được một Hoài bằng xương bằng thịt cười nói, giận dữ, lẫy hờn, sắc sảo.. Chẳng lẽ lại để cho Hoài ngủ rồi chàng ngồi chiêm ngắm như những giây phút đầu tiên khi Hoài mới về đây. Hình ảnh lung linh của Hoài nằm trên giường ngủ, bao phủ bởi những cánh hoa hồng thêm ngào ngạt thật thần tiên nhưng có thật..

Lữ sửa soạn để bữa điểm tâm trên bàn thật chu đáo. Chàng viết vài giòng năn nỉ Hoài ăn.

Chàng cứ chần chừ mãi không muốn ra khỏi nhà nhưng nhìn đồng hồ rồi cũng phải đi. Nàng đã chi phối mình ngoài sức tưởng tượng!

Lữ vội vã mở cửa xuống garage, không quên mang theo ổ khóa để khóa cửa lên xuống.

Chàng bấm nút cho cửa garage mở. Lữ rồ máy lùi xe ra ngoài. Chợt nhớ quên cặp giấy tờ, Lữ vội vàng chạy vào, lấy chìa khóa mở ổ khóa cửa lên xuống, vào phòng làm việc lấy cặp giấy tờ rồi đi ra.

Chàng vào xe bấm nút hạ cửa garage, lùi xe và đi nhanh vì đã hơi muộn.

Lữ không hề biết là mình đã quên bấm ổ khóa cửa lên xuống garage.

Tất cả những tiếng động của mở cửa, đóng cửa, tiếng cửa garage mở, tiếng chân như chạy của Lữ làm Hoài chú ý. Nàng nhẹ nhàng mở cửa phòng nhìn qua cửa sổ phòng khách thấy xe Lữ ra đường và vọt đi.

Hoài không tin vào mắt mình. Nàng bấm móng tay vào cánh tay thấy đau. Hoài muốn khóc..Nhưng chắc gì nàng mở được cửa?

Chân vẫn còn đi đất -Hoài ghét đôi dép lông Lữ mua cho mình- nàng đi như chạy ra cửa trước. Ổ khóa ở cửa đang nhìn nàng như trêu chọc. Chạy ra cửa ở bếp xuống garage Hoài không hy vọng.

Nhưng như một phép mầu: cửa mở được!

Hoài bật khóc. Vẫn còn mặc áo ngủ vì Lữ đã thủ tiêu quần áo nàng hay sao không biết nhưng Hoài không tìm thấy. Nàng vào phòng ngủ xỏ chân vào đôi dép lông trắng rồi tất tả chạy xuống bếp trở lại. Cửa mở! Không phải nàng nằm mơ.

Hoài nhìn sang cửa bên hông ở trong garage để đi ra ngoài nhưng thất vọng khi nhìn thấy ổ khóa!

Nước mắt tuôn như mưa, Hoài bấm cửa garage nhưng không chút hy vọng.

Cửa garage chạy lên. Ánh sáng bên ngoài ùa vào. Hoài đóng cửa lên xuống chạy vội ra ngoài. Nàng nghĩ mình hụt hơi. Hoài không biết đây là ở đâu. Nàng vừa khóc vừa chạy ra đường như một con mẹ điên!

Hoài nhìn xuôi ngược rồi quyết định chạy về bên phải. Nàng cố chạy càng xa càng tốt. Hơi thở nàng dồn dập, có lúc nàng chúi người suýt ngã. Khu này vắng lặng chưa thấy xe nào qua lại. Đến một ngã rẽ, Hoài tiếp tục quẹo phải thấy một ngôi nhà một tầng. Sát ngoài đường có một chiếc hộp gỗ thẳng đứng cao bằng đầu người, bề mặt có kính. Trong chiếc hộp gỗ có kệ đựng nhiều sách. Hàng chữ dán ngoài mặt kính đề rõ: "Cho mượn sách".

Nàng đi nhanh vào sân bên trong. Đứng trước cửa nhà và bấm chuông. Nước mắt nàng vẫn tuôn rơi không ngừng.

Chừng nửa phút sau cửa mở. Một bà Mỹ lớn tuổi hé cửa mở và ngạc nhiên nhìn thấy Hoài.

Hoài lắp bắp:

Bóng tối

"Xin giúp tôi! Xin bà làm ơn cứu tôi.."

Hoài quỳ thụp xuống trước cửa nhà bà ta và gục đầu xuống khóc nức nở.

Bà ta mở rộng cửa và cúi xuống đập vào vai Hoài:

"Sao vậy? Sao vậy? Cô vào đây!"

Hoài loạng choạng đứng lên.

Bà ta đóng cửa lại không quên nhìn quanh bên ngoài. Bà lão khóa cửa rồi bảo Hoài:

"Cô vào đây. Ngồi xuống ghế đây này"

Đồng thời bà ta gọi lớn tiếng:

"Roger!"

Có tiếng lục đục di chuyển từ bên trong. Một ông lão khoảng 80 tuổi đi ra, tay chống gậy. Ông ta nhíu mày nhìn người khách lạ.

Ông ta nhìn bà vợ rồi hỏi:

"Ai đây?"

Bà lão nhún vai ra điều không biết.

Bà ta lấy hộp giấy kleenex và đưa cho Hoài, giọng bà ta rất tử tế:

"Cô đừng khóc nữa. Có chuyện gì thế? Chúng tôi giúp cô được gì?"

Hoài sụt sùi cám ơn. Nàng chậm nước mắt nói:

"Cám ơn ông bà. Tôi tên là Hoai Nguyen..... Tôi là.. một bác sĩ tâm lý.. Tôi bị.."

Ông lão nhìn Hoài rồi nói ngay:

"Helen! Cô này trên ti vi!.. Đài 11"

296

Bà ta há miệng rồi giơ tay bịt miệng kêu lên:

"Chúa ơi! Đúng rồi..!"

Ông lão ngồi xuống ghế nhìn Hoài rồi hỏi nàng:

"Chuyện gì đã xảy ra cho cô? Chúng tôi xem tin tức thấy nói là cô bị mất tích"

Hoài gật đầu. Cố trấn tĩnh nàng nói:

"Tôi.. bị bắt cóc..!"

Bà lão ngồi thẳng người lên hỏi ngay:

"Làm sao cô thoát ra được? Ai bắt cóc cô?"

Ông lão nhìn bà vợ rồi nói với Hoài:

"Cô ở đây, không sợ gì cả. Tôi gọi cảnh sát ngay bây giờ"

Ông Roger bấm số khẩn cấp 911 và trình báo sự việc.

Bỏ điện thoại xuống ông ta trấn an Hoài:

"Cảnh sát đến ngay. Bây giờ cô nghỉ ngơi đi. Khi cảnh sát đến cô tường thuật mọi chuyện. Như vậy khỏi phải kể 2 lần. Cô ở đây là an toàn rồi"

Hoài gật đầu và nhắm mắt lại. Người nàng vẫn còn run và xúc động. Không bao giờ Hoài có thể ngờ là mình thoát được. Và cũng không ngờ là Lữ sơ xuất như thế.

Hoài nói với bà Helen:

"Ông bà tử tế quá. Ông bà cứu tôi"

"Chúng tôi chỉ giúp cô chứ chính cô tự giải thoát cho chính mình"

Hoài nghĩ đến chuyện gọi điện thoại cho Nguyên nên hỏi bà Helen:

Bóng tối

"Bà có thể cho tôi gọi nhờ điện thoại cho chồng tôi không?"

"Được chứ. Điện thoại đây. Cô gọi đi"

Nói xong, đưa điện thoại cho Hoài, hai ông bà đi ra phòng khác cho Hoài được tự nhiên.

Có lẽ vì số lạ nên phải mấy tiếng reo Nguyên mới bắt máy nghe:

"Hello!"

Nghe tiếng Nguyên, nàng bật khóc, nghẹn ngào nói:

"Em đây, Nguyên.."

Nguyên nói nhanh, tiếng nói như vỡ òa:

"Hoài.. Hoài.. em đấy ư? Em đang ở đâu? Em có sao không?"

Hoài không nói được nữa, chỉ khóc.

Bên đầy dây bên kia Nguyên dồn dập hỏi với giọng hốt hoảng:

"Em sao rồi Hoài? Em đang ở đâu? Nói cho anh biết để anh đón em?"

Vừa lúc đó có tiếng còi xe cảnh sát bên ngoài. Những nhân viên công lực đã đến.

*

Hoài nghẹn ngào. Những tiếng thoát ra khỏi miệng nàng không rõ ràng, tiếng nghe được, tiếng mất, nhòe với tiếng nấc. Nàng vừa nói vừa thở như cố gắng:

"Em.. em bị bắt cóc.. nhưng em thoát được rồi.."

Cảm giác của Nguyên lúc đó thật hỗn loạn, vừa mừng vừa sợ, vừa hoang mang không biết những chuyện gì đã xảy ra cho vợ mình suốt mấy ngày qua.

"Em đang ở đâu để anh đến đón em"

"Em..không biết mình đang ở đâu.. "

"Vậy em gọi điện thoại của ai? Đâu phải điện thoại của em?"

"Em gọi nhờ điện thoại.."

Có những tiếng lao xao bên ngoài. Mấy người cảnh sát đi vào.

Hoài quay lại nhìn ra cửa nói vội với Nguyên:

"Em bình yên rồi. Cảnh sát đang có mặt. Đây là nhà của một bà Mỹ lớn tuổi cho em gọi nhờ điện thoại.."

Khi thấy viên cảnh sát vào phòng, Hoài nói nhanh với chồng:

"Anh nói chuyện với cảnh sát đi. Em không biết đây là đâu"

Hoài gật đầu với người cảnh sát to lớn đứng gần nàng nhất và nói với ông ta:

"Tôi vừa gọi cho chồng tôi.. Tôi không biết đây là vùng nào. Ông nói với chồng tôi nhé"

Nàng đưa điện thoại cho viên cảnh sát rồi ngả người dựa vào ghế. Những hốt hoảng, lo sợ và căng thẳng đã qua, chỉ còn lại sự mệt mỏi và rã rời. Nhắm mắt lại, Hoài nghĩ cả thân mình đang trôi nổi, không chỗ bấu víu.

Tiếng nói của người cảnh sát như đánh thức nàng:

"Tôi là cảnh sát viên Liam Nelson. Này bà! Bà có thể kể cho chúng tôi nghe những chuyện đã xảy ra cho bà không?"

Hoài mở mắt.

Người cảnh sát đang ngồi ở ghế bành gần nàng. Giọng viên cảnh sát ấm và từ tốn từ một người đàn ông trung niên làm Hoài thấy tin cậy.

Bóng tối

Nàng chớp mắt:

"Tôi bị bắt cóc.."

"Ở đâu? Và làm sao bà thoát ra được?"

Hoài nuốt nước bọt, cổ họng nàng khô cháy.

Viên cảnh sát nhỏ nhẹ nói:

"Bà có khát nước không? Uống nước nhé?"

Hoài gật đầu.

Thoạt tiên Hoài nhấp từng ngụm nước lạnh mát. Những ngụm nước nho nhỏ như thoa dịu cổ họng nàng, mơn trớn ngọt ngào rồi vỡ òa ra với bàn tay nàng nâng chiếc ly lên cao, dốc ngược để mọi giọt nước tuôn đổ hết vào trong cổ họng. Hoài khát!

"Bà uống thêm không?"

"Đủ rồi. Cám ơn ông"

Viên cảnh sát kiên nhẫn chờ đợi.

Hoài kể:

"Tôi bị bắt cóc và giam giữ.. trong một ngôi nhà gần đây.."

"Bà còn nhớ ngôi nhà đó chứ?"

"Chắc tôi nhớ.."

Người cảnh sát tỏ ra hiểu biết về sự hoang mang và bất định của Hoài.

"Nếu bây giờ bà lên xe đi với chúng tôi, bà có thể chỉ cho chúng tôi ngôi nhà đó chứ?"

Hoài gật đầu.

"Bà có biết người giam giữ bà là ai không?"

Hoài lại gật đầu.

"Đó là.. bệnh nhân của tôi.."

"Làm sao bà đến đây được?"

"Anh ta.. quên khóa cửa khi đi ra ngoài.. nên tôi thoát ra được.. Tôi cố chạy càng xa càng tốt và tôi đến đây.."

"Tôi biết bà còn mệt nhưng chúng tôi cần đến ngôi nhà đó ngay. Bà lên xe đi với chúng tôi nhé"

Hoài miễn cưỡng gật đầu.

Đi trở lại quãng đường đó, ngôi nhà đó và.. Lữ.. là điều nàng không muốn chút nào. Ước gì tất cả chỉ là một giấc mơ, một ác mộng và bây giờ tỉnh giấc Hoài được trở về với đời thường của mình, với Nguyên, với Kim.. và với con người của mình trước đó.

Nước mắt nàng lại ứa ra.

Viên cảnh sát nhìn nàng thương cảm. Nhiều câu hỏi cần được trả lời nhưng hiện tại chưa thuận tiện. Ông ta cần biết vị trí ngôi nhà mà Hoài đã bị giam cầm thời gian qua. Quan trọng hơn cả họ cần bắt giữ thủ phạm trước khi hắn ta biến đi.

Khi đi ngang cặp vợ chồng ông bà Mỹ già, Hoài gật đầu nói:

"Tôi rất cảm kích. Cám ơn ông bà rất nhiều đã cứu tôi.. Tôi không bao giờ quên.."

Bà Helen mỉm cười nắm tay Hoài:

"Chúng tôi rất vui mừng đã giúp được bà. Chúa đã cứu bà và mang bà đến với chúng tôi"

Hoài ấp úng:

Bóng tối

"Tôi.. có thể xin tên và địa chỉ ông bà được không?"

Bà Helen gật đầu và nói với viên cảnh sát:

"Ông chờ cho tôi hai ba phút"

Viên cảnh sát gật đầu mặc dù ông ta đang rất nóng ruột.

Bà Helen trở ra với mẩu giấy có ghi tên và số điện thoại của mình đưa cho Hoài.

Bên ngoài có thêm 2 xe cảnh sát nữa.

Hoài lên xe với người cảnh sát tên Liam và một công sự viên của ông ta. Họ ngồi đằng trước. Hoài ngồi băng ghế sau.

"Nào, bây giờ bà chỉ đường đi"

Hoài chưa trả lời ngay. Nàng cố trấn tĩnh và nhớ lại mình đã đến đây ra sao.

"Các ông vòng xe lại. Đến đầu đường quẹo trái.."

Mỗi một chỉ dẫn là mang Hoài trở lại với cơn ác mộng gần hơn.

"Đến đầu kia quẹo trái tiếp.."

Nhìn thấy ngôi nhà với nhiều tàng cây lớn, cửa garage vẫn mở, Hoài nhớ ngay. Nàng buột miệng nói:

"Đây.."

"Nhà nào?"

"Nhà có cửa garage mở.."

Viên cảnh sát tên Liam Nelson ra khỏi xe. Liam nói với Hoài:

"Bà ngồi đây. Có anh bạn tôi ngồi đây với bà. Bà không phải sợ gì cả"

Hoài gật đầu nhưng sắc mặt nàng đổi khác mặc dù nhìn thấy trong garage trống trơn có nghĩa Lữ chưa trở về.

Nàng nói:

"Anh ta chưa về.."

Viên cảnh sát gật đầu và nói với bạn đồng nghiệp:

"Tìm chỗ khác đậu xe"

Người cảnh sát lái xe gật đầu đáp:

"Cẩn thận"

"Có gì tôi sẽ gọi anh. Nhưng tôi không muốn kẻ đó nhìn thấy xe cảnh sát trước nhà"

"Nhưng thấy cửa garage mở là nó biết ngay"

"Tôi sẽ vào trong và đóng cửa garage lại và chờ"

"Một mình anh thôi ư?"

Liam chỉ 2 xe cảnh sát đang chờ gần đó.

"Tôi sẽ bảo 2 người núp phía sau ngôi nhà"

Hoài nói xen vào:

"Anh ta không bắn súng bao giờ dù có súng"

Cả hai người cảnh sát đều ngạc nhiên nhìn Hoài:

"Sao bà biết?"

"Chuyện dài giòng nhưng anh ta chỉ là một kẻ.. mất thăng bằng.."

"Đối phó với những kẻ như vậy còn nguy hiểm hơn vì không biết được phản ứng của nó ra sao!"

Bóng tối

Hoài chẳng nói thêm gì vì trong thâm tâm nàng sự đáng sợ của Lữ chỉ là sự si mê.. mù quáng! Nhưng nếu nói mù quáng thì Lữ cũng có thể sẽ làm những chuyện.. điên khùng không ngờ. Như việc bắt cóc và giam giữ nàng chẳng đáng sợ sao?

Tất cả những ý nghĩ đó về Lữ làm Hoài ngạc nhiên cho chính mình. Tại sao mình lại biện minh cho những hành động của Lữ? Những ngày vừa qua bị giam cầm không kinh khủng sao? Nhưng nếu nói về thể lý thì Lữ không hề đụng tới mình. Trái lại Lữ tôn sùng và kính trọng mình. Hoài không hiểu được mình nữa!!!!

Hoài và viên cảnh sát ngồi lái xe nhìn theo người cảnh sát tiến vào ngôi nhà của Lữ. Nhìn thấy ông ta đẩy cửa vào nhà trong rồi lại đi ra giơ ngón tay ra hiệu mọi sự OK.

Cửa garage lăn từ từ xuống rồi đóng ập lại như miệng một con quái vật chợt ngậm lại.

Hai người cảnh sát chạy theo viên cảnh sát Liam Nelson. Hoài thấy họ nói chuyện với nhau và hai người kia đi vòng ra sau nhà.

Những chiếc xe cảnh sát còn lại phân chia ra đi những con đường quanh đó.

Chiếc xe chở Hoài chạy đến cuối đường rồi vòng lại vì đoạn đường đó là đường cụt, không có lối ra. Ông ta trở về ngã rẽ lúc trước và tìm chỗ khuất đậu đó chờ đợi. Khoảng cách cũng gần để nếu cần sẽ đến rất nhanh.

Viên cảnh sát hỏi Hoài mà không quay đầu lại:

"Bà có biết xe hắn mầu gì không?"

Hoài ngỡ ngàng:

"Lúc hắn bắt cóc tôi thì trời tối. Tôi cũng sợ và bất ngờ nên không để ý.."

"OK. Không sao. Mình chờ đây. Trong lúc ngồi chờ đây tôi cần lấy lời khai của bà, được không? Tôi sẽ thu băng"

"Vâng, ông cứ hỏi"

Vì tôi ghi âm lại nên bà cho biết tên họ, địa chỉ.. Chỉ là thủ tục"

Hoài nói tên họ mình, ngày sinh, địa chỉ như viên cảnh sát yêu cầu.

"Hồi nãy bà nói y là bệnh nhân của bà?"

"Đúng vậy"

"Mới đây hay lâu rồi? Tên y là gì?"

"Chắc cũng vài tháng. Tên anh ta là Phạm Lữ"

"Bà có thể xác định được sự việc xảy ra như thế nào không?"

Ở băng ghế sau của xe cảnh sát mà cửa kính xe có lưới sắt chặn, Hoài có cảm tưởng mình đang ở tù nhưng.. an toàn. Khi kể Hoài như đi trở lại một biến cố mà nàng tin rằng sẽ không bao giờ có thể quên được cho đến khi từ giã cõi đời này.

"Tôi nhớ đó là chiều tối thứ sáu. Tôi ở lại muộn vì phải viết hết những hồ sơ bệnh lý kẻo 2 ngày nghỉ cuối tuần sẽ làm tôi xao lãng.."

Nhớ lại không phải là điều dễ dàng. Không phải vì nàng quên nhưng vì.. không muốn nhớ..

Không thấy Hoài kể thêm, viên cảnh sát nhắc:

"Rồi sao nữa?"

"Lúc tôi đóng cửa ra về, không có ai. Cô thư ký của tôi đã về trước... Lúc gần đến thang máy tôi nhìn thấy anh ta.. người bệnh nhân mới gặp tôi hôm đó. Trước đó vài giờ, tôi nhớ vậy.. Anh ta trở lại"

"Hắn có nói tại sao trở lại không?"

Bóng tối

Hoài trả lời nho nhỏ:

"Có"

"Hắn ta nói lý do?"

"Anh ta..nói.." Hoài phân vân không biết có nên nói thật là Lữ đã nói: "Để quên con tim" hay không. Vì nàng thấy điều này kỳ cục!

Nàng nói trại ra và ngạc nhiên khi thấy mình nói dối, không hiểu cho mình hay cho Lữ?

"Anh ta bảo để quên cái gì đó?"

"Rồi bà nói sao?"

Đã theo lao thì phải theo lao, nàng muốn đi nhanh sang những diễn biến kế tiếp:

"Tôi nói văn phòng đã đóng cửa"

"Hắn ta không đòi vào văn phòng bà sao?"

Đặt những câu hỏi với nạn nhân nhưng mắt viên cảnh sát vẫn láo liên xem xét những gì đang xảy ra chung quanh chứ không vì những lời khai của Hoài mà phân tâm. Ông ta không hề quên người bạn đồng nghiệp đang chờ trong ngôi nhà của thủ phạm.

"Không.. "

"Bà cứ kể tiếp đi"

"Vào đến thang máy, chỉ có mình tôi và anh ta.. Khi thang máy xuống nhà và mở ra.. anh ta dí súng vào người tôi và ra lệnh cho tôi phải đi theo anh ta.."

Vừa lúc đó có điện thoại. Viên cảnh sát tắt máy ghi âm nói với Hoài:

"Bà nghỉ một chút rồi mình sẽ tiếp tục"

Mặc Bích

"Hello!"

Từ văn phòng trung ương:

"Tình hình ra sao rồi?"

"Nạn nhân đã được giải thoát. Đang chờ rình bắt thủ phạm"

"Có biết là ai chưa?"

"Một bệnh nhân của nạn nhân. Tên là Phạm Lữ. Chưa biết số xe cũng như tuổi tác của thủ phạm"

"Địa chỉ?"

"Liam đang ở trong ngôi nhà đó chờ đợi. Tôi và nạn nhân vẫn ngồi trong xe đậu cách đó 1 ngã rẽ"

"Có thêm ai nữa không?"

"Chúng tôi có 3 xe, 6 người tất cả. Tôi ngồi trong xe với nạn nhân vì muốn bà ta nhận diện thủ phạm. Liam vào trong nhà vì thủ phạm không có đây. Hai người nữa chực ở vườn sau của ngôi nhà. Nhưng theo lời nạn nhân, thủ phạm có súng nhưng chưa bao giờ xử dụng"

Bên đầu dây bên kia có tiếng cười:

"Thật sao?"

"Chắc đây là một thằng điên. Theo lời nạn nhân thì nó không xử dụng súng tuy có súng"

"Nghe vô lý!"

"Tôi đang lấy lời khai của nạn nhân"

"Liam có gọi lại chưa?"

"Chưa"

Bóng tối

"OK. Có gì lạ cho biết"

"OK"

Chương 29

David bắt tay Lữ vui vẻ hơn thường lệ:

"Cá mập! Kỳ này là cá mập!"

Lữ chẳng lạ gì tính nết của anh chàng môi giới cho mình.Cứ nói đến tiền là mắt David sáng rực đồng thời lúc đó đầu óc anh ta tính toán nhanh như chớp, những dấu đồng nhấp nháy liên tục.

Lữ nhún vai:

"Cá mập thì cá mập, cá càng lớn càng khó nuốt! Chỉ có tôi là khổ. Phần anh đâu có sao"

David giả lả:

"Dĩ nhiên, dĩ nhiên"

Lữ vừa đi theo David vừa hỏi:

"Ah cần bàn tính thêm điều gì mà bắt tôi đi sớm?"

"Tôi muốn anh.. chịu khó theo ý khách hàng. Đừng nóng tính rồi làm theo ý anh là hỏng"

Nói xong có lẽ David sợ Lữ tự ái nên lại xoa dịu:

"Đây là sách của tác giả nổi tiếng nên cũng khó chịu. Nhưng ăn nhằm gì, thử hỏi sách của mình mà bị sửa có khó chịu không, đúng không?"

"Với tôi không thành vấn đề. Nhưng Gary kìa!"

Bóng tối

"Ông ta đánh hơi được đâu là mùi tiền và thế nào là một cuốn phim ăn khách. Anh tưởng một cuốn sách đã xuất bản, mà là cuốn sách bán chạy, bao nhiêu triệu người đọc thì chuyện làm phim đâu còn hấp dẫn gì"

Lữ cãi:

"Có những người chỉ xem phim mà không đọc sách nên chuyện sách cũ, sách mới đâu ăn nhằm gì"

David gật đầu:

"Thì đúng! Nhưng ai chi tiền thì mình theo thôi"

"Nhưng truyện viết lại cho phim thì ai là người kiểm duyệt?"

"Tôi đã nói với anh là cả hai"

"Nghe 1 người chứ bây giờ hai người trái ngược thì biết nghe ai?"

"Anh viết lại cho phim và đưa cho tôi. Tôi đưa cho Gary. Gary đọc rồi đưa cho tác giả. Chuyện tác giả sửa đổi và cò cưa qua lại là giữa tác giả và Gary. Phần anh sẽ là người sửa sau khi họ đi đến kết quả đồng thuận. Thành thử cái khó là anh phải mất công và sửa chữa lại"

"Đúng là nô lệ cho đồng tiền!"

Lữ than nhưng chàng chỉ muốn nhanh chóng xong việc để trở về với giấc mộng của mình.

Làm việc với Gary nhiều năm nhưng chưa bao giờ Lữ thấy ông ta có vẻ căng thẳng như hôm nay. Thật sự mua một cuốn sách để làm phim là điều có lợi cho cả người làm phim và tác giả sách. Người sản xuất phim thu được nhiều tiền nhờ danh tiếng ăn khách của tác giả sách. Ngược lại, tác giả cuốn sách có mất gì đâu mà thêm danh tiếng và tiền tài. Tất cả chỉ để mua vui cho người đọc sách và người xem phim tiêu khiển. Đây đâu phải là lần đầu tiên Gary mua sách làm phim. Nhưng thái độ của ông ta làm Lữ ngạc nhiên.

310

Gary chỉ nhìn Lữ và gật đầu tỏ ý nhận biết sự hiện diện của chàng. Điếu thuốc lá thường xuyên trên môi ông ta hôm nay vắng mặt. Tại sao lại to chuyện thế nhỉ?

David và Lữ cứ đứng lẩn quẩn như thêm vào sự bứt rứt đang dày vò Gary.

Ông ta nói với hai người:

"Ngồi chờ!"

Quay sang David, Gary hất hàm:

"Anh đã nói chuyện rồi phải không?" Ý muốn nói là giải thích cho Lữ.

David cười cầu tài. Nụ cười trắng trợn đầy vẻ bợ đỡ làm Lữ thấy nhột nhạt và thầm xấu hổ.

"Dặn dò kỹ lắm rồi, ông an tâm"

Cô thư ký còn rất trẻ yểu điệu trên đôi giầy cao gót cỡ 5 inches, chiếc váy cũn cỡn có lẽ đã được Gary chỉ thị, cười duyên dáng:

"Khách tới rồi ạ"

Gary gật đầu:

"Mời khách vào"

Cô gái vừa đi ra là Gary nhanh nhẹn tiến đến cửa để đón người khách hàng mà ông ta trông chờ nãy giờ.

Paul Gerritsen! Một tác giả nổi tiếng với bao nhiêu sách đã được dịch ra nhiều ngôn ngữ trên khắp thế giới.

Lữ cũng từng đọc một vài cuốn của ông ta và không ngờ có ngày mình lại gặp mặt tác giả.

Bóng tối

Tác giả Paul Gerritsen chừng ngoài 50 tuổi, ăn mặc giản dị. Mái tóc nâu nâu chải cao, trông không có gì đặc biệt nhưng có vẻ thân thiện dễ mến. Vậy có gì đâu mà Gary phải lo lắng?

Gary và Gerritsen bắt tay vui vẻ.

Tác giả tiến lại bắt tay David, rồi bắt tay Lữ, không đợi Gary giới thiệu. Đây thật là một người khéo léo! Lữ nhận xét.

Gary lên tiếng giới thiệu khi mọi người vào chỗ ngồi.

"Đây là David. Còn đây là Phạm Lữ, anh ta là người.. soạn kịch bản cho phim"

Tác giả gật gù, miệng mỉm cười nói với Lữ:

"Chúng ta sẽ làm việc với nhau phải không?"

Lữ chưa biết phải trả lời như thế nào thì Gary nói ngay:

"Không. Tôi và anh làm việc với nhau. Lữ chỉ là người hoàn tất những điều chúng ta thỏa thuận"

Tác giả Paul Gerritsen hơi nhíu mày tỏ ý không hiểu ý của Gary.

À ra chuyện rắc rối là ở đây! Lữ thấy ngay. Chàng yên lặng theo dõi sắc mặt hai người.

"Vậy thì tôi và anh nói chuyện, ký hợp đồng, cần gì sự có mặt của ai khác?" Paul Gerritsen nói với Gary.

"Anh chỉ gặp họ lần này thôi để ít nhất anh biết ai là người viết lại bản thảo cho phim. Nhưng có một vài chi tiết trong cuốn sách cần phải thay đổi để phù hợp cho một cuốn phim thu hút khách.."

Bây giờ người căng thẳng là Lữ. Nếu Gary mất hợp đồng thì chàng cũng mất việc.

Tác giả trở lại thân thiện với nụ cười, đôi mắt ông ta tuy nhỏ và dài, hai đầu mắt hơi châu vào nhau nhưng vẫn sắc xảo:

"Dĩ nhiên, tôi hiểu điều đó. Nhưng sửa bản thảo thế nào phải có sự đồng ý của tôi"

Gary gật đầu có vẻ thoải mái hơn khi thấy tác giả hiểu chuyện:

"Đúng vậy! Đương nhiên là như vậy"

Tác giả nhanh chóng cười đùa:

"Vậy thì hai anh đây làm chứng nhé!"

Gary nói ngay:

"Trong hợp đồng mà luật sư của tôi đã soạn sẵn có những phần như thế. Có thể anh cũng nhờ luật sư riêng của anh bổ khuyết thêm vào những phần mà anh nghĩ là phải cho vào"

Gary nhanh nhẹn trở lại con người kinh doanh cũ của ông ta và nói tiếp:

"Ngày hôm nay chúng ta gặp gỡ vậy là tốt. Hợp đồng này, anh một bản, tôi một bản, chúng ta cùng điều nghiên, đồng ý và ký sau 2 ngày. Những chuyện khác tôi và anh sẽ gặp nhau riêng" Gary nói với tác giả Paul Gerritsen.

Tác giả nhìn Lữ rồi nói với Gary:

"Tại sao anh không để tôi làm việc trực tiếp với Lữ và anh là người xem lại?"

Gary hơi có vẻ bực khi trả lời:

"Anh ta chỉ là người làm theo lệnh của tôi!"

Khi nói như thế, Gary mặc nhiên muốn cho Paul Gerritsen hiểu là Lữ làm theo ý ông ta chứ không phải theo ý của Paul.

Lữ biết nhiệt độ trong người mình đang lên cao. Tại sao chàng phải có mặt trong cuộc gặp gỡ như hiện tại? Đây là một chuyện buôn bán

313

Bóng tối

làm ăn giữa hai người này và chàng chỉ là một kẻ đứng giữa hưởng.. những mảnh vụn thừa thãi! Lữ phải làm việc nhiều trên bản thảo. Trước giờ chàng chỉ cần biết qua David, anh ta là người lấy mối, mặc cả cho Lữ và Lữ chỉ ngồi viết. Chưa bao giờ chàng lại có mặt trong một buổi như hôm nay. Lữ thấy phí thì giờ của mình. Thì giờ của chàng lẽ ra phải ở nhà.. với Hoài.

David thầm lo đưa mắt nháy Lữ.

Gary đưa hợp đồng cho Paul Gerritsen:

"Chúng ta gặp lại sau 2 ngày. Anh cứ xem và thêm bớt phần nào theo ý muốn của anh rồi chúng ta sẽ nói chuyện lại. Tôi hy vọng mọi chuyện sẽ dễ dàng và nhanh chóng"

Paul Gerritsen cầm hợp đồng nhếch mép cười, nụ cười khó hiểu:

"Tôi sẽ xem lại và chúng ta nói chuyện sau"

Tác giả đứng lên bắt tay Lữ trước. Cái bắt tay hơi lâu và ấm áp như một nhắn nhủ gửi đến cho người viết lại bản thảo của tác phẩm mình.

Có lẽ cùng là người viết, một người quá nổi tiếng và một người chỉ làm công việc ở sau bức màn sân khấu! Cả hai cùng hiểu điều đó.

Lữ muốn đi ra khỏi phòng trước mọi người nhưng chàng kềm lại. Nét mặt chàng phần nào cũng lộ ra những khó chịu mà ai nhìn cũng biết.

Gary đưa tiễn Paul Gerritsen ra bên ngoài. Cuộc gặp gỡ như thế là chấm dứt.

David nói với Lữ:

"Thế là xong! Tôi nghĩ mọi chuyện sẽ êm thắm"

Lữ không trả lời, chẳng lẽ chàng lại dồn mọi bực tức và đấm vào mặt David cho bỏ ghét?

314

Lữ đi ra khỏi phòng không nói với David câu nào.

David hiểu và không nói gì. Một vài ngày rồi Lữ sẽ quên cuộc gặp hôm nay sau khi thấy hợp đồng và tiền. Mấy anh nhà văn nghèo bất tài không biết điều chút nào cả!

Lữ ra xe. Chàng rồ máy. Chiếc xe lao vụt đi.

Chưa bao giờ Lữ thấy mình giận dữ như vậy! David đoán trước phản ứng của chàng nên mới rào trước đón sau.

Vừa lái xe Lữ vừa mơ một cuộc đời với Hoài. Chàng nghĩ mình có thể nói chuyện với nàng suốt ngày không chán, hay chỉ ngắm nàng ngủ, giấc ngủ yên bình mà Lữ đã nhìn thấy khi Hoài nằm trên giường phủ đầy cánh hoa hồng. Tất cả yên bình, không gợn trần tục.

Chàng lại nhớ đến đoạn văn đang viết dở dang, những hình ảnh chập chới lôi cuốn của một Hoài say đắm trong tình yêu, vòng tay buông lơi, những lời thầm thì yêu đương ngọt ngào..

Lữ không chỉ lái xe trên đường về nhà mà chàng còn đang "sống" với giấc mơ. Giấc mơ làm Lữ quên đi những bực dọc vừa qua..

Lữ sẽ đưa Hoài đi bất cứ nơi nào nàng muốn. Số tiền để dành của chàng cũng đủ cho nửa năm không làm việc.

Những ý nghĩ đó làm Lữ thấy phấn khởi. Và tiểu thuyết của chàng sẽ bán chạy, xếp hàng đầu danh sách những tác phẩm được ưa chuộng nhất do báo New York Times đề ra. Những nhà làm phim sẽ thi nhau mời đón Lữ và tác phẩm của chàng sẽ thành phim. Hoài sẽ đi với Lữ qua mọi sự kiện. Nàng sẽ là người đàn bà đẹp nhất, tuyệt vời nhất.

Đầu Lữ râm ran với những niềm vui tưởng tượng.

Bóng tối

Chương 30

Viên cảnh sát tên Liam lục lọi khắp nơi trong căn nhà Lữ đang ở. Cửa nào cũng gắn thêm ổ khóa. Ông ta chụp hình mọi chỗ như lưu lại những tang chứng. Liam không quên xuống garage chụp hình ổ khóa ở cửa lên xuống.

Trong một căn phòng nhỏ có bàn làm việc, computer.. rất bề bộn, Liam nhớ trong đầu là sẽ tịch thu chiếc computer này.

Liam gọi cho 2 người đồng sự đang núp ở đàng sau nhà:

"Liam đây! Trong nhà chỗ nào cũng khóa, ngay cửa ra vườn sau cũng khóa. Tôi không muốn thay đổi gì cả để có đủ dữ kiện và tang chứng về sự giam giữ nạn nhân.."

Henry Chao nói ngay:

"Có thấy vũ khí gì trong nhà không?"

"Không..!"

"Anh bấm cửa garage để tôi vào trong nhà với anh, như vậy tốt hơn"

"OK, tôi làm ngay!"

Liam tắt điện thoại, bấm cửa garage để Henry Chao vào.

Họ đóng cửa garage ngay.

Liam chỉ cho Henry Chao:

"Tôi và anh núp ở hai nơi khi nghi phạm vào"

Henry Chao gật đầu. Anh ta đi lòng vòng xem xét.

Liam nói vọng vào:

"Đừng đụng đến vật gì cả!"

"Biết rồi!"

*

Lữ bấm cửa garage. Chiếc xe chui vào nhanh chóng. Lữ tắt máy xe. Chàng bấm cửa đóng garage.

Khi nhấc ổ khóa cửa lên xuống, Lữ khựng lại. Ổ khóa không khóa! Chẳng lẽ mình quên bấm ổ khóa? Chàng vội vàng đẩy cửa vào nhà bếp. Vắng tanh! Thức ăn trên chiếc bàn nhỏ trong bếp còn nguyên! Hoài không ăn!

Lữ ném chiếc cặp và chìa khóa xe trên bàn trong bếp rồi đi lên nhà trên.

Không phải Hoài mà Lữ mong đợi..

Viên cảnh sát ngồi ở chiếc ghế bành ngay giữa nhà đang chĩa súng về phía Lữ.

Chàng dừng lại. Hình như phần này không có trong tiểu thuyết của Lữ. Chàng nhớ mình đứng đó trân trân nhìn người đàn ông mặc đồ cảnh sát và họng súng đen ngòm hướng về Lữ.

Lữ muốn gọi tên Hoài, muốn nhìn thấy nàng trong phòng ngủ..

Viên cảnh sát tên Liam dõng dạc nói:

"Giơ hai tay lên!"

Lữ chưa có phản ứng gì, đã thấy một họng súng khác dí vào sau gáy.

Henry Chao ra lệnh:

Bóng tối

"Giơ tay lên nếu không muốn ăn đạn!"

Lữ ngoan ngoãn giơ hai tay lên.

Viên cảnh sát tên Henry Chao vẫn chĩa súng, đẩy mạnh chàng ngã xuống sàn. Cả thân hình đồ sộ của ông ta gần như ngồi lên người Lữ. Ông ta bẻ quặt hai tay Lữ ra sau và còng lại.

Mọi chuyện quá dễ dàng. Ông ta nói với Lữ:

"Anh bị bắt vì tội giam giữ người trái phép"

Lữ tưởng như mình mê đi. Chàng vẫn nằm dưới sàn, hai tay bị còng. Lữ không hiểu gì cả.

Liam gọi điện thoại cho những cộng tác viên khác bên ngoài:

"Xong rồi! Còng tay rồi"

Henry Chao cười mũi nói với Liam:

"Vậy tại sao y có thể khống chế người đàn bà?"

Liam nhún vai.

Henry Chao xuống bếp bấm cửa garage cho cộng sự viên vào.

Lần này họ không đóng cửa garage.

Một người đứng đó canh chừng Lữ. người kia đi lục soát trong nhà. Họ chỉ nhau những ổ khóa rải rác ở các cửa sổ và cửa ra vào.

Nhiều tiếng còi hụ của cảnh sát vang lên.

Lữ nằm dưới đất nhưng vẫn nghĩ đến Hoài. Nàng đâu?Ai đã bẻ khóa? Chàng có làm gì đâu? Yêu cũng là tội lỗi sao? Hỏi Hoài đi! Chàng không hề xúc phạm đến nàng! Lữ trân quý Hoài. Tại sao người ta lại còng tay Lữ? Hoài đâu? Hoài có nói cho những người này hiểu như vậy không?

Nhiều người đến và họ lôi Lữ ra ngoài. Họ kéo Lữ đi về phía một chiếc xe cảnh sát đang đậu dưới đường.

Khi lại gần, cánh cửa xe mở ra. Một người đàn bà bước ra. Hoài! Hoài của Lữ!

Viên cảnh sát tên Liam hỏi Hoài:

"Đây có phải là người đã bắt cóc và giam giữ bà không?"

Gương mặt Hoài tiều tụy. Nàng nhìn Lữ. Vẫn đôi mắt si dại mê say đó, Lữ nhìn nàng, môi mấp máy gọi tên Hoài. Bỗng dưng Hoài chảy nước mắt và gật đầu.

Họ kéo Lữ lên một chiếc xe cảnh sát gần đó. Chàng cứ ngoái cổ lại nhìn Hoài với những bước chân chập choạng như ghìm xuống. Hoài thấy Lữ như vẫn gọi tên mình.

Vừa lúc đó xe Nguyên đến. Nguyên mở bung cửa chạy đến ôm chầm lấy vợ mình. Nước mắt như mưa, Hoài ôm lấy Nguyên và khóc. Nàng khóc vì mừng được gặp lại chồng, mừng vì được giải thoát nhưng ở đâu đó trong tâm hồn Hoài khóc cho Lữ! Nàng không thể hiểu mình và cứ khóc mãi..

*

Nguyên ôm Hoài vỗ về an ủi:

"Không sao cả, không sao cả! Không còn ai làm hại em được nữa!"

Hai tay Hoài cứ bấu lấy bờ vai Nguyên như tìm sự che chở. Đây là thật, không phải mơ.

Đến khi vai nàng không còn rung động nữa, Nguyên dìu vợ vào xe.

"Về nhà nghỉ ngơi. Em cần giấc ngủ, anh nghĩ vậy"

Hoài chẳng trả lời. Ngả đầu ra sau, nàng nhắm mắt lại.

Bóng tối

Trong bồng bềnh của nhịp xe Hoài không ngủ được mà trong đầu nàng cứ hiện lên hình ảnh Lữ bị còng tay, đôi mắt si mê đắm đuối của Lữ xoắn lấy nàng và gọi tên Hoài. Hình ảnh này như một chiếc đĩa hát cũ chạy đi chạy lại. Bên tai nàng điệu nhạc của bài Vocalise réo rắt vang lên xiết lấy Hoài. Giòng nhạc đó đã cuốn lấy Hoài, cuốn lấy Lữ.

Nàng sẽ không bao giờ trở lại được cuộc sống cũ, con người cũ của mình!

Rồi mình sẽ ra sao, Hoài tự hỏi. Những bệnh nhân của nàng tìm đến Hoài để mong nàng giúp cho một giải pháp, nhiều giải pháp. Còn chính Hoài, ai sẽ cho nàng một lời khuyên?

Chương 31

Tin tức trên đài truyền hình chạy tin nữ bác sĩ tâm lý Hoài Nguyễn được giải thoát suốt mấy ngày liền. Những phóng viên chực chờ bên ngoài sân nhà Hoài để săn tin, chụp hình.

Hoài không muốn ra khỏi nhà. Nàng lấy 2 tuần lễ nghỉ. Hoài, Nguyên không xem truyền hình. Nguyên cũng lấy 2 tuần lễ ngày nghỉ còn lại ở nhà với vợ.

Hàng ngày Nguyên phải đưa đón con gái đi học. Cứ sáng sáng vừa lùi xe ra khỏi garage là nhóm phóng viên chực chờ bên ngoài nhào đến như ruồi bám lấy mật. Những chớp sáng của những chiếc máy ảnh bật tắt lia lịa.. Nguyên và Kim trở thành "những ngôi sao bất đắc dĩ"!

Đến trường học Kim cũng khổ sở vì bị làm phiền với nhiều câu hỏi từ bạn bè hay những ánh mắt tò mò đuổi theo.

Hoài như một người ốm nặng. Nàng chỉ thấy bình yên phần nào khi chìm trong giấc ngủ. Có những giây phút ngủ say tưởng chừng không mộng mị, nhưng có lúc nàng nằm đó nhắm mắt nhưng không ngủ được. Khuôn mặt Lữ, căn nhà của Lữ, tiếng véo von của vĩ cầm trong bản nhạc Vocalise như những bóng ma cứ chập chờn ẩn hiện không để Hoài được yên.

Nguyên để cho Hoài ngủ li bì. Thỉnh thoảng lại vào xem vợ mình có cần gì không. Nhưng chính Nguyên cũng không thấy bình yên. Biết bao nhiêu câu hỏi dấy lên trong đầu chàng. Những câu hỏi chàng muốn hỏi Hoài nhưng không dám hỏi...

Bóng tối

Chàng muốn hỏi Hoài: "Nó đã làm gì em?". "Nó hành hạ em không?".. Và chàng tự nghĩ ra những câu trả lời khi thì làm Nguyên thấy dễ chịu, nhưng có lúc lại làm chàng nóng mặt và bực bội.

Nguyên không hỏi Hoài nhưng ánh mắt hoài nghi của chàng làm Hoài buồn bã. Nàng chỉ muốn hét to vào mặt Nguyên: "Em vẫn là vợ anh. Không có gì thay đổi".. nhưng nàng thôi. Nguyên sẽ hiểu và phải hiểu như thế.

Cả hai như những chiếc bóng trong căn nhà đã từng là tổ ấm nơi hạnh phúc tràn trề.

Bây giờ những câu nói trao đổi giữa hai vợ chồng là những thận trọng trong từng lời nói, dè giữ như thăm dò và cả.. dối trá nếu cần thiết!

Đến ngày thứ ba sau khi được giải thoát, Nguyên đưa Hoài lên sở cảnh sát theo sự yêu cầu của ban điều tra.

Hoài đeo đôi kính đen lớn che gần hết khuôn mặt ngồi cạnh Nguyên trong xe. Những họng kính của các máy ảnh thi nhau chĩa vào nàng. Qua cửa kính xe đóng kín Hoài nhìn thấy những cái miệng mấp máy cho những câu hỏi. Đó là những câu hỏi có thể là tàn nhẫn hay thương cảm nhưng ném vào Hoài như những cơn mưa tạt vào làm nàng ướt đẫm, lạnh băng và như muốn lột trần Hoài để tìm tòi.. Có khác gì Nguyên cũng đang muốn làm như thế nhưng không nói ra..

Và rồi những phóng viên lên xe đuổi theo. Hoài chỉ nghỉ làm việc có 2 tuần, thế rồi lúc trở lại làm việc thì sao? Nàng sẽ bị quấy rối đến bao giờ? Còn Lữ? Anh ta làm gì, suy nghĩ gì trong xà lim? Có hối tiếc vì hành động cuồng dại của mình hay chăng?

Vào trong sở cảnh sát, Hoài tháo kính ra, mặt nàng phờ phạc, mệt mỏi hơn lúc còn bị giam cầm trong nhà Lữ.

Nguyên nắm tay Hoài bóp mạnh như thêm sức lực cho nàng.

Họ vào trong một căn phòng nhỏ có chiếc bàn rộng và vài cái ghế.

Hoài nghĩ thầm nàng còn phải trải qua bao nhiêu lần như thế này rồi mới được trả về đời sống bình thường?

Nhìn họ mặc thường phục, Nguyên nghĩ chắc đây là những thám tử?

Quả đúng như vậy. Một người trung niên đeo kính có ria mép tự giới thiệu:

"Perry, tôi là thám tử và là người của ban điều tra".

Chỉ sang 2 người khác, ông ta nói luôn:

"Còn đây là những đồng sự của tôi. Dan, Garner"

Hoài và Nguyên hơi nhếch mép. Ban điều tra bắt tay Hoài và Nguyên.

Perry nói trước tiên:

"Chúng tôi biết bà đã trải qua những ngày giờ sợ hãi.. nhưng để cho ông bà yên tâm, tất cả những chứng cớ trong ngôi nhà đó đã đủ yếu tố buộc tội kẻ bắt cóc bà. Hiện chúng tôi đã giam giữ anh ta. Bà không còn phải lo âu gì nữa. Anh ta không được đóng tiền thế chân gì hết. Vụ này sẽ kết thúc nhanh chóng. Dĩ nhiên mọi người phải ra tòa, anh ta phải bị xét xử. Nhân chứng duy nhất trong vụ này là.. bà..."

Hoài như muốn nghẹt thở. Nàng không muốn phải nhìn thấy Lữ. Nàng không ghét Lữ. Chính Hoài cũng không hiểu tại sao hay nàng không muốn tự phân tích chính mình? Nhưng điều làm Hoài sợ hãi khi nhìn thấy Lữ chỉ vì nàng sợ mình sẽ thương hại Lữ. Nàng sợ ánh mắt, cái nhìn điên dại của Lữ. Hoài hiểu Lữ.. yêu mình! Nàng sợ tình yêu đó!

Viên thám tử tên Perry dường như hiểu phần nào tâm trạng sợ hãi của Hoài. Tất cả những nạn nhân đều sợ phải đối mặt với kẻ đã đe dọa mình.

Bóng tối

Ôngta nói với giọng ôn hòa hơn:

"Tôi nghĩ phiên tòa không kéo dài lâu. Bà cần có luật sư riêng để cố vấn cho bà. Phía bên tội phạm anh ta cũng có luật sư riêng. Trừ phi hai bên thỏa thuận và đi đến chung cuộc là để chánh án quyết định sau cùng thì sẽ không cần bồi thẩm đoàn. Đó là với trường hợp bị can nhận tội để được giảm khinh. Nhưng thường chẳng ai nhận tội cả"

Hoài nhìn Nguyên. Chồng nàng lên tiếng:

"Chúng tôi sẽ tìm luật sư cố vấn. Chúng tôi muốn vụ này kết thúc càng sớm càng tốt"

Hoài không nói gì. Nhưng nàng hiểu mình phải ra tòa, phải đối diện với Lữ, phải nghe những câu hỏi của cả hai bên. Nàng sẽ bị "nướng" cho tơi tả. Và rồi sau bao năm trong tù, lúc mãn hạn tù, Lữ có còn đeo đuổi những ảo tưởng về mình nữa hay không? Hay cả đời lúc nào Hoài cũng phải sống trong phập phồng lo sợ..?

Viên thám tử Perry gật đầu:

"Chúng tôi sẽ liên lạc với ông bà nếu có gì mới lạ trong vụ này. Trong thời gian hiện tại, chúng tôi khuyên ông bà không nói chuyện gì với ai. Vì khi nói chuyện với ai khác, những người đó sẽ bị gọi ra tòa làm nhân chứng và thêm rắc rối.."

Hoài và Nguyên gật đầu tỏ ý hiểu.

Họ bắt tay nhau từ giã. Hoài khoác tay Nguyên. Cái khoác tay gần gũi ẩn ý "Anh hãy ở bên em". Nàng chợt nghĩ có lẽ như một vết thương phải bị xé toạc ra cho chảy hết những mủ và những chất độc rồi vết thương mới lành. Nàng phải mạnh mẽ lên để vượt qua.

*

Nguyên tìm luật sư không khó vì vụ Hoài bị bắt cóc đã quá nổi. Bất cứ luật sư nào dính vào vụ này cũng sẽ được biết đến nhiều hơn.

Như lời viên thám tử Perry đã nói, họ có đủ chứng cớ để buộc tội nên không có gì phải lo ngại.

Chàng liên lạc với một tổ hợp luật sư, họ chỉ định một luật sư cho Hoài. Đây là một luật sư Mỹ gốc Việt Nam tên Larry Trần.

Ngay sau khi ký giấy tờ hợp đồng với tổ hợp luật sư đại diện cho Hoài, nàng đã gặp gỡ luật sư của mình.

Đó là một luật sư Việt Nam còn trẻ, chắc trong khoảng 35, 36 tuổi. Hoài đã vào website của tổ hợp tìm hiểu về người luật sư của mình.

Luật sư Larry Trần tốt nghiệp tại trường đại học danh tiếng NYU ở New York. Nhưng kinh nghiệm hành nghề mới chừng 5 năm.

Hoài muốn hỏi người luật sư của mình xem có cách nào nàng không phải lên làm nhân chứng duy nhất và bị cả hai bên "quay" hay không một khi đã có đủ yếu tố buộc tội?

Và câu hỏi đầu tiên Hoài đưa ra là nàng muốn tránh phải bị tra hỏi từ hai phía.

Nhưng luật sư Trần -ông ta không nói được tiếng Việt- cho biết:

"Tôi và bà cần nói chuyện với nhau trước khi tôi có thể trả lời cho bà biết là tôi có làm chuyện đó được không. Tôi nghĩ chuyện đó khó vì bà là nhân chứng duy nhất"

Hoài gật đầu:

"Tôi hiểu"

Luật sư Trần đưa mắt nhìn Nguyên và nói:

"Vậy tốt. Chúng ta có thể bắt đầu ngay với sự có mặt của chồng bà. Điều này có gì trở ngại không đối với bà?"

Hoài lắc đầu, nắm tay Nguyên:

Bóng tối

"Tôi muốn chồng tôi ở bên cạnh tôi"

Nguyên hồi hộp. Đầu chàng nóng bừng lên và tự hỏi "Mình có muốn nghe hay không?". Nhưng chàng tự trấn tĩnh và bóp tay Hoài.

Quay sang nhìn Hoài, vị luật sư nói:

"Những câu hỏi tôi đặt ra đây cũng không khác gì những câu hỏi mà bà sẽ nghe trong phiên xử. Có thể chúng tôi sẽ đặt nhiều câu hỏi làm như chúng tôi là luật sư phía bên kia hỏi bà. Như vậy sẽ rất tốt vì giúp cho bà quen hơn và tập đối đáp. Đừng quên phía bên kia sẽ chụp bất cứ sơ hở nào để làm lợi cho bị cáo"

Hoài gật đầu.

Luật sư Larry Trần nói tiếp:

"Bà nên nhớ tôi là luật sư cố vấn cho bà. Tôi đứng về phía bà và bảo vệ bà. Nhưng.. bà không nên giấu hay giữ lại bất cứ chi tiết nào. Vì nếu bà nói không đúng, mà bên kia tìm được những điều bà không cho chúng tôi biết thì sẽ cản trở và gây rối rất nhiều và làm hại cho bà. Nên, tốt nhất là thẳng thắn, bà hiểu chứ?"

Hoài gật đầu.

"Tôi hiểu tất cả những điều này, ông không cần phải giải thích thêm"

Luật sư Trần gật gù và đi vào đề luôn:

"Kẻ bắt cóc là bệnh nhân của bà?"

"Đúng vậy"

"Trước khi là bệnh nhân bà có quen biết gì anh ta trước đó không?"

"Tôi không quen biết gì người này.Anh ta chỉ là bệnh nhân của tôi"

"Bệnh nhân trong bao lâu?"

326

"Tôi không nhớ rõ, phải xem hồ sơ mới biết chính xác, nhưng khoảng chừng vài tháng"

"Nửa năm, gần 1 năm?"

Hoài nhíu mày rồi trả lời:

"Có nhiều bệnh nhân nên tôi không nhớ lắm, chắc chừng 4, 5 tháng.."

"Người này đến bà vì lý do gì?"

"Tôi có phạm vào việc tiết lộ bí mật riêng tư của bệnh nhân không?"

"Tôi nghĩ là không trong trường hợp này vì bà là nạn nhân mà anh ta là bị cáo, hiện đang bị giam giữ không được quyền đóng tiền để tại ngoại hậu tra"

Hoài hơi ngần ngừ:

"Anh ta.. là một nhà văn.. và anh ta lẫn lộn giữa chính bản thân anh ta và một nhân vật trong truyện của anh ta đang viết"

"Ngoài vấn đề đó ra còn chuyện gì khác không?"

Hoài lắc đầu.

Luật sư Trần nói:

"Bà phải trả lời Có hay Không chứ không thể gật đầu hay lắc đầu được"

Hoài trả lời:

"Không. Chỉ có vậy"

"Tôi đọc hồ sơ điều tra của cảnh sát thấy có nhắc đến chuyện bà nhận được những bình hoa gửi tặng. Có phải những bình hoa này do anh ta gửi đến không?"

Bóng tối

"Đúng vậy"

"Làm sao bà biết là do anh ta gửi đến mà không phải là do người khác gửi tặng?"

"Anh ta nói với tôi"

"Nói bao giờ?"

"Lúc.. tôi bị bắt cóc"

"Tự nhiên anh ta thú nhận là đã gửi hoa cho bà?"

"Không, tôi hỏi"

"Tại sao bà hỏi như vậy?"

Hoài hơi lúng túng tìm câu trả lời.

Luật sư Trần nói:

"Bà cứ suy nghĩ rồi trả lời.Khi ra tòa cũng vậy, không ai hối thúc bà phải trả lời ngay. Phải suy nghĩ rồi mới trả lời".

"Chuyện này hơi dài giòng.. Khi tôi tỉnh dậy.. thấy mình đang nằm trên một chiếc giường ngủ phủ đầy cánh hoa.. Điều này làm tôi hỏi anh ta"

Tim Nguyên như thắt lại. Những tiếng giường ngủ, cánh hoa.. làm mặt chàng nóng bừng lên.

Luật sư Trần tiếp tục hỏi Hoài:

"Vào ngày bà bị anh ta bắt cóc, anh ta có đến gặp bà như một bệnh nhân?"

"Đúng vậy"

"Hôm đó anh ta có gì khác lạ hơn mấy lần trước không?"

Hoài hít một hơi thật mạnh trước khi trả lời:

328

"Có.. anh ta mời tôi đi ăn cơm tối"

"Lần đầu tiên mời bà như vậy?"

"Không. Đây là lần thứ nhì"

"Bà nói lần thứ nhì, tôi đoán lần đầu bà từ chối?"

"Đúng thế"

"Rồi lần thứ hai bà từ chối hay nhận lời?"

"Tôi vẫn từ chối"

Nói xong Hoài thấy nhẹ bớt hẳn người, làm như nàng đã nói ra được những điều cần nói. Nhưng mải chỉ nghĩ đến mình, Hoài không để ý đến tay Nguyên đang bóp tay nàng quá mạnh. Hoài cũng không thấy đau.

"Phản ứng anh ta ra sao?"

"Anh ta nài nỉ"

"Rồi sao?"

"Chẳng sao cả. Anh ta đi về. Tôi có bệnh nhân kế tiếp sau đó"

"Trước giờ có bệnh nhân nào mời bà đi ăn như vậy không?"

"Chưa bao giờ"

"Bà có thấy khác lạ không?"

"Tôi không để ý" Hoài biết mình nói dối. Nhưng những điều nàng nghĩ, nàng suy tưởng, ai là kẻ có thể biết được ngoại trừ chính Hoài.

"Hôm đó tại sao bà về muộn hơn thường lệ?"

"Tôi có nhiều hồ sơ bệnh lý phải viết cho xong vì đã là ngày cuối tuần. Tôi có thói quen giải quyết mọi việc vào cuối tuần"

Bóng tối

"Khi bà ra về thì theo lời khai của bà ở sở cảnh sát, anh ta trở lại văn phòng bà và uy hiếp bà, đúng không? Bà có thể kể lại lần nữa được không? Bà đừng quên một điều, tất cả những lời khai ở sở cảnh sát và khi ra tòa phải ăn khớp với nhau"

"Khi tôi đi ra về thì anh ta trở lại"

"Lý do?"

Hoài suy nghĩ. Nàng phải nói hết cho dù đó là những câu nói rất ngây ngô.. của một kẻ.. si tình!

"Anh ta bảo anh ta để quên.."

"Anh ta quên gì trong văn phòng bà?"

Hoài thở dài thầm. Nàng cũng phải nói thôi:

"Anh ta bảo với tôi.. anh ta để quên con tim"

Mặt Nguyên như xạm lại. Mồ hôi chàng toát ra. Còn nhiều điều kinh khủng gì nữa đây?

Không phải Hoài bối rối mà chính viên luật sư hơi có vẻ lúng túng vì câu trả lời bất ngờ của Hoài.

"Người bệnh nhân này mê bà?"

"Phải.. nhưng lúc đó tôi nghĩ là anh ta nói đùa"

"Ở sở cảnh sát bà có khai như vậy không?"

"Không, vì họ không hỏi tôi chi tiết như ông hỏi"

"Anh ta áp lực bà đi theo anh ta ra sao?"

"Vào đến thang máy, anh ta dí súng vào người tôi"

"Anh ta nói gì?"

"Chẳng nói gì cả.."

"Và bà đi theo anh ta?

Hoài cãi:

"Tôi bị dí súng vào người, tôi sợ chứ"

Luật sư Trần gật đầu trước câu trả lời của Hoài.

"Bà trả lời như vậy tốt lắm"

Luật sư hỏi tiếp:

"Sau đó ra sao?"

"Anh ta uy hiếp tôi lên xe"

"Bà cứ kể tiếp"

Hoài như phải đi trở lại những giờ phút mà nàng nghĩ cả đời sẽ không thể nào quên được.

".. Anh ta.. đẩy tôi vàotrong xe.. và.. trói hai tay tôi.. cũng như trói cả chân tôi.. Liền sau đó tôi bị chụp thuốc mê và không biết gì nữa.."

"Bao lâu sau thì bà tỉnh lại?"

"Tôi không biết.. nhưng chắc chắn không phải sang ngày hôm sau.."

"Tại sao bà chắc chắn như vậy?"

"Bởi vì.. anh ta dọn cho tôi ăn tối.. khi tôi tỉnh lại"

"Bà cứ kể tiếp đi. Chuyện gì đã xảy ra sau đó? Y có uy hiếp bà không?"

"Không... Anh ta cho tôi ăn, để tôi ở riêng một phòng"

Vị luật sư và Nguyên yên lặng nghe Hoài nói. Chẳng ai lên tiếng.

Bóng tối

"Anh ta.. giam cầm tôi trong căn nhà đó. Mọi cửa sổ và cửa ra vào đều khóa. Phòng tôi ngủ tôi có thể khóa bên trong. Tôi chỉ ra ngoài phòng ngủ khi ăn. Phần lớn là tôi khóa cửa phòng và trốn ở trong đó"

"Anh ta có thái độ mạnh bạo gì với bà không?"

Nguyên hồi hộp chờ nghe câu trả lời của Hoài.

"Không"

"Bà có ý tưởng tìm cách trốn thoát không?"

"Có chứ, dĩ nhiên. Nhưng trong nhà đó anh ta dấu hết mọi dao, kéo.. Vả lại lúc nào y cũng ở nhà làm saotôi có cơ hội?"

"Trong bản báo cáo của sở cảnh sát bà nói y không bắn súng bao giờ dù có súng. Bà có thể giải thích được không?"

"Khẩu súng y dùng để uy hiếp tôi không có đạn.. Tôi không biết điều này cho đến khi tôi tìm được khẩu súng đó trong ngăn kéo phòng ngủ.. Tôi.. cầm súng hăm dọa y.. nhưng y đã cười ngạo và bảo tôi súng không có đạn và y chưa bao giờ biết bắn súng.."

"Vậy y muốn gì? Y có nói cho bà biết không?"

".. Y muốn giữ tôi ở đó.. và y nghĩ y sẽ chinh phục được tôi. Nhưng tôi bảo với y dù y có giam giữ tôi đến bao lâu cũng vậy thôi. Tôi muốn trở về với gia đình chồng con tôi"

"Thái độ y ra sao khi nghe bà nói như vậy?"

"Ù lì, y xem những lời nói của tôi như không.."

"Y không đe dọa bà?"

"Không"

"Hoàn toàn không?"

"Hoàn toàn không!"

"Tôi nghĩ hôm nay thế là quá đủ. Tôi sẽ liên lạc lại với ông bà cho biết những diễn tiến ra sao. Nhưng công tố viện sẽ phỏng vấn bà là nạn nhân trong vụ bắt cóc này. Tôi chỉ là luật sư cố vấn cho bà giúp ý kiến cho bà, nhưng chính là công tố viện, bà hiểu không? Công tố viện cũng sẽ hỏi những câu hỏi tương tự như tôi đã hỏi bà"

Hoài như trút được gánh nặng đeo bên mình.

Lúc đi về Nguyên khoác vai vợ. Hoài thấy nhẹ hẳn người. Tối nay có lẽ cả nàng và Nguyên sẽ ngủ yên.

Chương 32

Tay bị trói, ngồi trong xe cảnh sát bít bùng, Lữ vẫn không tin những điều vừa xảy ra.

Hoài như một vật quý giá vuột khỏi tay chàng. Người ta mang Hoài đi. Giấc mơ của Lữ và Hoài đã bị người ta cướp mất. Còn Đoàn đâu? Tiếng nói của Đoàn trong đầu chàng sao nay tắt ngấm? Tại sao Hoài lại để cho người ta mang nàng đi?

Phần đoản khúc cuối trong bản Vocalise vang lên đâu đó trong đầu chàng, trong tim Lữ, thiết tha, ray rứt làm chàng nhắm nghiền mắt như tìm một chỗ trú ẩn trong bài hát bất hủ của Sergel Rachmaninoff. Mái tóc đen của Hoài quyện lấy những nốt nhạc như quấn lấy Lữ không cho chàng thoát ra..

Xe ngừng. Lữ mở mắt ra.

Hai người cảnh sát lôi Lữ đi vào bên trong.

Họ giam Lữ chung với những tội phạm khác.

Những cặp mắt của tội ác đang chăm bẳm nhìn Lữ như bóc trần xem tội ác của Lữ ra sao, gớm ghê đến đâu trên khuôn mặt không mang dấu vết của nhọc nhằn kinh khiếp nào.

Lữ ngồi xuống một góc khuất, nhắm mắt nếu không muốn nói là chờ đợi những rủi ro có thể xảy đến ở nơi này..

*

Ra khỏi tiệm ăn, David lái xe về nhà thoải mái. Vào phòng khách David cởi cà-vạt, quăng áo khoác lên ghế bành, rót một ly rượu tự thưởng cho mình. Hợp đồng béo bở giữa Lữ và Gary cùng tác giả

Gerritsen mang lại cho David những con dấu đồng thơm phức. Thật khỏe ru, chẳng phải làm gì cả mà lại có tiền!

Nằm dài trên ghế sofa, David đưa tay bấm mở Tivi như thói quen hàng ngày. Màn hình tivi của CNN hiện lên. Gương mặt Lữ đập vào mắt David. Mắt anh ta mở lớn, miệng hơi mở nhưng không có âm thanh nào vuột ra. David nhìn trừng trừng vào màn hình tivi đang chiếu cảnh những đèn xe cảnh sát chớp nháy liên tục, Lữ bị trói quặt tay ra phía sau, kẹp giữa hai người cảnh sát.

Đúng là Lữ! Vẫn cùng bộ quần áo trên người mà mới đây cả David và Lữ gặp nhau trong cuộc họp với Gary về hợp đồng mới.

Những âm thanh từ chiếc tivi mỏng dính gắn trên tường như xác định về những ngờ vực của David. Đúng là người, đúng là Lữ, nhưng còn nguyên nhân bị bắt giữ là một điều không tưởng! Lữ phạm tội bắt cóc và giam giữ người trái phép! Không thể tưởng tượng được!

David mở lớn âm thanh. Anh ta ngồi bật dậy, mắt không rời màn hình tivi.

Vừa lúc đó chuông điện thoại reo. Mắt vẫn theo dõi những tường thuật và hình ảnh trên ti vi, David nghe điện thoại.

Tiếng Gary cũng sửng sốt không kém bên đầu giây:

"Có xem ti vi chưa?"

"Tôi.. đang xem.."

"Anh có thể giải thích cho tôi hiểu được không? Tôi không thể nào tin nổi!"

David lắp bắp:

"Chắc.. có sự nhầm lẫn.. Tôi cũng không tin. Lữ là người đàng hoàng.."

Bóng tối

"Anh vừa mới xem ti vi hay xem nãy giờ?"

"Tôi vừa về đến nhà, vừa mới mở ti vi.."

"Vậy là anh xem nửa chừng. Không có gì là nhầm lẫn cả vì người bác sĩ bị bắt cóc đã trốn thoát và tố cáo Lữ"

Những lời nói của Gary như những mũi dao khoét những dấu đồng hồi nãy đang lấp lánh trong đầu David nay rơi rụng lả tả! Anh ta lặng im không nói gì được nữa..

"David!" Tiếng Gary gọi trong điện thoại "Anh có nghe tôi nói không?"

"Vâng, vâng tôi đang nghe.."

"Bây giờ anh tính sao?" Giọng Gary có vẻ gắt gỏng và bực tức.

David thở dài:

"Anh muốn tôi làm gì?"

"Tìm người khác làm thế vì hợp đồng tôi đã ký với Gerritsen"

"Tìm người ngay đâu phải dễ. Bây giờ vấn đề là làm sao giúp cho Lữ thoát khỏi vụ này"

"Anh nói đùa? Đó là chuyện của nó không phải là chuyện của mình.Tôi không làm ăn với những kẻ phạm pháp. Bộ anh không nghĩ đến chuyện nó khai ra là làm việc với mình là cũng đủ rắc rối cho tôi sao?"

"Nhưng tội nghiệp nó, tôi nghĩ Lữ cũng không đến nỗi nào"

"Anh muốn giúp nó là chuyện của anh. Đối với tôi hợp đồng nó ký với tôi coi như không có vì bây giờ nó sẽ vào tù và không còn làm việc cho tôi thì hợp đồng đó coi như hủy. Anh đừng lôi thôi nữa. Tôi chán lắm rồi. Tìm cho tôi người khác càng sớm càng tốt, hiểu chưa?"

David nuốt nước bọt, đáp:

"Vâng, để tôi tìm"

"Nhớ là càng sớm càng tốt"

Nói xong Gary cúp máy.

David ngồi thừ người. Tìm người khác viết lại bản thảo cho phim cũng dễ thôi nhưng lâu nay làm việc với Lữ quá quen thuộc, dễ dàng. Anh ta không bao giờ có thể tưởng tượng được Lữ là một kẻ phạm pháp!

Màn hình ti vi của đài CNN vẫn tiếp tục quay đi quay lại tin đó. Lữ hiện đang bị giam ở nhà giam của thành phố trong lúc chờ xét xử.

"Mình phải đi thăm hắn thôi!" David nghĩ thầm.

*

Hôm sau David vào nhà giam tìm gặp Lữ.

Đây là lần đầu tiên David đến nhà giam để thăm.. một người bị bắt giữ.

Điều đầu tiên David bị hỏi là anh ta có ở trong danh sách được thăm của người đang bị giam giữ hay không? Dĩ nhiên là không! Việc đi thăm lại có giờ giấc nhất định, không phải lúc nào muốn vào thăm cũng được. Đã vậy còn hạn chế số người vào thăm. Dĩ nhiên chỉ trừ luật sư là có quyền vào thăm phạm nhân bất cứ lúc nào, 24 trên 24.

"Trong danh sách được vào thăm anh ta có nhiều người không?"

Người phụ trách nhìn David rồi lắc đầu:

"Không có ai cả. Có thể vì phạm nhân mới vào"

David phân vân hỏi lại:

"Người bạn tôi làm sao có thể tìm luật sư?"

Bóng tối

Người phụ trách nhún vai:

"Luật sư sẽ tìm đến, thiếu gì!"

David không hỏi gì thêm nhưng càng nghĩ càng thấy tội nghiệp cho Lữ. Tại sao lại xảy ra như vậy?

Trở lại về nhà, David tìm tòi những gì liên quan đến vụ bắt giữ Lữ để tìm hiểu thêm.

Theo điều tra sơ khởi, Lữ là bệnh nhân của người nữ bác sĩ tâm lý. Bà ta bị Lữ bắt cóc.

Lữ có vấn đề về tâm lý sao? David lắc đầu. Trông Lữ rất bình thường. Quen biết Lữ nhiều năm qua, có gì khác thường về anh ta đâu? Cũng có nhiều bạn gái, rồi bỏ. Chưa bao giờ thấy Lữ nói về gia đình anh ta. Nhưng một điều chắc chắn David biết, Lữ chưa bao giờ lấy vợ.

Thật khó mà hiểu được lòng người!

Có thể Lữ sẽ để tên David vào danh sách được thăm nom và anh sẽ vào gặp Lữ được.

Chương 33

Không phải chỉ mình David, Gary và những người khác biết Lữ bị bắt giữ, nhưng gia đình Lữ cũng đã hay tin.

Bà mẹ Lữ là người đầu tiên bay về thăm con trai. Bố Lữ từ chối không đi vì đối với ông "thằng con" này đã biến mất khỏi cuộc đời ông và gia đình từ lâu.

Lữ nhớ lại khi mẹ mình vào thăm, bà đã ôm lấy Lữ, khóc ngất, kể lể, than thở làm Lữ thấy hối hận đã làm cho mẹ mình buồn và rơi lệ. Nhưng chàng thấy mọi người không hiểu và nhìn chàng như kẻ phạm tội. Lữ bị bắt oan uổng. Chàng có làm gì đâu?

Trong những ngày ở chỗ tạm giam, Lữ chỉ mơ tưởng được Hoài vào thăm. Những luật sư tìm đến nhưng Lữ từ chối. Tại sao chàng cần phải có luật sư? Chàng có làm gì phạm đến Hoài đâu? Chỉ có Đoàn lại xuất hiện và luôn luôn ở bên cạnh Lữ. Đoàn luôn luôn nói chuyện với Lữ. Lắm lúc chàng mơ được ngồi viết nốt tiểu thuyết của mình, được sống với tiểu thuyết và quên đi những cặp mắt cú vọ đầy đe dọa của những tên tội phạm trong cùng phòng.

Ngày hôm nay gia đình Lữ mướn một luật sư để bào chữa cho chàng. Lữ bị từ chối không được đóng tiền thế chân để tại ngoại hậu tra, đó là lời của luật sư biện hộ. Chàng không quan tâm. Lữ đã có Hoài trong căn nhà của mình, dù chỉ là vài ngày ngắn ngủi, nhưng chàng đã sống được với những ước muốn của mình.

Trong phòng tạm giam chật chội, Lữ đã bị ăn đòn vô cớ. Nhưng chỉ là những đòn dằn mặt không đến nỗi thương tích để phải chuyển đi. Bóng tối, phòng giam và những kẻ tội phạm đã làm cho Đoàn mạnh mẽ hơn để Lữ tìm nơi ẩn náu.

Bóng tối

Đoàn không chỉ ở trong đầu Lữ nhưng Đoàn đã thoát ra khỏi Lữ, biến ánh mắt hoang dại của Lữ thành những tia nhìn sắc bén tỏa ngọn lửa hung hãn. Chính những cái nhìn dữ tợn của Đoàn đã làm những kẻ chung quanh e dè. Lữ được để yên, mặc cho Đoàn chiếm đoạt mình.

Ông Graham Flood là luật sư biện hộ cho Lữ. Đứng tuổi và nghiêm nghị, có lẽ ông ta chỉ nhiều hơn Lữ 7, 8 tuổi là cùng. Nhưng vẻ mặt khắc khổ của vị luật sư làm ông ta già hơn.

Lần thứ ba khi ông ta trở lại trại tạm giam gặp Lữ mới có kết quả khá hơn vì Lữ chịu nói. Hai lần trước Lữ chỉ nhìn ông ta, hỏi gì chàng cũng không trả lời. Lữ chỉ nhìn vào khoảng không đàng sau lưng ông ta và bất hợp tác.

Khi vị luật sư nói với Lữ:

"Tôi chỉ có thể giúp anh nếu anh chịu hợp tác. Mẹ của anh lo cho anh, gia đình anh mướn tôi bào chữa cho anh. Nếu anh không nghĩ tới anh thì anh cũng phải nghĩ tới những người thân của anh, nhất là mẹ anh.."

Chữ "mẹ" dường như lay động Lữ. Hình ảnh mẹ loáng thoáng đâu đây, tiếng mẹ khóc tỉ tê, rấm rứt như mưa nhỏ thấm đất, êm đềm mà ướt át. Lữ nhìn người luật sư. Chàng hỏi:

"Ông muốn tôi làm gì?"

"Trả lời những câu hỏi của tôi"

"Tôi nghe" Lữ nói mà đầu óc chàng lùng bùng. Nhiều tiếng động ồn ào trong tai chàng làm Lữ nhăn mặt.

Vị luật sư quan sát Lữ:

"Anh có biết tại sao anh bị bắt không?"

Lữ gật đầu:

340

"Biết. Nhưng tôi có làm gì sai đâu? Tôi không hề xúc phạm đến cô ấy. Tôi rất kính trọng cô ta"

"Tại sao anh bắt cóc cô ta?"

"Nếu không cô ấy sẽ không chịu đi với tôi"

"Trước luật pháp, cưỡng bách người khác là một cái tội"

Lữ không nói gì. Chàng ngồi đó nhưng nhắm mắt lại.

"Anh có hiểu điều đó không?"

Lữ vẫn không nói gì.

"Khi giam giữ cô ta trong nhà ngoài ước muốn của cô ấy đã là một trọng tội"

Những lời nói của ông ta nghe nhàm chán. Lữ nhắm mắt lại như ngủ. Chàng tự hỏi: "Đoàn đâu rồi?"

Vị luật sư hỏi tiếp:

"Anh viết tiểu thuyết?"

Lữ mở choàng mắt gật đầu.

"Tại sao anh phải đến gặp người bác sĩ đó? Anh có vấn đề gì?"

Lữ nhìn người luật sư như thách thức.

"Tôi.. bị ám ảnh về câu chuyện mình đang viết"

"Cô ta có giúp anh giải quyết được vấn đề không?"

Lữ lắc đầu:

"Không!"

"Tại sao?"

Bóng tối

Hình như khi nhắc đến tiểu thuyết của mình Lữ thấy tỉnh táo hơn. Chàng chớp mắ tnhiều lần. Lữ như được mang trở lại thực tại. Chàng đáp:

"Cô ta đi vào tiểu thuyết của tôi"

"Giúp tôi hiểu rõ hơn được không?"

"Cô ta đã trở thành nhân vật chính trong câu chuyện".

Người luật sư chăm chú nghe:

"Cứ kể cho tôi nghe về tiểu thuyết của anh"

Lữ kể về tiểu thuyết của mình viết nhưng thật ra chàng đang kể về mình:

"Cô ta trở thành người tình của tôi. Chúng tôi có một tình yêu tuyệt vời, không có.. những nhơ bẩn trần tục. Không phải tôi chiếm đoạt cô ta mà chính cô ấy đã chiếm đoạt tôi.. Cô ta cho tôi biết thế nào là tình yêu ban sơ nhưng cuồng nhiệt. Cô ta là ngọn đuốc thiêu cháy tôi..."

Nói đến đây Lữ nhắm mắt lại. Chàng nhớ đến phần mình đã viết hay sự thật đã xảy ra như vậy khi Lữ và Hoài yêu nhau trên chiếc giường phủ đầy hoa. Những cánh hoa hồng thơm ngát quyện lấy thân hình kiều diễm của Hoài. Nàng đã đưa Lữ lên đến tột đỉnh của mọi cảm xúc mà một con người có thể có được... Hai người đã biến vào trong nhau, hòa hợp làm một..

Có lẽ nét mặt của Lữ thể hiện một vẻ gì khác lạ làm vị luật sư lên tiếng hỏi:

"Trong tiểu thuyết, anh có làm hại cô ta không?"

"Không, tôi trân trọng và tôn thờ cô ta. Tôi sẽ sẵn sàng xả thân cho cô ta. Đoàn cứ.. thúc dục tôi chiếm đoạt cô ta một cách.. điên cuồng và hung bạo.. Nó muốn cô ta trở thành nô lệ cho nó nhưng tôi không bao giờ nghe.. "

Vị luật sư cau mày hỏi:

"Đoàn là ai?"

"Là nhân vật nam chính trong tiểu thuyết của tôi"

"Vậy cả anh và Đoàn đều có trong tiểu thuyết và cùng.. yêu cô ta?"

Lữ tự dưng thấy thích thú khi nói chuyện với người luật sư này. Chàng đáp:

"Đúng vậy! Thế mà Hoài không hiểu.. Đoàn lúc nào cũng muốn sở hữu cô ta và bắt cô ấy phải tuân phục nó. Tôi cứ phải bảo vệ cô ta bằng cách này hay cách khác.."

"Đoàn là người như thế nào?"

"Anh ta có cá tính rất mạnh mẽ và thích làm theo ý mình, không kể đến hậu quả miễn là đạt được mục đích"

"Đoàn có ý định diệt trừ anh không?"

"Nếu tôi không ngăn nổi nó thì nó sẽ.. giết tôi, giết cả cô ấy.."

"Kết thúc của tiểu thuyết anh ra sao?

".. Tôi chưa viết xong.. Tôi không muốn hoàn tất.."

Đến đây thì người luật sư hiểu ông ta sẽ phải làm gì để bào chữa cho Lữ.

Ông ta nói nhẹ nhàng:

"Nếu anh nhận tội thì sẽ không cần có phiên tòa xét xử, không có bồi thẩm đoàn."

"Tôi chẳng có tội gì cả. Yêu đâu phải là tội"

Người luật sư thừa biết câu trả lời của Lữ nên nói tiếp:

Bóng tối

"Tôi sẽ xin Tòa cho phiên xử sớm hơn. Hiện tại anh cần gì anh cho tôi biết. Điều gì giúp anh được tôi sẽ giúp anh"

Lữ nhìn người luật sư, chàng thấy có cảm tình với ông ta:

"Tôi muốn được gặp cô ta"

"Chuyện đó không thể xảy ra. Anh sẽ gặp cô ta trong phiên xử tại tòa án"

Trước khi đứng lên, vị luật sư nhìn Lữ ái ngại:

"Trong trại tạm giam anh có bị đe dọa không?"

Lữ thản nhiên đáp:

"Có, nhưng Đoàn bảo vệ tôi. Lúc nào anh ta cũng ở cạnh tôi"

Chương 34

Văn phòng của Hoài tạm đóng cửa thêm 1 tuần lễ nữa vì Hoài cần thời gian cho đầu óc được ổn định hơn.

Nhưng khi nhận được điện thoại của luật sư Trần báo tin ngày giờ của phiên tòa xử, Hoài chới với. Nàng nghĩ mình chưa sẵn sàng trở lại làm việc, hay nói cách khác, nàng chưa thể đối diện với ai khác ngoài chồng con nàng.. và luật sư Trần.

Hoài thầm cám ơn Nguyên đã hiểu nàng và chăm sóc Hoài. Hơi một tiếng động mạnh trong nhà cũng làm Hoài sợ. Ban ngày khi Nguyên đi làm, Kim đi học, nàng tự nhốt mình trong phòng ngủ. Mặc dù biết là Lữ đã bị giam giữ nhưng Hoài vẫn sợ. Sợ phải trải qua những giây phút đã trở thành một nỗi ám ảnh gắn sâu vào tâm thức.

Tiếng chuông điện thoại làm Hoài giật mình.

Nàng bấm nút nghe.

Đầu dây bên kia tiếng luật sư Trần nghe rõ như ông ta đang ngồi trong phòng với Hoài:

"Bà OK không? Mọi sự tạm ổn thỏa chứ?"

"Tôi.. chưa trở lại làm việc được.."

"Phải một thời gian. Sau phiên xử, chắc chắn y sẽ bị giam giữ, bao lâu thì không biết. Nhưng với đầy đủ chứng cớ như vậy, bà yên tâm đi, y sẽ phải nhận trách nhiệm cho hành động sai trái của mình"

Hoài buồn rầu nói:

"Tôi cũng hy vọng như vậy.."

Bóng tối

"Bà sẽ trở lại với cuộc sống thường nhật sau khi chuyện này được giải quyết xong. Điều tôi hơi lo ngại là bà sẽ phải trải qua những giây phút.. không được dễ chịu trong phiên xử.. Công tố viện cũng sẽ hỏi những câu hỏi tương tự như tôi đã hỏi bà trước phiên tòa. Đây là một vụ hình sự nên công tố viện được chỉ định và công tố viện là người sẽ trình bày trước tòa những chứng cớ để buộc tội. Tôi chỉ giúp ý kiến bà, sửa soạn cho bà và có mặt trong phiên xử mà thôi"

"Tôi mong cho mọi chuyện sớm kết thúc"

"Bà cần hỏi gì nữa không?"

"Trong phiên xử, có bồi thẩm đoàn không?"

"Có chứ, 12 người. Trừ phi bên kia nhận tội thì khỏi có phiên xử, khỏi có bồi thẩm đoàn"

".. Bên kia có nhận tội không? Tôi hỏi câu này là thừa phải không?"

"Không, anh ta tuyên bố mình vô tội"

"Vậy bồi thẩm đoàn sẽ là những người quyết định?"

"Có thể nói như vậy. Nhưng vụ này quá rõ ràng, bà đừng lo, hắn ta không thể chạy thoát được vì có quá đủ bằng chứng buộc tội mà bà chỉ là một nạn nhân"

"Tuyển chọn bồi thẩm đoàn có lâu không?"

"Bình thường là 2 hay 3 ngày, có khi kéo dài hơn, mười hay mười lăm ngày"

"Tôi có cần phải tập dợt trước phiên xử không?"

"Bà không thấy tự tin?"

"Không phải vậy, nhưng tôi không muốn phải lập đi lập lại nhiều lần câu chuyện đó"

346

"Tôi hiểu nhưng công tố viện sẽ xem xét những dữ kiện và hỏi bà vì bà là nạn nhân. Bà cần hỏi gì nữa không?"

"Không, chỉ có thế thôi"

Luật sư Trần cúp máy. Tuy khẳng định với bà Hoài nhưng đâu đó với linh tính nghề nghiệp, ông ta cũng dành 20% cho những bất ngờ xảy đến làm thay đổi cục diện. Những điều bất ngờ như vậy đã xảy ra và cũng có thể được lập lại trong tương lai. Làm sao biết chắc được?

Nhưng hai tuần sau sẽ là phiên xử.

*

Hoài gần như phát ốm nặng sau lần gặp công tố viện. Nàng đã trải qua những giây phút căng thẳng tột bực mặc dầu biết ông ta đứng về phía mình và bênh vực mình. Cho dù luật sư Trần đã nói trước nhưng Hoài vẫn gặp khó khăn hay hoảng sợ và cảm thấy bị áp lực về tinh thần nhiều.

Không hiểu khi ra tòa sẽ ra sao? Bên luật sư biện hộ cho Lữ sẽ quay nàng thế nào?

Tất cả những lo âu, sợ hãi này đều do Lữ gây ra! Nhưng nghĩ cho cùng nếu nàng còn bị giam giữ trong căn nhà của Lữ thì nàng sẽ ra sao?

Chương 35

Donovan, David, Anne và gia đình của Hoài, Lữ, những người thân của Hoài, phóng viên báo chí.. đều có mặt trong phiên tòa xử.

Hoài mặc bộ suit mầu xanh đậm, không đeo trang sức. Trông nàng tiều tụy và gầy hơn thường lệ đến 5, 6 pounds.

Nguyên và Kim con gái nàng cùng họ hàng ngồi ở những hàng ghế sau đó.

Phía bàn bên trái là Lữ cũng ăn mặc chỉnh tề ngồi cạnh luật sư của anh ta. Gia đình Lữ ngồi những hàng ghế phía sau anh ta.

Bàn của công tố viện phía bên phải, gần với chỗ riêng biệt dành cho hàng ghế bồi thẩm đoàn.

Mọi người đứng lên khi chánh án vào tòa xét xử. Những thủ tục sơ khởi diễn ra nhanh chóng.

Hoài tuyệt đối không nhìn hay liếc sang phía bên Lữ ngồi. Nàng cố trấn tĩnh và tự nhắc nhủ mình mọi sự sẽ yên ổn.

Bên kia Lữ không bỏ sót một cử động nào của Hoài. Mái tóc đen của nàng đôi lúc che một nửa mặt nàng hay Hoài cố tình không muốn cho Lữ nhìn thấy mặt nàng.

Cả Lữ và Hoài có lẽ là 2 người không để ý đến lời mở đầu của công tố viện. Mỗi người đều chìm đắm trong những ý nghĩ riêng của mình. Riêng Hoài căng thẳng quá sức! Nàng cứ phải tự trấn tĩnh mình liên tục.

Phiên tòa này đặc biệt vì Hoài là nhân chứng duy nhất. Mọi người đều chờ đợi.

Phần mở đầu của công tố viện trình bầy với những dữ kiện thu thập đầy đủ từ sở cảnh sát và những lời khai của Hoài để buộc tội Lữ.

Khi Hoài được gọi, nàng run và lạnh toát. Trả lời những câu hỏi của công tố viện và luật sư biện hộ cho Lữ không làm nàng hoảng sợ đến như thế nhưng sự hiện diện của Lữ làm nàng mất tinh thần.

Khi đưa bàn tay phải lên tuyên thệ sẽ nói sự thật, người nàng cứng đơ, nhưng bàn tay hơi giật giật. Hoài tránh nhìn Lữ mặc dù nàng biết mình đang là tâm điểm của mọi chú ý.

Những câu hỏi của công tố viện cũng chẳng khác gì như những câu hỏi mà người luật sư riêng của Hoài đã hỏi nàng trước đây nên nàng đã lấy lại được sự bình tĩnh. Phần lớn những câu hỏi đều liên quan đến việc Lữ uy hiếp và bắt cóc Hoài ra sao, giam giữ nàng trong nhà thế nào.

Đến phiên người luật sư biện hộ cho Lữ đứng lên, tiến về phía Hoài và đặt câu hỏi, nàng bắt đầu luống cuống.

Luật sư Graham Flood nhìn người phụ nữ trước mặt và liên tưởng đến những lời mà Lữ đã nói với ông trước đây. Câu hỏi đầu tiên ông ta đưa ra cho Hoài đồng thời đứng hơi nghiêng người chỉ tay về phía Lữ đang ngồi:

"Bác sĩ cho biết lý do vì sao ông Lữ, thân chủ của tôi, đến gặp bà?"

Hoài hít một hơi thật mạnh vào lồng ngực rồi trả lời trong cương vị chuyên môn của mình:

".. Ông ta là một người viết tiểu thuyết và.. trong quá trình viết tiểu thuyết, ông ta lẫn lộn giữa chính bản thân và một nhân vật trong câu truyện do ông ta dựng lên. Đó là lý do ông ta đến gặp tôi"

"Bác sĩ có thể giải thích rõ ràng hơn?"

"Ông ta bị rối loạn đa nhân cách, Multiple Personality Disorder, đó là một căn bệnh rối loạn tâm lý, sinh ra ít nhất là hai nhân cách trong một con người. Nhân cách này dành sự thống trị trên nhân cách kia. Không những thế ông ta còn bị tâm thần phân liệt, schizophrenia, nhưng tôi nghĩ ông ta chỉ bị nhẹ""

"Người bệnh này (vị luật sư biện hộ dùng chữ "người bệnh" với chủ ý gây ấn tượng với bồi thẩm đoàn để xác định đây là một người có bệnh chứ không phải là người bình thường) có tiến triển khá không với nhiều lần gặp bác sĩ?"

"Có thời gian tiến triển khá"

"Việc các nhân cách giành quyền điều khiển nhau nhưng có khi nào nhân cách này tạo tình huống đe dọa nhân cách kia không?"

Hoài hiểu những câu hỏi của vị luật sư biện hộ cho Lữ muốn dẫn dắt đến điều gì. Nhưng nàng phải trả lời theo đúng với nghề nghiệp của mình.

"Cũng có"

"Sau thời gian điều trị tâm lý, liệu nhân cách này có thể hòa hợp với nhân cách kia không?"

"Với thời gian điều trị tâm lý, nếu có những điểm chung thì nhân cách này có thể hòa hợp vào nhân cách kia, nhưng bản thân người bệnh vẫn còn bị ảnh hưởng bởi việc tách rời nhân cách và những nhân cách vẫn không ngừng đấu tranh giành quyền kiểm soát".

Một đôi lần, công tố viện đứng lên phản đối những câu hỏi của luật sư biện hộ mà ông ta cho rằng đi ngoài vấn đề nhưng luật sư biện hộ biện luận và được tiếp tục.

Đến đây, luật sư Graham Flood xin phép tòa để mở cuộn băng mà ông đã thu lại khi nói chuyện với Lữ. Đoạn đối thoại giữa luật sư Grahm Flood và Lữ như sau:

"Anh có biết tại sao anh bị bắt không?"

"Biết. Nhưng tôi có làm gì sai đâu? Tôi không hề xúc phạm đến cô ấy. Tôi rất kính trọng cô ta"

"Tại sao anh bắt cóc cô ta?"

"Nếu không cô ấy sẽ không chịu đi với tôi"

"Trước luật pháp, cưỡng bách người khác là một cái tội. Anh có hiểu điều đó không?"

Một vài phút im lặng trôi qua.

"Anh viết tiểu thuyết?"

Không thấy Lữ trả lời trong đoạn thu băng nhưng có lẽ câu trả lời của Lữ là gật đầu.

"Tại sao anh phải đến gặp người bác sĩ đó? Anh có vấn đề gì?"

"Tôi.. bị ám ảnh về câu chuyện mình đang viết"

"Cô ta có giúp anh giải quyết được vấn đề không?"

"Không!"

"Tại sao?"

"Cô ta đi vào tiểu thuyết của tôi"

"Giúp tôi hiểu rõ hơn được không?"

"Cô ta đã trở thành nhân vật chính trong câu chuyện".

"Cứ kể cho tôi nghe về tiểu thuyết của anh"

"Cô ta trở thành người tình của tôi. Chúng tôi có một tình yêu tuyệt vời, không có.. những nhơ bẩn trần tục. Không phải tôi chiếm đoạt cô ta mà chính cô ấy đã chiếm đoạt tôi.. Cô ta cho tôi biết thế nào là tình yêu ban sơ nhưng cuồng nhiệt. Cô ta là ngọn đuốc thiêu cháy tôi..."

Bóng tối

"Trong tiểu thuyết, anh có làm hại cô ta không?"

"Không, tôi trân trọng và tôn thờ cô ta. Tôi sẽ sẵn sàng xả thân cho cô ta. Đoàn cứ.. thúc dục tôi chiếm đoạt cô ta một cách.. điên cuồng và hung bạo.. Nó muốn cô ta trở thành nô lệ cho nó nhưng tôi không bao giờ nghe.. "

"Đoàn là ai?"

"Là nhân vật nam chính trong tiểu thuyết của tôi"

"Vậy cả anh và Đoàn đều cótrong tiểu thuyết và cùng.. yêu cô ta?"

"Đúng vậy! Thế mà Hoài không hiểu.. Đoàn lúc nào cũng muốn sở hữu cô ta và bắt cô ấy phải tuân phục nó. Tôi cứ phải bảo vệ cô ta bằng cách này hay cách khác.."

"Đoàn là người như thế nào?"

"Anh ta có cá tính rất mạnh mẽ và thích làm theo ý mình, không kể đến hậu quả miễn là đạt được mục đích"

"Đoàn có ý định diệt trừ anh không?"

"Nếu tôi không ngăn nổi nó thì nó sẽ.. giết tôi, giết cả cô ấy.."

Có lẽ người duy nhất thích thú khi nghe đoạn đối thoại được thu lại này là Lữ. Còn Hoài? Mặt nàng tái xanh. Từng lời nói của Lữ như những ngọn lửa nóng bỏng vờn qua vờn lại trên da thịt nàng làm Hoài đau đớn..

Vị luật sư chờ chừng 1, 2 phút như để những điều mọi người trong phiên xử vừa nghe thấm sâu hơn rồi mới đặt câu hỏi tiếp.

"Trong lúc bị giam giữ, người bệnh nhân của bácsĩ đối xử với bác sĩ như thế nào? Bà đừng quên bà đã tuyên thệ sẽ nói mọi sự thật, không dối trá"

352

Những lời nói của Lữ mà nàng vừa mới nghe trong phiên tòa và đâu đó tiếng vĩ cầm réo rắt của bài Vocalise lại vang lên như muốn vắt cạn kiệt mọi hơi thở của Hoài. Nàng như con cá bị bỏ lên bờ, Hoài cố gắng lắm mới trả lời được:

"Ông ta.. không làm gì tôi cả.."

"Bác sĩ trả lời rõ ràng hơn. Ông ta có hăm dọa bà hay cưỡng bức bà không?"

Hoài lắc đầu thay cho câu trả lời.

"Bác sĩ vui lòng nói ra câu trả lời. Lắc đầu không phải là câu trả lời"

"Không. Ông ta không hề.. hăm dọa tôi"

"Ông ta nói với tôi, ông ta rất kính trọng và trân quý bà. Điều này ông ta nói đúng hay sai?"

Hoài gượng gạo trả lời:

"Ông ta nói đúng"

Tất cả những câu hỏi của luật sư biện hộ đều nhắm vào việc bào chữa và chứng minh thân chủ của ông ta không đủ năng lực để chống trả với nhân cách thứ nhì. Nhưng cuộn băng thu lại với lời đối thoại giữa luật sư Graham Flood và Lữ lại đưa đến một cái nhìn để quy trách nhiệm vào Hoài, người bác sĩ tâm lý chữa trị gây ra.

"Theo tôi hiểu thì thân chủ của tôi bị rối loạn đa nhân cách, có phải không thưa bác sĩ?"

"Đúng vậy.."

"Có thể dùng thuốc để điều trị không?"

Hoài suy nghĩ:

Bóng tối

"Không. Không có phương pháp điều trị bằng thuốc dành riêng cho bệnh rối loạn đa nhân cách nên các phương pháp chữa trị tâm lý vẫn là cách điều trị chính. Tuy nhiên, thuốc điều trị những bệnh đi kèm như trầm cảm đôi khi cũng được sử dụng để nâng cao hiệu quả điều trị tâm lý"

"Bác sĩ có thể cho biết phương pháp tâm lý trị liệu dùng cho thân chủ của tôi ra sao?"

"Điều trị tâm lý hay còn gọi là tâm lý trị liệu phân tích nhận thức của người bệnh. Mục tiêu của phương pháp điều trị này.. là hướng tới cho người bệnh hiểu được rõ hơn về cảm xúc ẩn sâu bên trong người đó. Từ đó giúp người bệnh dần kiểm soát được suy nghĩ, hành vi cũng như thái độ của chính mình"

"Thân chủ tôi đến gặp bác sĩ bao nhiêu lâu rồi để chữa trị?"

Hoài phân vân khi trả lời:

"Tôi không nhớ đích xác.. nhưng không lâu lắm.."

"Không lâu là bao lâu? Một hai tháng hay 5, 6 tháng?"

"Tôi phỏng chừng 2, 3 tháng. Phải xem hồ sơ bệnh lý mới biết chính xác"

"Nhưng với những sự việc đã xảy ra, theo tôi nhận xét, bệnh tình thân chủ tôi không tiến triển hơn mà còn tệ hơn. Như cuộn băng thu mà quý vị vừa nghe, chính thân chủ tôi xác định đến gặp bác sĩ Hoài không giải quyết được vấn đề mà còn gây thêm vấn đề"

Hoài nóng mặt nhưng nàng kềm lại.

Luật sư Graham Flood nhìn quan tòa và nói:

"Tôi không có câu hỏi nào thêm"

Quan tòa tuyên bố:

354

"Tạm nghỉ và chờ quyết định của bồi thẩm đoàn"

Mười hai người trong bồi thẩm đoàn gồm cả nam lẫn nữ với nhiều sắc dân khácnhau được đưa vào phòng kín để thảo luận.

Mọi người đứng lên đi ra ngoài. Lữ bị còng tay và cảnh sát áp giải đến nơi khác.

Hoài mệt mỏi nhìn đồng hồ, nàng mong cho phiên xử chóng kết thúc. Nhưng..

Chữ "nhưng" này làm nàng lo sợ tuy không nói ra.

Nếu bị suy xét là điên loạn liệu Lữ có được trắng án và cả đời Hoài cứ phải lo âu không? Hay Lữ sẽ bị giam vào tù? Nhưng đến thời hạn sẽ được thả ra và.. Hoài vẫn cứ phải lo sợ khi Lữ ra khỏi tù? Liệu sau đó Lữ có đi tìm nàng không?

Cho dù cả bao nhiêu câu hỏi cứ thi nhau hiện lên trong đầu nàng nhưng Hoài không chối cãi là nàng thấy thương cảm cho Lữ nhiều hơn là thù ghét!

Đến khi Nguyên đến ôm vai nàng thì thầm:

"Ăn uống gì không? Anh thấy em mệt lắm rồi Hoài à!"

Hoài nắm lấy tay Nguyên như vớ lấy một chiếc phao cầu cứu:

"Không, em không cần gì cả. Chỉ mong cho sớm kết thúc.."

"Anh nghỉ sẽ kết thúc nhanh vì chứng cớ rành rành. Đừng lo Hoài à, bây giờ em đi đâu cũng có anh. Anh sẽ không bao giờ để em đi đâu một mình"

Hoài cười gượng:

"Em còn phải làm việc chứ.."

"Anh đến đón em về và đưa em đi làm, không phải lo gì cả"

Bóng tối

Nàng nắm tay chồng bóp mạnh. Hoài thầm cảm ơn vị luật sư biện hộ của Lữ. Ông ta đã gián tiếp giải tỏa được những thắc mắc mà nàng chắc chắn chồng mình đã nghi ngại là Lữ có những hành động sỗ sàng.. hay làm bậy Hoài.

Nguyên ngồi xuống cạnh Hoài. Nàng dựa đầu vào vai chồng và nhắm mắt lại.

Nhưng đầu nàng không yên. Không biết những ám ảnh về những ngày bị Lữ giam cầm có bao giờ tan biến và trả Hoài về với đời sống thường nhật?

*

Bên ngoài hành lang tòa án mọi người tụ tập thành những nhóm nhỏ.

Gia đình Lữ đang an ủi bà mẹ Lữ. Bà lão phờ phạc và cứ thút thít khóc. Bà không nhận ra Lữ, con trai bà. Cuộn băng ghi âm nghe trong tòa án không phải là con trai bà. Mặc dù Lữ nói bằng tiếng Anh nhưng bà bắt em Lữ thông dịch cho bà nghe. Nghe đến đâu bà khóc ngất đến đó. Thằng Lữ mà bà yêu quý dù ít khi nó về nhà không phải như thế. Sách vở làm nó thay đổi, cuộc sống xa gia đình làm nó bấn loạn hóa điên!

Bà lão kể lể chắc bị trời phạt nên mới có đứa con bị điên như vậy. Bà thương con trai đứt ruột. Nhìn nó bị còng tay mà ruột gan bà tơi bời.

Kim, con gái Hoài ngồi với gia đình bên nội ngoại, thầm thì to nhỏ.

David đi bách bộ lên xuống trong hành lang.

Donovan chưa bao giờ cảm thấy tội lỗi như vậy! Sẽ có ngày chàng đến bà Hoài và nói ra hết, nào là đã đi theo chiếc xe mà Hoài đi với Lữ, chàng đã nghĩ xấu cho bà Hoài..

*

Khoảng hơn một tiếng đồng hồ sau, mọi người lại trở vào phòng xử khi nghe bồi thẩm đoàn đã đi đến kết quả đồng thuận.

356

Ai nấy lục tục tìm chỗ ngồi. Cảnh sát đưa Lữ trở lại.

Hoài nhất quyết không nhìn về phía Lữ trong lúc tim nàng đập loạn. Bất cứ bản án nào cho Lữ đều có thể làm Hoài ngất xỉu!

Nguyên đã trở về chỗ ngồi cũ. Có lẽ tất cả những người thân của hai bên đều căng thẳng chờ đợi phán quyết cuối cùng của 12 người trong bồi thẩm đoàn.

Mọi người được lệnh đứng lên khi quan tòa vào phòng xử.

Tất cả ngồi xuống khi được lệnh an tọa. Chánh án nhìn về phía bồi thẩm đoàn hỏi xem có kết quả đồng thuận chưa hay bị trắc trở.

Người đại diện cho bồi thẩm đoàn đứng lên tuyên bố đã có kết quả.

Khi quan tòa yêu cầu người đại diện đọc phán quyết. Người đại diện dõng dạc nói:

"Không có tội vì điên loạn và không làm chủ được hành động của mình!"

Hoài nhắm mắt lại. Chung quanh nàng nhiều tiếng xôn xao. Vậy là Lữ sẽ thoát sao? Nàng thấy người mình lạnh toát như bị dìm xuống nước sông lạnh buốt..

Nhiều tiếng động hỗn độn quanh Hoài.

Gia đình Lữ mừng rỡ. Nguyên và Kim thẫn thờ.

Phản ứng mọi người khác nhau qua những trao đổi lời nói.

Quan tòa kéo kính xuống và tuyên bố:

"Lữ Phạm sẽ bị giam lỏng tại bệnh viện tâm thần Rusk State ở thành phố Rusk, thuộc tiểu bang Texas, vô thời hạn. Cho đến khi nào bác sĩ chữa trị quyết định Lữ Phạm đã trở lại bình thường và không còn là một nguy hiểm cho xã hội hay những người chung quanh nữa, lúc đó sẽ được thả ra".

Bóng tối

Lữ vẫn đứng khi nghe bản án dành cho mình. Chàng không mảy may xúc động. Đoàn đã chiếm đoạt lấy Lữ hoàn toàn! Chàng nhìn về phía Hoài nhưng không thấy nàng, không thấy hình ảnh Hoài nằm trên giường phủ đầy hoa hồng. Người đàn bà đó là ai khác, không phải Hoài! Nếu đó là Hoài thì nàng đã nhìn Lữ. Lữ thầm thì trong đầu: "Chúng ta đã có những ngày tuyệt vời phải không Hoài? Hoài đang ở đâu? Ồ không! Hoài lúc nào cũng hiện diện bên cạnh chàng. Lữ sẽ bảo vệ nàng, không để cho Đoàn hãm hại! Chúng ta sẽ nói chuyện với nhau ngày đêm.. Chúng ta có nhau, không một ai có thể mang Hoài đi được.."

Hoài mơ hồ cảm nhận Nguyên ôm mình, hình như cả con gái mình, Kim. Và như một giấc mơ, Hoài đi theo mọi người. Chung quanh nàng có ai nói gì nàng cũng không hiểu.. Nhưng đâu đó bản nhạc Vocalise réo rắt vang lên cùng với ánh lửa bập bùng của lò sưởi ở nhà Lữ, đôi mắt dã thú của Lữ, dáng vẻ bất cần đời của Lữ.. và nhiều thứ thuộc về Lữ.. cứ bám chặt lấy nàng, quấn quít làm Hoài nghẹt thở. Hoài thấy mặn ở môi, chung quanh nàng đều mờ ảo và nhòe nhoẹt..

Chương 36

Ngày đầu tiên trở lại đi làm, Nguyên đã đưa Hoài vào tận văn phòng.

Anne vẫn ngồi ở chỗ quen thuộc. Phòng đợi không có gì thay đổi. Bên trong nơi Hoài làm việc cũng thế. Hình như tất cả những gì nàng cố bỏ lại sau lưng chỉ là một cơn ác mộng! Hoài muốn nghĩ như thế.

Hôm nay Hoài dặn Anne đừng cho ai hẹn. Nàng muốn chắc chắn mình sẽ làm việc lại như thường.

Anne cười tươi đón Hoài:

"Em mừng quá chị Hoài à!"

Hoài mỉm cười không nói gì.

Anne liến thoắng:

"Nếu có khách gọi hôm nay chị bảo em cho họ hẹn lúc nào? Ngày mai hay vài ngày nữa?"

"Hôm nay là đầu tuần. Em cho hẹn từ thứ tư trở đi được đấy"

"Vâng"

Dường như Anne muốn nói điều gì nhưng rồi lại thôi.

Hoài nhìn Anne như chờ đợi câu hỏi nhưng không thấy Anne nói gì.

Nàng vào phòng và khép cửa lại. Hoài không đóng cửa như mọi khi. Có lẽ nàng cần đến sự có mặt của Anne trong một ý nghĩa nào đó..

Bóng tối

Hoài ngồi ở bàn làm việc và tự hỏi: "Mình đã sẵn sàng làm việc chưa?". Vài phút sau, Hoài quyết định nàng nên làm việc ngay để.. quên..

Nàng đứng dậy ra ngoài dặn Anne:

"Em cho khách hẹn luôn hôm nay cũng được nếu có ai gọi.."

Anne có vẻ ngạc nhiên:

"Chị có chắc không?"

Hoài gật đầu không nói thêm.

*

Nguyên đưa Hoài đi làm và đón nàng về mỗi ngày. Cuộc sống gia đình dần dần trở lại bình thường. Nguyên không nhận lời đi party nữa vì hiểu Hoài không muốn đối diện và phải trả lời với những câu hỏi tò mò của mọi người, cho dù đấy là những người bạn..

Chồng và con gái hiểu những điều Hoài đã phải trải qua. Mọi người đều tế nhị và săn sóc Hoài nhiều hơn. Nàng cũng cố gắng vui vẻ cho mọi người an tâm nhưng sau này Hoài dễ bị mất ngủ.

Những lúc mất ngủ là lúc Hoài khổ nhất. Nhưng mỗi ngày nàng cố gắng vượt qua, chậm nhưng Hoài cương quyết không bỏ cuộc. Thời giờ rảnh rỗi nàng làm vườn và khám phá mình có tay trồng cây. Không hẳn là một thú vui nhưng nó giúp nàng thư giãn đầu óc và thoải mái hơn.

Cũng có đôi lần, một vài bệnh nhân hỏi Hoài về những điều đã xảy ra cho nàng nhưng Hoài tìm cách né tránh không trả lời.

Một năm, hai năm trôi qua, mọi sự có vẻ trở lại bình thường.

Chương 37

4 năm sau

Mangal Karimy

Buổi sáng đầu tuần của tháng 11 mà nóng như cuối hè. Mới hôm qua lạnh giá, nay lại nóng. Đất trời chuyển mình liên tục. Với thời tiết thất thường lúc nào Hoài cũng phải mang sẵn một chiếc áo khoác mỏng. Nguyên đưa Hoài vào tận văn phòng rồi mới đi làm. Họ như hình với bóng..

Anne và nụ cười quen thuộc luôn luôn cho Hoài một cảm giác ấm áp tin cậy.

"Có nhiều người hẹn hôm nay không?" Hoài hỏi Anne.

"Thứ hai lúc nào cũng bận, chị quên ư? Nhưng em chỉ cho hẹn vừa phải để dồn sang những ngày khác"

"Cám ơn em"

Hoài nhìn thoáng sổ hẹn thấy có tên bệnh nhân lạ. Một người mới với những vấn đề của riêng họ luôn luôn cho Hoài cảm giác.. hào hứng! Nói như thế thật ra không đúng.. Nhưng quả thật cứ nghe đi nghe lại những tâm trạng, tình cảnh của những bệnh nhân quen thuộc đôi lúc làm Hoài nhàm chán! Điều này nàng chỉ có thể tự nói với chính mình mà thôi..

Vào phòng làm việc, mọi sự Anne đã sắp xếp đâu vào đó. Hoài thích sự cẩn thận tỉ mỉ và chu đáo của Anne. Cô ta như đoán trước được ý thích của Hoài và dành cho Hoài những ân cần hiếm có.

Bóng tối

Bệnh nhân đầu tiên của ngày thứ hai trái mùa nóng nực có tên lạ. Không biết thuộc sắc tộc nào? Cô ta đẩy cửa vào đến thẳng chỗ Anne và nói tiếng Anh khá chuẩn dù đâu đó còn chút giọng ngoại quốc:

"Tôi có hẹn lúc 8 giờ 30. Tôi đến hơi sớm.."

Anne nhoẻn miệng cười thân thiện:

"Vậy tốt vì cô còn phải làm giấy tờ hồ sơ cá nhân. Cô điền dùm tôi nhé"

Anne đưa cho cô gái những mẫu đơn.

Trong lúc cô ta điền giấy tờ, Anne kín đáo quan sát người bệnh nhân mới. Đây là một phụ nữ cứng cỏi đầy nam tính và có vẻ là lạ.

Khi cô ta điền xong giấy tờ và đưa lại cho Anne, nàng được dịp nhìn cô ta rõ hơn. Một con người thông minh nhưng có vẻ kín đáo.

Hồ sơ cho thấy Mangal Karimy là một phụ nữ người Afghanistan, 26 tuổi. Tên chồng là Ehrari Karimy. Mangal là một sinh viên. Có đi làm bán thời gian cho một cửa hàng bách hóa. Y phí tự trả, có lẽ vì bảo hiểm cá nhân không trả cho những dịch vụ sức khỏe chữa trị tâm lý. Nghề nghiệp người chồng: bác sĩ y khoa. Điều này làm Anne chú ý. Có chồng khá giả mà vẫn đi làm thêm, người phụ nữ này tự lập!

Sau khi hoàn tất hồ sơ người bệnh nhân mới, Anne cầm lên đến cửa phòng Hoài và gõ cửa.

Hoài ra tận nơi –nàng vẫn làm như thế với tất cả mọi người- cầm tập hồ sơ và mỉm cười với người bệnh nhân mới:

"Chào cô, tôi là bác sĩ Hoài. Mời cô vào bên trong này"

Hoài không quên đưa tay bắt tay người bệnh nhân mới. Bàn tay cô ta thô nhám như tay một người đàn ông suốt ngày làm việc lao động. Thật trái ngược với vóc dáng có thể gọi là thanh tú.

Người phụ nữ trẻ theo Hoài vào bên trong.

Cánh cửa khép lại như một cách biệt giữa hai thế giới: trong và ngoài.

"Cô có thể ngồi bất cứ chỗ nào cô thấy thoải mái. Những chuyện chúng ta trao đổi cần có một không gian dễ chịu và tự nhiên"

Mangal Karimy có mái tóc ngắn, đen và gọn. Quần đen bó sát đôi chân dài thon gọn. Có lẽ cô ta chưa có con. Chiếc áo len mỏng màu xám rộng thùng thình như che đậy mọi đường cong trên thân thể người phụ nữ trẻ, nhưngvẫn cho thấy ẩn hiện đôi bầu vú tròn, cao.

Mangal chọn chiếc ghế cách bàn làm việc Hoài một khoảng cách không gần lắm. Cô ta để chiếc xách tay dưới chân. Ngồi dựa lưng, quay qua quay lại nhẹ nhàng như tìm một chỗ thân quen.

Hoài lên tiếng trước:

"Tôi có thể gọi cô là Mangal được không?"

"Vâng.."

Giọng cô ta nhẹ, không trầm, không thanh, và vẫn có vẻ rụt rè... như tất cả những người bệnh nhân đầu tiên đến đây.

Hoài ngọt ngào:

"Cô có muốn dùng gì không? Chúng tôi có cà phê, chocolate và nước lạnh?"

Cô gái nhìn Hoài lắc đầu:

"Không.. không.. tôi không cần gì cả..

Dù với khoảng cách Hoài vẫn nhìn rõ thấy đôi mắt đen rất to của Mangal và bộ dạng đầy bối rối của cô ta. Có ai chẳng như thế cho một mở đầu của những khúc mắc?

Bóng tối

Và gần như luôn luôn Hoài là người hỏi trước:

"Tôi giúp cô được điều gì?"

Mangal Karimy vẫn im lặng. Hoài kiên nhẫn và hỏi tiếp:

"Cô sang Mỹ được baolâu rồi?"

"Được 6 năm.."

"Cô nói tiếng Anh khá lắm. Sang đây cô mới học tiếng Anh hay học từ Afghanistan?"

"Sang đây tôi mới học.."

"Vậy là cô học nhanh lắm. Trong hồ sơ cô là sinh viên. Cô đang theo học ngành gì?"

"Tôi muốn trở thành một nữ y tá"

"Tốt quá! Những người chọn nghề này đều có tâm hồn vị tha"

Mangal hơi mỉm cười. Có vẻ cô ta thoải mái hơn và bớt ngượng ngập.

"Cô có thể nói với tôi bất cứ điều gì. Hay cô có thể kể cho tôi nghe về tuổi thơ của cô hoặc những ngày tháng lúc cô còn ở quê hương cô"

Câu nói này của Hoài như những bước chân đến gần Mangal hơn, cùng ngồi xuống và.. lắng nghe..

"Tôi.. là một đứa trẻ bacha posh.."

Hoài hơi nhíu mày khi hỏi Mangal:

"Cô giúp tôi hiểu ý nghĩa của hai chữ bacha posh. Chữ này viết ra sao?"

Mangal đánh vần từng chữ:

B A C H A – P O S H.

Cô ta cúi đầu giải thích:

"Bacha posh có nghĩa là ăn mặc như con trai. Tập tục này đã có từ bao nhiêu thế kỷ qua cho đến tận bây giờ ở xứ sở tôi, Afghanistan. Đây là một phong tục truyền thống. Trong tiếng Dari bacha posh là như thế."

"Tại sao cô phải ăn mặc như con trai?"

"Người Afghanistan có quan niệm mê tín là một đứa trẻ bacha posh sẽ giúp xoay chuyển số phận, để đứa trẻ tiếp theo sinh ra trong gia đình sẽ là một bé trai.."

"Xứ sở cô coi trọng nam giới lắm hay sao?"

"Điều này bắt nguồn từ thực tế. Xứ tôi nông nghiệp là nền kinh tế chính. Nam giới đi làm ruộng, cày ruộng, chặt cây, làm mọi việc bên ngoài mang lương thực, tiền bạc về nuôi sống gia đình. Còn phụ nữ không thể kiếm tiền để nuôi sống gia đình, mà cũng không thể sống một mình. Phụ nữ chúng tôi được nuôi lớn với niềm tin rằng họ là gánh nặng cho gia đình. Trong xã hội gia trưởng của Afghanistan, con trai được coi trọng hơn con gái, nhiều đến mức một gia đình được coi là "không hoàn chỉnh" nếu không có con trai"

"Kể cho tôi nghe về tuổi thơ và gia đình cô"

Mangal có vẻ tự nhiên hơn khi nói:

"Tôi được sinh ra và lớn lên tại một ngôi làng nhỏ ở phía tây Afghanistan... Lúc còn nhỏ tôi tên là Madina. Khi tôi 2 tuổi tôi vẫn là Madina.. Cha mẹ tôi sinh được 7 người con gái và tôi.. được cha mẹ chọn sống như một bacha posh."

"Một bacha posh thì phải làm những gì để giúp gia đình?"

"Tôi phải hoàn tất những công việc thường ngày, từ đi kiếm củi về làm chất đốt, cho bò trong trang trại của cha ăn đến đi gùi các can nước qua những cánh đồng cằn cỗi. Tôi phải giúp cha tôi chăm sóc

Bóng tối

các cánh đồng lúa mì cũng như trang trại bò sữa của gia đình vào bất cứ thời tiết nào trong năm.."

Hoài tò mò:

"Một bacha posh có được đi học bình thường không?"

"Có chứ. Mặc dù tôi cắt tóc ngắn và ăn mặc như con trai nhưng trong gia đình ai cũng biết tôi là con gái. Tôi đến trường như mọi đứa trẻ khác"

"Có khi nào một bacha posh trở lại sống như con gái không?"

"Cho đến khi cha mẹ nó sinh được con trai"

Hoài thở dài:

"Tôi không thể tưởng tượng nổi..! Còn trường hợp của cô..?"

Mangal cười buồn:

"Cha mẹ tôi không có may mắn là thêm được người con trai nào cả.."

"Và họ vẫn bắt buộc cô phải sống như một bacha posh?"

"Đúng vậy"

"Bao giờ thì cô không còn là một bacha posh nữa? Tôi thấy cô lập gia đình. Trong hồ sơ chồng cô là một bác sĩ y khoa và cô hiện đang sống ở Mỹ?"

"Tôi đã trở về là con gái đúng nghĩa năm 14 tuổi."

"Vì sao?"

"Người chị lớn nhất của tôi đã phản ứng mạnh mẽ, yêu cầu cha mẹ tôi trả lại giới tính thật cho tôi"

"Điều đó có khó khăn cho gia đình cô không?"

"Đối với gia đình tôi thì không nhưng với bản thân tôi rất khó khăn"

366

"Cô vẫn còn lẫn lộn về giới tính của mình?"

"Có những lúc tôi vẫn cảm thấy mình là con trai cho dù lúc đó tôi đã mặc quần áo con gái. Khi là một bacha posh tôi có thể chơi đùa với bọn con trai, chơi những trò chơi của chúng nó, thả diều, đá banh.."

"Cô gặp chồng cô lúc nào?"

Gương mặt Mangal dường như tươi hẳn lên:

"Khi tôi dự một bữa tiệc gia đình. Chồng tôi là một người họ hàng rất xa, gần như không còn họ. Tôi.. cảm nhận được sự thu hút khác lạ mà tôi chưa bao giờ biết đến.. Chồng tôi lớn tuổi hơn tôi nhiều. Gia đình anh sống ở Mỹ, dù gốc là Afghanistan nhưng chuyển qua sống ở Pakistan một thời gian lâu. Cha mẹ anh không muốn anh lập gia đình với người Mỹ và họ đưa anh về chơi Pakistan rồi Afghanistan thăm họ hàng"

"Lúc đó cô đâu còn lẫn lộn giới tính nữa phải không?"

Mangal mỉm cười nhìn Hoài:

"Không.."

"Còn bây giờ?"

"Có những lúc tôi có cảm tưởng như mình không có một chỗ đứng nào đúng nghĩa"

"Cô không biết mình thuộc về đâu?"

"Đúng như vậy. Khi mới lập gia đình tôi quên những ngày tháng phải bắt buộc sống như con trai. Tôi bước vào thế giới phụ nữ một cách sung sướng. Tôi hưởng những sự âu yếm của chồng tôi và tình yêu trai gái một cách nồng nhiệt. Nhưng qua 6 năm sống trong hôn nhân, tình nghĩa vợ chồng vẫn thế, tôi yêu chồng tôi nhưng mọi sự dường như bắt đầu quá quen thuộc. Tôi đi học, đi làm thêm, tôi ra ngoài đời và tôi lại thấy mình trở lại như một bacha posher.."

Bóng tối

Hoài nhỏ nhẹ nói:

- Bởi vì khi cô ra ngoài đời, cô bớt đi sự lệ thuộc vào chồng cô. Và những năm tháng đầu đời của mỗi người để lại ấn tượng rất sâu sắc, khó quên. Nhưng cô đừng quên hiện tại cô đang ở xứ Mỹ, nơi mà chỗ đứng của người phụ nữ không giống như ở xứ sở cô.

Mangal nghiêng đầu nhìn Hoài:

"Tôi như trở thành hai con người trong một thân xác. Lúc giao tế bên ngoài, tôi khác. Về với chồng tôi lại khác. Có lẽ với một người bình thường thì không sao nhưng tôi đã trải qua một thời gian dài làm.. con trai, tôi đã phải che dấu mọi cá tính của con gái.. Đôi lúc tôi không biết mình muốn trở thành phái nam hay phái nữ"

"Cô lập gia đình và có con không?"

Mangal lắc đầu:

"Chúng tôi vẫn chờ đợi một đứa con ra đời, nhưng vẫn chưa thấy gì.."

"Cô có nghĩ một đứa trẻ ra đời sẽ xác định giới tính của cô hay không?"

"Có lẽ như vậy thật. Được làm mẹ chắc chắn sẽ làm tôi thay đổi.. Hiện tại.."

"Cuộc sống gia đình của cô ra sao?"

"Chồng tôi muốn có con, muốn lắm.. nhưng anh ấy kiên nhẫn chờ đợi.."

"Chồng cô có biết trước đây khi còn nhỏ cô đã phải sống như một bacha posh không?"

Mangal lắc đầu:

"Anh ấy không biết.."

368

"Cô dấu hay cô không có cơ hội để kể?"

"Tôi.. dấu.. vì chồng tôi đã trở thành một người Mỹ. Những tập tục đó có lẽ chỉ có trong thời ông bà anh ta và như một hủ tục không còn nữa.. Tôi kể cho chồng tôi nghe để làm gì? Anh ấy sẽ không hiểu được.."

Hoài chăm chú quan sát Mangal. Nàng chờ đợi cô ta nói thêm những điều thầm kín khác, dù chỉ là một ao ước. Nhưng Hoài cứ đặt câu hỏi:

"Có bao giờ cô bị thu hút hay rung động một cách khác thường khi gặp một phụ nữ không?"

Mangal như giật mình. Cô ta ngồi thẳng người lên và không ngờ trước câu hỏi đột ngột này của Hoài. Cô ta cúi đầu, hai tay xoắn vào nhau, bàn tay này bấu víu vào bàn tay kia như tìm một câu trả lời.

Một lúc im lặng trôi qua, Mangal ngửng đầu lên nhìn về phía Hoài và đáp:

"Có.. tại sao bà biết?"

"Tôi chỉ đoán.."

Mangal nói nho nhỏ:

"Điều này làm tôi sợ hãi lắm.. Càng ngày tôi càng thấy điều này lớn mạnh lên trong tôi. Tôi thích ngắm nhìn phụ nữ. Tôi không quan tâm đến đàn ông... Những chuyện vợ chồng đối với tôi rất nhàm chán nhưng.. tôi phải cố gắng che đậy và đánh lừa mình.. Có phải vì đã sống như một đứa con trai trong một thời gian mà làm tôi như thế không?"

Hoài lắc đầu:

"Tôi không nghĩ vậy. Cái mầm sống khác biệt đã có ở trong cô từ lâu. Bao nhiêu năm phải sống như một bacha posh thật ra giúp định hình rõ ràng hơn. Cô kể là năm 14 tuổi, người chị của cô đã phản ứng mãnh liệt đòi hỏi cô phải được trả lại giới tính thật, đó là do cô yêu cầu hay tự ý chị cô làm điều này?"

"Chị tôi quyết định. Tôi không có phản ứng gì"

"Nhưng cô có thấy vui hơn khi trở lại sống như con gái không?"

"Khi bị gia đình ép buộc sống như một bacha posh, tôi còn nhỏ quá.. Tôi chỉ làm những điều cha mẹ tôi muốn tôi làm. Tôi vâng lời, tôi không có ý riêng của mình.."

"Bây giờ nếu cho cô trở lại sống như một bacha posh, cô sẽ vui và hài lòng không?"

"Tôi không biết.. "

"Nhưng có bao giờ điều này trở thành một ước muốn không?"

"Tôi không dám nhận là mình ước muốn điều đó?"

"Tại sao?"

"Bà không thấy điều đó là sai lầm sao?"

"Tại sao cô nghĩ đó là một sai lầm?"

"Tôi.. nghĩ.. tôi sinh ra đời như vậy.. tại sao tôi lại làm khác đi? Bà hiểu tôi nói gì không?"

Hoài gật đầu, nói nhỏ nhẹ:

"Tôi hiểu nên tôi mới hỏi cô câu đó"

"Vì sao cô đến đây? Cô cần tôi giúp điều gì?"

"Ở xã hội này.. người ta mạnh dạn lên tiếng và đòi hỏi này kia nọ. Môi trường xã hội như thế không ít thì nhiều cũng làm tôi bị ảnh hưởng. Có những điều nếu tôi còn ở Afghanistan, tôi sẽ không dám nghĩ đến.. cho dù chỉ là một ý tưởng trong đầu mình, không ai biết đến. Nhưng ở đây.. người ta tự do quá, người ta sống như người ta muốn sống, người ta ngồi lên dư luận, gia đình.. và chỉ nghĩ đến bản thân mà thôi.."

Mangal ngừng vài phút. Hoài không lên tiếng.

Cô ta lại nói tiếp:

"Bản thân tôi không phải là người ích kỷ, tôi không chỉ sống cho mình mà còn sống cho người khác.. cho chồng tôi và danh dự gia đình tôi ở quê nhà.. Làm sao tôi có thể bảo với chồng tôi.."

Chờ đợi không thấy Mangal nói trọn câu, Hoài hỏi tiếp:

"Cô muốn nói với chồng cô điều gì?"

Mangal chợt bật lên nói dồn dập làm như không phải nói với Hoài, người bác sĩ tâm lý, mà nói với chồng cô ta:

"Tôi muốn ly dị. Tôi không thấy hạnh phúc khi làm vợ anh ta. Tôi muốn có một đời sống khác.. với.. Kathy.."

Hoài khuyến khích Mangal:

"Cô cứ kể tiếp. Tôi luôn luôn lắng nghe"

"Bà không hỏi Kathy là ai ư?"

"Tôi biết cô sẽ kể nên tôi chờ đợi vì cô đã nói ra được ước muốn của mình"

Mangal không còn rụt rè như khi mới đến:

"Kathy là bạn gái học cùng trường với tôi. Kathy nhút nhát lắm. Tôi ít khi nào thấy một cô gái bản xứ nhút nhát như vậy. Tụi tôi là bạn, bạn thân. Kathy giúp tôi nhiều về bài vở trong lớp. Cô ấy rất tử tế, hiền lành và luôn luôn chiều theo ý tôi. Đó là một sự đối chọi với chồng tôi. Ở nhà, tôi luôn luôn phải chiều chuộng và phục vụ chồng tôi, từ những chuyện nhỏ nhặt nhất. Đối với Kathy, tôi thấy mình lớn mạnh.

371

Bóng tối

Tôi che chở cô ấy. Cá tính tôi mạnh mẽ.. có lẽ được trui luyện từ thời gian làm bacha posh. Sự khác biệt giữa tôi và Kathy rất lớn nhưng lại thu hút nhau"

"Kathy có bạn trai không?"

"Không. Kathy bảo Kathy yêu tôi và cần tôi.."

"Như một người nữ cần một người nam?"

"Đúng vậy"

"Kathy có dục cô bỏ chồng không?"

"Không trực tiếp nhưng gián tiếp. Kathy nói với tôi về những dự tính trong tương lai chỉ có tôi và cô ấy"

"Phản ứng của chồng cô sẽ ra sao nếu cô nói đến chuyện chia tay?"

".. Anh ấy sẽ.. giết tôi.."

Giọng Hoài vẫn đều đều trong những câu hỏi vì nàng đã suy đoán được.

"Có bao giờ chồng cô hành hung cô chưa?"

Mangal không trả lời.

Hoài đổi câu hỏi:

"Tại sao cô nói là chồng cô sẽ giết cô nếu cô bỏ anh ta?"

"Chồng tôi đã nói ra điều này"

"Trong dịp nào?"

"Anh ta định không cho tôi đi học và đi làm tiếp"

"Tại sao?"

372

"Chồng tôi bảo anh ta có cảm giác bất an nếu tôi ra đời và tự lập, không cần nương dựa đến anh"

"Chồng cô là người trí thức, sống bên đất nước này lâu đời, tại sao lại có những ý tưởng như thế cô biết không?"

"Ở đây có bao lâu thì chồng tôi vẫn là một người đàn ông Afghanistan, không điều gì có thể tẩy xóa được sự thật ấy"

"Có khi nào chồng cô chỉ dọa cô không thôi chăng?"

"Chồng tôi không phải là một người thích dọa nạt.. Tôi biết anh ấy sẽ làm thật.."

"Có khi nào phải gọi cảnh sát không?"

"Chưa bao giờ. Điều này đối với chúng tôi là một điều đáng hổ thẹn.."

"Chuyện chồng cô dọa giết cô có làm cô bỏ ý định ly dị anh ta không?"

"Càng ngày tình yêu và sự thu hút giữa tôi và Kathy càng mãnh liệt. Sẽ có lúc mạnh hơn là sự đe dọa của chồng tôi"

"Nhưng chồng cô có biết nguyên nhân mà cô muốn bỏ anh ta là do cô gái tên Kathy hay do một người đàn ông khác?"

"Chồng tôi tưởng là một người đàn ông khác, trẻ tuổi hơn, hấp dẫn hơn"

Nói xong Mangal cười. Nụ cười thoải mái vì đã nói ra được những điều muốn nói.

"Chồng cô có biết cô đến đây không?"

"Chính chồng tôi khuyên tôi, anh ấy nghĩ tôi bị trầm cảm và một bác sĩ tâm lý sẽ giúp tôi trở lại thăng bằng"

Bóng tối

Câu trả lời này của Mangal làm Hoài hình dung một viễn ảnh đáng sợ của một người đàn ông Afghanistan điên lên khi bị vợ bỏ và quy lỗi cho người điều trị tâm lý. Phản ứng của con người, bất luận là một kẻ có học hay vô học đều không khác nhau lắm.

Hoài liếc mắt nhìn đồng hồ, cũng vừa lúc Anne gõ cửa bên ngoài nhắc Hoài đã quá giờ và đến giờ hẹn của bệnh nhân khác.

"Chúng ta sẽ nói chuyện tiếp vào kỳ hẹn sau"

Nói xong Hoài đứng lên.

Mangal cũng đứng dậy theo. Hoài đưa cô ta ra tận cửa. Cái bắt tay từ giã dường như nồng đậm hơn.

Hoài đảo mắt nhìn phòng đợi. Donovan! Người bệnh nhân mà nàng có cảm tình lâu ngày nay mới trở lại. Donovan có vấn đề gì đây?

Anne đưa hồ sơ Donovan cho Hoài.

Tiến về phía Hoài với vẻ mặt rạng rỡ, tay cầm mộ tgói gì. Anh ta vồn vã bắt tay Hoài:

"Bác sĩ Hoài khoẻ không? Tôi nhớ bà nhưng lâu nay bận quá"

Hoài cười tươi, bắt tay Donovan rất lâu và mời anh ta vào trong.

Hoài đưa tay mời Donovan ngồi. Nàng chọn chiếc ghế bành đối diện:

"Lâu lắm mới gặp anh từ sau đám cưới. Đã có baby chưa? Kim Anh ra sao?"

Những câu hỏi dồn dập và nụ cười ấm áp của Hoài làm Donovan thấy vui vẻ. Donovan thực sự quý bà Hoài. Những năm trước sau vụ án bà Hoài bị bắt cóc, chàng đã ngần ngừ có nên "thú tội" với bác sĩ Hoài là đã đi theo sau xe nhưng không ngờ bà Hoài bị bắt cóc, nhưng chàng lại thôi. Điều này có lẽ chỉ nên mình Donovan biết. Nhưng cũng chính vì điều đó mà chàng tránh không đến đây.

Chàng cười nhìn bà Hoài. Bốn năm trôi qua, người đàn bà trước mặt chàng thay đổi rất ít.

"Tụi tôi có 2 đứa con, một trai, một gái"

"Thế là nhất. Vậy mà anh không báo tin vui cho tôi"

"Tôi biết là tôi có lỗi.. nhưng thực sự lập gia đình rồi làm cha, làm chồng, nhiều thay đổi và quá bận rộn.."

Hoài vẫn vui vẻ cười nhìn Donovan rồi hỏi:

"Ghé ngang thăm tôi là vui rồi"

Donovan chỉ hộp kẹo để trên bàn:

"Có chút quà Kim Anh biếu bà"

"Cá ơn nhiều lắm. Cho tôi gửi lời thăm Kim Anh nhé"

Hoài nói và hơi thắc mắc, nàng không nghĩ Donovan đến đây để biếu quà vì anh ta lấy hẹn tức là cần Hoài cố vấn một điều gì.

"Sao? Donovan có gì lạ không?"

"Mẹ Amanda của tôi mới mất.. Bà có còn nhớ.. chuyện của tôi không?"

"Tôi không quên. Xin chia buồn với anh"

"Trước khi mất, mẹ Amanda có cho tôi biết lý do vì sao mà mẹ ruột của tôi cho tôi đi.."

Nụ cười tắt trên môi Hoài. Nàng gật đầu tỏ ý nhận biết.

"Đúng như bà đã đưa ra một số lý do mà mẹ tôi cho tôi đi. Mẹ tôi bị cướp và bị.. hãm hiếp. Tôi ra đời trong hoàn cảnh như vậy. Nhìn thấy tôi là mẹ tôi nhìn thấy sự tủi nhục đó nên bà đã cho tôi đi như muốn xóa bỏ cái ký ức.. kinh hoàng đó. Tội nghiệp cho mẹ tôi.. Tôi không

375

còn giận mẹ nữa. Tôi thương mẹ.. Nhưng như vậy cả đời tôi sẽ chẳng bao giờ biết người cha mình là ai.."

"Anh có muốn biết không?"

"Không.. tôi không muốn có người cha như vậy.. Thử DNA và truy tìm cũng sẽ có cơ may tìm được nhưng tôi không muốn.. Cái chết của hai người mẹ đã mang đi hết mọi câu hỏi của tôi.."

"Anh đã được bình an rồi đấy"

Donovan cười nhìn Hoài:

"Tôi đến đây hôm nay để cám ơn bà. Bà không biết là bà đã làm cho tôi nhiều điều lắm.."

Hoài cười:

"Đó chỉ là công việc của tôi.."

Donovan đứng lên nói:

"Sẽ có hôm tôi đưa Kim Anh và hai đứa nhỏ đến thăm bà"

"Tôi rất mong có dịp gặp gỡ gia đình anh"

Ra đến cửa, Donovan ôm Hoài thật chặt và nói khẽ:

"Tôi rất quý bà"

Câu nói làm Hoài cảm động. Khi đóng cửa lại nàng vẫn còn thấy bâng khuâng. Hình như chưa có người bệnh nhân nào nói như thế..

Ngồi xuống bàn làm việc nàng nhìn gói thư từ hôm nay chưa mở. Hoài uể oải nhấc từng thư lên xem. Một phong bì ngoại khổ làm nàng chú ý.

Nàng lấy dao rọc phong bì mở ra xem trước. Phong bì đẹp dầy như những phong bì mời đám cưới hay tiệc vui mừng nào đó. Bên trong có card chụp poster phim. Một thiệp mời đến dự buổi chiếu phim đặc biệt như những buổi trình chiếu trước khi phim có mặt tại các rạp xi nê. Tổ chức mãi tận New York. Lạ nhỉ? Ai mời?

Phim mang tên "Bóng tối" có nhiều tài tử nổi tiếng. Phim dựa theo tiểu thuyết của Phạm Lữ.

Đọc đến đó Hoài ngồi sững người. Mắt nàng vẫn không rời tấm thiệp mời. Những tiếng tí tách từ những ngọn lửa chập chờn ở lò sưởi, căn phòng khách tối, ly rượu vang đỏ của.. Lữ, tiếng vĩ cầm réo rắt bài Vocalise.. Những cánh hoa hồng thơm ngát, đôi mắt dã thú của Lữ.. Những ô cửa, cánh cửa khóa kín.. Và Hoài đã chạy.. chạy thoát ra khỏi ngôi nhà.. nàng đã đập cửa ngôi nhà có tủ sách trước sân.. Nàng đã thụp người xuống trước cửa nhà đó và van nài cứu giúp.. Cái nhìn ngoái lại van nài có tiếng gọi tên Hoài không rõ lắm của Lữ khi bị cảnh sát còng tay kéo đi.. Tất cả như những mảnh phim rời rạc đang chắp vá vào nhau chạy đi chạy lại trước mặt Hoài.

Nàng nhắm mắt lại như xua đuổi. Mười, mười lăm, hai mươi phút trôi qua, Hoài mở mắt. Sự bình thản đến đột ngột như tấm thiệp mời đến ngày hôm nay.

Lữ đã ra khỏi nhà thương điên. Lữ đã bình thường. Lữ đã hoàn tất tiểu thuyết của anh ta. Và hơn thế nữa tiểu thuyết của Lữ đã được lên phim ảnh. Lữ nhìn thấy được những nhân vật của anh ta trong tiểu thuyết bước lên màn ảnh bằng xương bằng thịt như Lữ hằng mong mỏi. Nỗi ám ảnh của Lữ đã tan biến.

Hoài không còn phải nhìn sau lưng mình sợ hãi nữa. Ký ức của những ngày đó sẽ vẫn tồn tại mãi mãi nhưng sự sợ hãi trong nàng tan biến. Và có hôm nào đó vào tiệm sách thoáng nhìn thấy tiểu thuyết của Lữ thì đó cũng chỉ là tiểu thuyết mà thôi!

Hết

Bóng tối

BÓNG TỐI

Texas – 2020

Published in 2020 by NGUỒN Ý

Copyright by MẶC BÍCH @ NGUỒN Ý, 2020

Nhà xuất bản Nguồn Ý, 2020

Printed in the United States of America

For information, address Nguồn Ý

11556 Bellaire, Suite B Houston, Texas 77072

Tel: (713) 298 – 5455

tudom@aol.com

Cover: Painting "Kite" by **The-Ngoc Dinh Nguyen**

www.ingramcontent.com/pod-product-compliance
Lightning Source LLC
Chambersburg PA
CBHW060409030726
47495CB00003B/503